ಡಾ. ಬೆಸಗರಹಳ್ಳಿ ರಾಮಣ್ಣ ಪ್ರಶಸ್ತಿ ಪಡೆದ ಕೃತಿ

ಚೇಳು

ವಸುಧೇಂದ್ರ

ಕ ತೆ ಗ ಳು

ಛಂದ ಪುಸ್ತಕ

Chelu
-Collection of Short Stories in Kannada
by Vasudhendra,
Published by Chanda Pustaka,
I-004, Mantri Paradise,
Bannerughatta Road, Bangalore-560 076
ISBN: 978-81-963238-1-3

ಮೊದಲ ಮುದ್ರಣ: 2006 ಆರನೆಯ ಮುದ್ರಣ: 2016
ಏಳನೆಯ ಮುದ್ರಣ: 2021 ಎಂಟನೆಯ ಮುದ್ರಣ: 2022

ಮುಖಪುಟ, ಒಳಚಿತ್ರಗಳು: ಸೌಮ್ಯ ಕಲ್ಯಾಣಕರ್
ಕರಡು ತಿದ್ದುವಿಕೆ: ಜ್ಯೋತಿ ಮಹಾದೇವ್
ಪುಟಗಳು: 100 ಬೆಲೆ: ₹ 120
ಕಾಗದ: ಎನ್‌ಎಸ್ ಮ್ಯಾಪ್ಲಿತೊ 70 ಜಿಎಸ್‌ಎಂ, 1/8 ಡೆಮಿ

ಪ್ರತಿಗಳಿಗಾಗಿ ಸಂಪರ್ಕಿಸಿ:

ಛಂದ ಪುಸ್ತಕ
ಐ-004, ಮಂತ್ರಿ ಪ್ಯಾರಡೈಸ್
ಬನ್ನೇರುಘಟ್ಟ ರಸ್ತೆ
ಬೆಂಗಳೂರು-560 076
ಸೆಲ್: 98444 22782
me@vasudhendra.com

ಮುದ್ರಣ:

ಟ್ರಿನಿಟಿ ಅಕಾಡೆಮಿ, ಕುಡ್ಲು ಗೇಟ್, ಹೊಸೂರು ರಸ್ತೆ, ಬೆಂಗಳೂರು

ವಸುಧೇಂದ್ರ

1996ರಿಂದ ಕನ್ನಡದಲ್ಲಿ ಸಾಹಿತ್ಯ ರಚಿಸುತ್ತಿರುವ ಇವರು, ಮೂಲತಃ ಬಳ್ಳಾರಿ ಜಿಲ್ಲೆಯ ಸಂಡೂರಿನವರು. NITK ಸೂರತ್ಕಲ್‌ನಿಂದ BE ಮತ್ತು IISc ಬೆಂಗಳೂರಿನಿಂದ ME ಪದವಿಯನ್ನು ಪಡೆದಿದ್ದಾರೆ. 20 ವರ್ಷಗಳ ಕಾಲ ಸಾಫ್ಟ್‌ವೇರ್ ಪ್ರಪಂಚದಲ್ಲಿ ಕೆಲಸ ಮಾಡಿ, ಈಗ ತಮ್ಮ ಸಮಯವನ್ನು ಪ್ರವಾಸ, ಓದು ಮತ್ತು ಬರೆಹಗಳಲ್ಲಿ ವಿನಿಯೋಗಿಸುತ್ತಾರೆ. ತಾವು "ಗೇ" ಎಂದು ಹೆಮ್ಮೆಯಿಂದ ಹೇಳಿಕೊಂಡ ಕನ್ನಡದ ಮೊಟ್ಟ ಮೊದಲ ಸಾಹಿತಿ ಇವರಾಗಿದ್ದಾರೆ.

ಕತೆ ಮತ್ತು ಪ್ರಬಂಧ ಕ್ಷೇತ್ರದಲ್ಲಿ ಪುಸ್ತಕಗಳನ್ನು ರಚಿಸಿರುವ ಇವರ ಪುಸ್ತಕಗಳು ಹಲವಾರು ಮರು ಮುದ್ರಣಗಳನ್ನು ಕಂಡಿವೆ. 'ನಮ್ಮಮ್ಮ ಅಂದ್ರೆ ನಂಗಿಷ್ಟ' ಎನ್ನುವ ಈ ಕೃತಿಯು 20 ಕ್ಕೂ ಹೆಚ್ಚು ಮುದ್ರಣಗಳನ್ನು ಕಂಡಿದೆ. 'ಮೋಹನಸ್ವಾಮಿ' ಎಂಬ ಕಥಾಸಂಕಲನ 'ಗೇ' ಜೀವನದ ನೋವು ನಲಿವನ್ನು ಚಿತ್ರಿಸುವದರಿಂದ, ಸಾಕಷ್ಟು ಚರ್ಚೆಗೆ ಒಳಗಾಗಿದೆ. ಈ ಕೃತಿಯು ಇಂಗ್ಲಿಷ್, ಸ್ಪಾನಿಷ್, ಮಲಯಾಳಂ, ತೆಲುಗು, ಮರಾಠಿ, ಹಿಂದಿ ಮತ್ತು ತಮಿಳು ಭಾಷೆಯಲ್ಲಿ ಪ್ರಕಟವಾಗಿದೆ. ಇವರ ಕಾದಂಬರಿ 'ತೇಜೋ ತುಂಗಭದ್ರಾ' ವಿಜಯನಗರ ಸಾಮ್ರಾಜ್ಯದ ಇತಿಹಾಸದ ಅಧ್ಯಯನದಿಂದ ರಚನೆಗೊಂಡಿದ್ದು, ಸಾಕಷ್ಟು ಚರ್ಚೆ ಮತ್ತು ಮೆಚ್ಚುಗೆಯನ್ನು ಗಳಿಸಿದೆ.

ಕರ್ನಾಟಕ ಸಾಹಿತ್ಯ ಅಕಾಡೆಮಿಯ "ಸಾಹಿತ್ಯಶ್ರೀ" ಪ್ರಶಸ್ತಿಯೂ ಸೇರಿದಂತೆ ಹಲವಾರು ಪ್ರಶಸ್ತಿಗಳು ಮತ್ತು ಬಹುಮಾನಗಳು ಅವರ ಪುಸ್ತಕಗಳಿಗೆ ದಕ್ಕಿವೆ. 'ಛಂದ ಪುಸ್ತಕ' ಎಂಬ ಪ್ರಕಾಶನ ಸಂಸ್ಥೆಯನ್ನು ಪ್ರಾರಂಭಿಸಿ, ಅದರ ಮೂಲಕ ನಾಡಿನ ಹಲವಾರು ಹೊಸ ಕನ್ನಡ ಬರಹಗಾರರ ಪುಸ್ತಕಗಳನ್ನು ಪ್ರಕಟಿಸಿದ್ದಾರೆ. ಆ ಪುಸ್ತಕಗಳ ಜೊತೆಗೆ, ತಮ್ಮ ಪುಸ್ತಕಗಳ ಮುದ್ರಣ ಮತ್ತು ಮಾರಾಟವನ್ನು ಸ್ವತಃ ನೋಡಿಕೊಳ್ಳುತ್ತಾರೆ.

ಚಾರಣದಲ್ಲಿ ಆಸಕ್ತಿಯಿರುವ ಇವರು ತಾಂಜಾನಿಯಾ ದೇಶದಲ್ಲಿರುವ ಕಿಲಿಮಂಜಾರೋ ಪರ್ವತವನ್ನೂ ಮತ್ತು ಹಿಮಾಲಯದ ಹಲವು ಪರ್ವತಗಳನ್ನೂ ಹತ್ತಿದ್ದಾರೆ. ಕೈಲಾಶ–ಮಾನಸಸರೋವರದ ಚಾರಣವನ್ನೂ ಮಾಡಿದ್ದಾರೆ. ಅಂತಾರಾಷ್ಟ್ರೀಯ ಸಿನಿಮಾ, ಮಹಾಭಾರತದ ಓದು, ಶಾಸ್ತ್ರೀಯ ಸಂಗೀತವನ್ನು ಕೇಳುವುದು ಅವರ ಇತರ ಹವ್ಯಾಸಗಳಾಗಿವೆ.

me@vasudhendra.com | 98444 22782

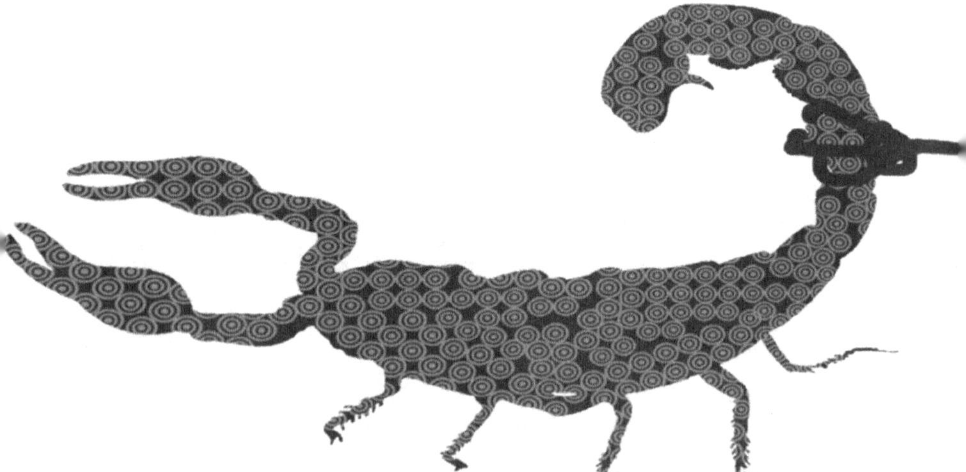

ನನ್ನ ಆಫೀಸು, ಮನೆಯಿಂದ ಇಪ್ಪತ್ತೈದು ಕಿಲೋಮೀಟರು ದೂರವಿದೆ. ಮಿತಿ ಮೀರಿದ ಟ್ರಾಫಿಕ್ ಜಾಮ್‌ಗಳಿಂದಾಗಿ ಸುಮಾರು ಮೂರು ತಾಸು ರಸ್ತೆಯ ಮೇಲೇ ಇರುತ್ತೇನೆ. ಬೆಳಗ್ಗೆ ಎಂಟಕ್ಕೆ ಹೊರಟರೆ ರಾತ್ರಿ ಹತ್ತಕ್ಕೆ ಸುಸ್ತಾಗಿ ಬರುತ್ತೇನೆ. ಬರೆಯಬೇಕೆಂದರೂ ಸಮಯ ಸಿಗುವುದಿಲ್ಲ.

ಇತ್ತೀಚೆಗೆ ಹೊಸದೊಂದು ಉಪಾಯ ಕಂಡುಕೊಂಡಿದ್ದೇನೆ. ನನ್ನ ಡ್ರೈವರ್ ಕಾರನ್ನು ಓಡಿಸುತ್ತಾನೆ. ನಾನು ಲ್ಯಾಪ್‌ಟಾಪಿನಲ್ಲಿ ಕತೆ ಬರೆಯುತ್ತೇನೆ. ಇತ್ತೀಚಿನ ನನ್ನೆಲ್ಲಾ ಕತೆ ಮತ್ತು ಪ್ರಬಂಧಗಳನ್ನು ಈ ಟ್ರಾಫಿಕ್ ಜಾಮ್‌ಗಳ ಮಧ್ಯದಲ್ಲೇ ಬರೆದಿದ್ದೇನೆ. ಈಗ ದಟ್ಟವಾದ ಟ್ರಾಫಿಕ್ ಜಾಮ್ ನೋಡಿದ ತಕ್ಷಣ ಕತೆ ಬರೆಯಬಹುದಲ್ಲಾ ಎಂದು ಖುಷಿಯಾಗುತ್ತದೆ.

ಈ ಪುಸ್ತಕವನ್ನು ಟ್ರಾಫಿಕ್ ಜಾಮ್‌ಗಳಿಗೂ ಮತ್ತು ಡ್ರೈವರ್ ಶಿವನಿಗೂ ಅರ್ಪಿಸುತ್ತೇನೆ.

ಪರಿವಿಡಿ

ಚೇಳು

ಬಳ್ಳಾರಿ ಜಿಲ್ಲೆಯ ಆ ಪುಟ್ಟ ಊರಿನಲ್ಲಿ ಚೇಳುಗಳದೇ ದರ್ಬಾರು. ಜನಸಂಖ್ಯೆಯು ಸಾವಿರ ಪಟ್ಟು ಚೇಳುಗಳಿವೆಯಾದ್ದರಿಂದ ಅವುಗಳ ದರ್ಬಾರಿಗೆ ಆಕ್ಷೇಪಣೆ ಮಾಡುವಂತಿಲ್ಲ. ಇಡೀ ಊರಿನಲ್ಲಿ ಎಲ್ಲಿ ಬೇಕೆಂದರಲ್ಲಿ ವಾಸಿಸುವ ಹಕ್ಕನ್ನು ಚೇಳುಗಳು ಪಡೆದಿವೆ. ಕಲ್ಲಿನ ಬುಡದಲ್ಲಿ, ಒರಳಿನ ತಳದಲ್ಲಿ, ಬೀಸೇಕಲ್ಲಿನ ಕುಣಿಯಲ್ಲಿ, ಅಕ್ಕಿ ಡಬ್ಬಿಯ ಒಳಗೆ, ತಾರಸಿಯ ಮೇಲೆ, ಹಗೇವಿನೊಳಗೆ, ಮಡಿಸಿಟ್ಟ ಕುಪ್ಪಸದಲ್ಲಿ, ಮಕ್ಕಳ ತೊಟ್ಟಿಲಿನಲ್ಲಿ, ಬಿಟ್ಟ ಜೋಡಿನೊಳಗೆ, ಪಾಯಿಖಾನೆಯಲ್ಲಿ ಕಳಚಿಟ್ಟ ಚಡ್ಡಿಯೊಳಗೆ – ಹೀಗೆ 'ನಾನಿಲ್ಲದೆಡೆಯಿಲ್ಲ' ಎನ್ನುವ ಭಗವಂತನ ಮತ್ತೊಂದು ಅವತಾರವೇನೋ ಎನ್ನುವ ಭ್ರಮೆಯನ್ನು ಹುಟ್ಟಿಸುತ್ತವೆ. ಅವುಗಳ ಓಡಾಟವನ್ನು ಅರ್ಥ ಮಾಡಿಕೊಂಡ ಜನರು ತಮ್ಮ ಹಾಸಿಗೆಗಳನ್ನು ಗೋಡೆಯಿಂದ ಒಂದು ಅಡಿ ದೂರದಲ್ಲಿ ಹಾಸಿಕೊಂಡು ಅವುಗಳ ರಾತ್ರಿ ಸಂಚಾರಕ್ಕೆ ಭಂಗ ಬರದಂತೆ ನೋಡಿಕೊಳ್ಳುತ್ತಾರೆ. ಹೆಚ್ಚಾಗಿ ಕತ್ತಲ ಸಂದುಗೊಂದುಗಳಲ್ಲಿಯೇ ಇರಲು ಇಷ್ಟ ಪಡುವ ಈ ಚೇಳುಗಳು, ಬಿಸಿಲುಗಾಲಕ್ಕೆ ಧಗೆ ತಾಳಲಾರದೆ ವಾಯುವಿಹಾರಕ್ಕೆ ಬರುತ್ತವೆ. ಹೀಗೆ ವಾಯುವಿಹಾರಕ್ಕೆ ಹೊರಟ ಚೇಳಿನ ಬಡಿವಾರವನ್ನು ವರ್ಣಿಸುವುದು ಕಷ್ಟ! ತಮ್ಮ ನಾಜೂಕಾದ ಕೊಂಡಿಯನ್ನು ಲತೆಯಂತೆ ಬಳುಕಿಸುತ್ತಾ, ನುಣುಪಾದ ಕಪ್ಪು ಮೈಯನ್ನು ಸಾಲಿಗ್ರಾಮದಂತೆ ಫಳಫಳನೆ ಹೊಳೆಯಿಸುತ್ತಾ, ಬುರುಖಾ ಹೊದ್ದ ಬೇಗಂಳಂತೆ ಗಂಭೀರವಾಗಿ ಗೋಡೆಯಂಚಿಗೆ ಸಾಗುತ್ತಿದ್ದರೆ

ಕೊಲ್ಲುವುದನ್ನು ಮರೆತು ನೋಡುತ್ತಾ ಕುಳಿತುಬಿಡೋಣವೆನ್ನಿಸುತ್ತದೆ. ಅದರ ತಂಟೆಗೆ ಯಾರಾದರೂ ಬಂದರೆ ಸುಮ್ಮನಿರುವುದಿಲ್ಲ. 'ವೃಶ್ಚಿಕ' ರಾಶಿಯವರಿಗೂ ತಮ್ಮ ಕೊಂಡಿಯ ಪರಿಚಯವನ್ನು ಮಾಡಿಕೊಡುತ್ತವೆ. ದೊಡ್ಡಾಸ್ಪತ್ರೆಯ ಡಾಕ್ಟರರೂ ನಾಚುವಂತೆ ಇಂಜೆಕ್ಷನ್ ಮಾಡಿ ಔಷಧಿಯನ್ನು ಒಳ ಸೇರಿಸುತ್ತವೆ.

ಚೇಳಿಂದ ಕಚ್ಚಿಸಿಕೊಳ್ಳದ ಗಂಡುಗಲಿ (ಅಥವಾ ಹೆಣ್ಣು ಹುಲಿ) ಆ ಊರಲ್ಲಿ ಯಾರೂ ಇಲ್ಲ. ತೊದಲು ನುಡಿ ಕಲಿಯುವುದಕ್ಕೆ ಮುಂಚೆಯೇ ಮಕ್ಕಳಿಗೂ ಚೇಳಿನ ಕರಾಮತ್ತಿನ ಪರಿಚಯವಾಗಿರುತ್ತದೆ. ಹರಿದಾಡುವ ಚೇಳನ್ನು ಆಟಿಗೆ ಸಾಮಾನೆಂದು ಮಗು ಎಳೆದುಕೊಳ್ಳದಂತೆ ತಾಯಂದಿರು ಎಚ್ಚರ ವಹಿಸುತ್ತಾರೆ. ಹೊಸದಾಗಿ ಮದುವೆಯಾಗಿ ಬಂದ ಪರ ಊರಿನ ಹೆಣ್ಣುಮಗಳಿಗೆ ಮೊದಲ ಬಾರಿಗೆ ಚೇಳು ಕಡಿದು ಅವಳು ಲಬೋಲಬೋ ಹೊಡೆದುಕೊಳ್ಳುವಾಗ ಹೆಂಗಸರೆಲ್ಲಾ ಕುವಾಡ ಮಾಡಿ, "ಈವೊತ್ತು ಖರೇವಂದ್ರೂ ನಮ್ಮೂರಿನ ಹುಡುಗಿ ಆದಿ ನೋಡು..." ಎಂದು ನಗಾಡುತ್ತಾರೆ. ಊರಿಂದ ಬಂದ ನೆಂಟರಿಗೆ ಚೇಳು ಕುಟುಕಿದಾಗ, "ಅಂತೂ ನಮ್ಮೂರಿಂದ ಉಡುಗೊರಿ ಇಲ್ಲದೇ ಯಾರೂ ಹೋಗಂಗಿಲ್ಲ ನೋಡ್ರಿ..." ಎಂದು ಊರಿನ ಮಹಿಮೆಯನ್ನು ಕೊಂಡಾಡುತ್ತಾರೆ.

ದುರ್ಗಮ್ಮನ ಗುಡಿಯ ಹತ್ತಿರದ ಬೇವಿನ ಮರದ ಬುಡದಲ್ಲಿ ಗುಡಿಸಲಿನಲ್ಲಿ ವಾಸಿಸುವ ವೆಂಕಮ್ಮನೆಂಬ ಒಂಟಿ ಜೀವಕ್ಕೂ, ಚೇಳುಗಳಿಗೂ ಬಿಡಿಸದ ನಂಟು. ಡ್ರಾಯಿಂಗ್ ಮಾಸ್ತರ ಹುಲಿಕುಂಟೆಪ್ಪನ ಬಳಿ ಚೇಳಿನ ಸುಂದರ ಚಿತ್ರವನ್ನು ಬಿಡಿಸಿಕೊಂಡು, ಅದಕ್ಕೆ ಕಟ್ಟು ಹಾಕಿಸಿ ತನ್ನ ಮನೆಯ ಗೋಡೆಗೆ ನೇತು ಹಾಕಿದ್ದಾಳೆ. ಮನೆಯ ಮುಂದೆ ಅಂಗಳದಲ್ಲಿ ದಿನ ನಿತ್ಯ ವಿಭಿನ್ನ ಬಗೆಯ ಚೇಳಿನ ರಂಗವಲ್ಲಿಗಳನ್ನು ಹಾಕುತ್ತಾಳೆ. ಬೆಳಿಗ್ಗೆ ಎದ್ದ ತಕ್ಷಣ ಮತ್ತು ರಾತ್ರಿ ಮಲಗುವಾಗ ಭಕ್ತಿಯಿಂದೊಮ್ಮೆ ಚೇಳನ್ನು ಪ್ರಾರ್ಥಿಸುತ್ತಾಳೆ. ಚೇಳು ವಿಶ್ವರೂಪ ದರ್ಶನವನ್ನು ಕೊಟ್ಟಾಗ ಕೈ ಮುಗಿದು, 'ಕಾಪಾಡಪ್ಪ ತಂದೆ' ಎನ್ನುತ್ತಾಳೆ. ಹಾಗೆ ಕೈಮುಗಿದಾಗ ಅವಳ ಹಿಂಗೈ ಮೇಲಿರುವ ಚೇಳಿನ ಹಚ್ಚೆಯ ಚಿತ್ರ ನಿಜವಾದ ಚೇಳನ್ನು ನೋಡಿ ಕಣ್ಣು ಹೊಡೆಯುತ್ತದೆ. ವರ್ಷಕ್ಕೊಮ್ಮೆ ಬರುವ ಚೇಳಿನ ಅಮಾವಾಸ್ಯೆಯ ದಿನ ಉಪವಾಸ ಮಾಡಿ, ಸಂಜೆಗೆ ಊರಿನವರಿಗೆ ಪಾನಕ ಬೇಳೆಯನ್ನು ಹಂಚುತ್ತಾಳೆ.

ವೆಂಕಮ್ಮನ ದ್ವೇಷ ಕಟ್ಟಿಕೊಂಡು ಬದುಕಲು ಆ ಊರಲ್ಲಿ ಸಾಧ್ಯವಿಲ್ಲ. ದಾರಿಯಲ್ಲಿ ಎದುರಾದರೆ, "ಬೇಸಿದ್ದೀಯೇನು ವೆಂಕಮ್ಮ..." ಎನ್ನದೆ ಯಾರೂ ಮುಂದಕ್ಕೆ ಹೋಗುವುದಿಲ್ಲ. ತರಕಾರಿ ಮಾರುವವರು ಒಂದಿಷ್ಟು ತರಕಾರಿಗಳನ್ನು ಅವಳಿಗೆ ಪುಕ್ಕಟ್ಟೆ ಕೊಡದೆ ವ್ಯಾಪಾರಕ್ಕಿಳಿಯುವುದಿಲ್ಲ. ದವಸ–ಧಾನ್ಯ ಬೆಳೆಯುವ ರೈತರು ಸುಗ್ಗಿಯ ಕಾಲಕ್ಕೆ ವೆಂಕಮ್ಮನಿಗೆ ವರ್ಷಕ್ಕಾಗುವಷ್ಟು ಅಕ್ಕಿ–ಬೇಳೆಯನ್ನು

ಕೊಟ್ಟ ನಂತರವೇ ತಮ್ಮ ಮನೆಯಲ್ಲಿ ಮೊದಲ ಅನ್ನವನ್ನು ಮಾಡುತ್ತಾರೆ. ಸರಕಾರಿ ಕೆಲಸದಲ್ಲಿರುವವರು ಅವಳ ಬಟ್ಟೆ ಬರೆ ಜವಾಬ್ದಾರಿಗಳನ್ನು ನೋಡಿಕೊಳ್ಳುತ್ತಾರೆ. ಯಾರ ಮನೆಯಲ್ಲಿಯೇ ಶುಭ ಕಾರ್ಯವಾಗಲಿ, ವೆಂಕಮ್ಮನನ್ನು ಊಟಕ್ಕೆ ಕರೆಯುವುದನ್ನು ಮರೆಯುವುದಿಲ್ಲ.

ಈ ಎಲ್ಲಾ ಮರ್ಯಾದೆಗಳಿಗೆ ಕಾರಣವೆಂದರೆ, ವೆಂಕಮ್ಮನಿಗೆ ಚೇಳಿನ ಔಷಧಿ ಗೊತ್ತು. ಚೇಳು ಯಾರಿಗೇ ಕಡಿಯಲಿ, ತಕ್ಷಣ ಅಲ್ಲಿಗೆ ತನ್ನ ಸಂಚಿಯನ್ನು ಸೊಂಟದ ಬಾಳೆಕಾಯಿಗೆ ಸಿಕ್ಕಿಸಿಕೊಂಡು ಓಡುತ್ತಾಳೆ. ಚೇಳು ಕಚ್ಚಿದ ಭಾಗವನ್ನು ನಾಜೂಕಾಗಿ ಸವರಿ, ತನ್ನ ಉಳುಕಿನ ಕಡ್ಡಿಯಿಂದ ಆ ಭಾಗವನ್ನು ಗುರ್ತು ಮಾಡಿಕೊಳ್ಳುತ್ತಾಳೆ. ಸಂಚಿಯಿಂದ ಎಲೆಗಳನ್ನು ತೆಗೆದು, ಕೈಯಲ್ಲಿ ಹಿಡಿದು, ಕಣ್ಣು ಮುಚ್ಚಿ ಪ್ರಾರ್ಥಿಸಿ, ಸೊಪ್ಪನ್ನು ಗಸಗಸನೆ ಅಂಗೈಯಲ್ಲಿ ತಿಕ್ಕಿ, ಅದರ ರಸವನ್ನು ಚೇಳು ಕಡಿದ ಜಾಗದಲ್ಲಿ ಹಿಂಡಿ, ಉಳಿದ ಸೊಪ್ಪನ್ನು ಆ ಭಾಗಕ್ಕೆ ಸವರಿ ಒದ್ದೆ ಬಟ್ಟೆ ಕಟ್ಟುತ್ತಾಳೆ. ಮನೆಯವರಿಂದ ಕೇಳಿ ಒಂದು ತಂಬಿಗೆ ನೀರು ಮತ್ತು ಒಂದು ಹರಿವಾಣವನ್ನು ತೆಗೆದುಕೊಳ್ಳುತ್ತಾಳೆ. ನೋವು ಕಡಿಮೆಯಾಗುವ ತನಕ ಒಂದೊಂದು ಗುಟುಕು ನೀರು ಬಾಯಲ್ಲಿಟ್ಟುಕೊಂಡು, ಮನಸ್ಸಿನಲ್ಲಿ ಚೇಳಿನ ಮಂತ್ರ ಪಠಿಸಿ, ಆ ನೀರನ್ನು ಬಾಯಿಯಲ್ಲಿಯೇ ಸದ್ದು ಮಾಡುತ್ತಾ ಗಲಗಲಿಸಿ ಆ ಹರಿವಾಣದಲ್ಲಿ ಉಗುಳುತ್ತಾಳೆ. ಚೇಳಿನ ವಿಷ ಇಳಿದಂತೆಲ್ಲಾ ಹರಿವಾಣದಲ್ಲಿನ ನೀರು ಹಸಿರಾಗುತ್ತಾ ಹೋಗುತ್ತದೆ. ಕೊನೆಗೆ ಆ ಹರಿವಾಣದ ನೀರು ತುಳುಕದಂತೆ ತೆಗೆದುಕೊಂಡು ಹೋಗಿ, ಭೂಮಿಯಲ್ಲಿ ಕುಣಿ ತೋಡಿ ಸುರುವಿ, ಮಣ್ಣು ಮುಚ್ಚುತ್ತಾಳೆ.

ಚೇಳಿನ ವಿಷವಿಳಿಸಿದ್ದಕ್ಕೆ ವೆಂಕಮ್ಮ ಹಣ ತೆಗೆದುಕೊಳ್ಳುವುದಿಲ್ಲ. ಹಾಗೆ ಹಣ ತೆಗೆದುಕೊಂಡರೆ ಚೇಳಿನ ಔಷಧದ ಮಹತ್ವ ಇಲ್ಲದಂತಾಗುತ್ತದೆಂದು ಎಲ್ಲರಿಗೂ ಹೇಳುತ್ತಾಳೆ. ಅವಳು ಮನೆಗೆ ಹೋಗುವಾಗ ಒಂದಿಷ್ಟು ವೀಳ್ಯದ ಎಲೆ, ಎರಡು ಬೆಟ್ಟಡಿಕೆ, ತುದಿಗೆ ಸುಣ್ಣ ಮತ್ತು ಒಂದು ಬಾಳೆ ಹಣ್ಣು ಮಾತ್ರ ಕೇಳಿ ಪಡೆದುಕೊಳ್ಳುತ್ತಾಳೆ. ಬಾಳೆ ಹಣ್ಣನ್ನು ತಿಂದು, ಎಲೆ ಮತ್ತು ಒಂದು ಅಡಿಕೆಯನ್ನು ಅಲ್ಲಿಯೇ ಹಾಕಿಕೊಂಡು ನಾಲಿಗೆಯನ್ನು ಕೆಂಪಾಗಿಸಿಕೊಂಡು ಮನೆಗೆ ಬರುತ್ತಾಳೆ. ಉಳಿದ ಒಂದು ಅಡಿಕೆ ಬೆಟ್ಟನ್ನು ಅದಕ್ಕಾಗಿಯೇ ಇಟ್ಟ ಡ್ರಮ್ಮಿನೊಳಗೆ ಹಾಕುತ್ತಾಳೆ. ಈಗಾಗಲೇ ಆ ಡ್ರಮ್ಮು ತುಂಬುತ್ತಾ ಬಂದಿದೆ.

ವೆಂಕಮ್ಮನೊಂದಿಗೆ ದ್ವೇಷ ಕಟ್ಟಿಕೊಂಡರೆ ಎಂತಹ ಕಷ್ಟದ ಪರಿಸ್ಥಿತಿಯನ್ನು ಎದುರಿಸಬೇಕಾಗಬಹುದೆಂಬುದನ್ನು ವೆಂಕೋಬಾಚಾರ್ಯರಿಂದಲೇ ಕೇಳಿ ತಿಳಿದು ಕೊಳ್ಳಬಹುದು. ಮಹಾ ಬ್ರಾಹ್ಮಣನಾದ ಈ ಆಚಾರಿಗೆ ಐವತ್ತು ದಾಟಿದರೂ ಚೇಳು ಕಡಿದಿರಲಿಲ್ಲ. ತಮ್ಮ ಮನೆಯಲ್ಲಿ ಉಗ್ರ ನರಸಿಂಹ ಸಾಲಿಗ್ರಾಮ ಇರುವುದಾಗಿಯೂ,

ಅದನ್ನು ಪೂಜೆ ಮಾಡುವುದರಿಂದ ಯಾವುದೇ ಚೇಳು, ಹಾವುಗಳಂತಹ ಯಃಕಶ್ಚಿತ್ ಹುಳುಗಳು ತಮ್ಮನ್ನೇನೂ ಮಾಡಲಾರವೆಂದೂ ಎಲ್ಲರ ಮುಂದೆ ಜಂಭ ಕೊಚ್ಚಿಕೊಳ್ಳುತ್ತಿದ್ದರು. ಆದ್ದರಿಂದ ವೆಂಕಮ್ಮನನ್ನು ಕಣ್ಣೆತ್ತಿಯೂ ನೋಡುತ್ತಿರಲಿಲ್ಲ. ದಾರಿಗೇನಾದರೂ ಅಡ್ಡ ಬಂದರೆ "ಹಾದಿ... ಹಾದಿ..." ಎಂದು ಗದರಿಸುವ ಧ್ವನಿಯಲ್ಲಿ ಕೂಗುತ್ತಿದ್ದರು. ವೆಂಕಮ್ಮನಿಗೆ ಅವಮಾನವಾದಂತಾಗಿ, "ಭಟ್ಟ, ಒಂದಿನ ಮಾಡ್ತೀನಿ ತಡಿ" ಎಂದು ಹಲ್ಲು ಹಲ್ಲು ಕಡಿಯುತ್ತಿದ್ದಳು.

ವೆಂಕಮ್ಮನ ಮುಂದೆ ದೇಹಿ ಎನ್ನುವ ಕರಾಳ ದಿನವೊಂದು ಬಂದೇಬಿಟ್ಟಿತು. ಆವತ್ತು ದ್ವಾದಶಿ. ಎರಡು ಏಕಾದಶಿ ನಿರಾಹಾರ ಮಾಡಿ ಕಂಗೆಟ್ಟಿದ್ದ ಆಚಾರ್ಯರು ಬೆಳಿಗ್ಗೆ ಬೆಳಿಗ್ಗೆಯೇ ಬಾವಿಯ ಮೇಲೆ ಸ್ನಾನ ಮಾಡಿ ದೇವರ ಪೂಜೆಗೆ ಸಿದ್ಧರಾದರು. ಧೋತ್ರವನ್ನು ಉಟ್ಟುಕೊಳ್ಳುವ ವ್ಯವಧಾನವೂ ಇಲ್ಲದೆ, ಒದ್ದಿಯಾದ ಸಣ್ಣಂಗ ವಸ್ತ್ರವನ್ನು ಸುತ್ತಿಕೊಂಡೇ ದೇವರ ಕಟ್ಟೆಯನ್ನು ಹತ್ತಿದರು. ಪತ್ನಿ ರುಕ್ಮಿಣಮ್ಮನ ಅಡುಗೆಯ ಸುವಾಸನೆ ನಾಸಿಕಾಗ್ರಗಳನ್ನು ಅರಳಿಸುತ್ತಿತ್ತು. ಸಂಧ್ಯಾವಂದನೆ ಮಾಡಿದ ಆಚಾರ್ಯರು, ದೇವರಿಗೂ ಸ್ನಾನ ಮಾಡಿಸಲೆಂದು ಸಾಲಿಗ್ರಾಮವನ್ನಿಡುವ ಸಂಪುಟವನ್ನು ತೆರೆದದ್ದೇ ತಡ, ಬುಳುಬುಳು ಎಂದು ಮೈಮೇಲೆಲ್ಲಾ ಚಿಕ್ಕ ಚಿಕ್ಕ ಚೇಳುಗಳು ಏರಿಬಿಟ್ಟವು. ಪ್ರಾಣಾಂತಿಕವಾಗಿ ಕೂಗುತ್ತಾ ಪಡಸಾಲೆಗೆ ಬಂದ ಆಚಾರ್ಯರು ಥೈ ಥೈ ಎಂದು ಕುಣಿಯಲಾರಂಭಿಸಿದರು. ಮೈಮೇಲೇರಿದ್ದ ಚೇಳುಗಳನ್ನು ಇರುವೆಗಳನ್ನು ಹೊಸಕಿ ಹಾಕಿದಂತೆ ತಿಕ್ಕಲಾರಂಭಿಸಿದವು. ಚೇಳುಗಳು ಬಿಟ್ಟಾವೆಯೆ? ಸಿಕ್ಕ ಸಿಕ್ಕ ಕಡೆಗಳಲ್ಲಿ ಕಚ್ಚಿ ಬಿಟ್ಟವು. ಅಮ್ಮನ ಹೊಟ್ಟೆಯೊಡೆದು ಎರಡು ದಿನಗಳ ಹಿಂದಷ್ಟೇ ಹೊರ ಬಂದಿದ್ದ ನಲವತ್ತಕ್ಕೂ ಹೆಚ್ಚು ಚೇಳುಗಳು, ಹೊಸತಾಗಿ ಸೈಕಲ್ ಸವಾರಿ ಕಲಿತುಕೊಂಡ ಬಾಲಕರಂತೆ ಮೈಮೇಲೆಲ್ಲಾ ಹರಿದಾಡಿದವು. ತಮ್ಮ ಪುಟ್ಟಮ್ಮ ಕೊಂಡಿಗಳಿಗೆ ಮೊದಲ ರಂಗಪ್ರವೇಶ ಮಾಡಿಸಿಕೊಟ್ಟವು.

ರುಕ್ಮಿಣಮ್ಮಗೆ ಗಂಡನನ್ನು ಹೇಗೆ ನಿಭಾಯಿಸಬೇಕೋ ಗೊತ್ತಾಗದಂತಾಯ್ತು. ಹತ್ತಿರ ಹೋದರೆ ತಮ್ಮ ಮೈಗೂ ಚೇಳುಗಳು ಏರಿಯಾವೆಂಬ ಭಯ. ಸೀದಾ ದುರ್ಗಮ್ಮನ ಗುಡಿಗೆ ಏದುಸಿರು ಬಿಡುತ್ತಾ ಓಡಿ ಹೋಗಿ, "ಬಾರವ್ವ ವೆಂಕಮ್ಮ, ಬಾರವ್ವ..." ಎಂದು ಕೂಗಿ ಕರೆದುಕೊಂಡು ಬಂದಳು. ವೆಂಕಮ್ಮ ಮನೆಗೆ ಬರುವ ವೇಳೆಗಾಗಲೇ ಆಚಾರ್ಯರು ಉಟ್ಟ ಸಣ್ಣಂಗವಸ್ತ್ರವನ್ನೂ ಕಿತ್ತೆಸೆದು ನೆಲದಲ್ಲಿ ಬಿದ್ದು ಹೊರಳಾಡುತ್ತಿದ್ದರು. ಹರಿದಾಡುತ್ತಿದ್ದ ಸಣ್ಣ ಸಣ್ಣ ಚೇಳುಗಳನ್ನು ನೋಡಿದ್ದೇ ವೆಂಕಮ್ಮನಿಗೆ ಪರಿಸ್ಥಿತಿ ಅರ್ಥವಾಯ್ತು. ಸಂಚಿಯಿಂದ ಸೊಪ್ಪನ್ನು ತೆಗೆದು ರಸ ಹಿಂಡಿದ್ದೇ ಇಡೀ ಮೈಗೆ ಹಚ್ಚಿದಳು. ಆಚಾರ್ಯರ ಮೂರು ನಾಲ್ಕು ಧೋತ್ರಗಳನ್ನು ಪಡೆದುಕೊಂಡು ಇಡೀ ಮೈಯನ್ನು ಅದರಿಂದ ಸುತ್ತಿದಳು. ಬಿಳಿಯ ಬಟ್ಟೆಗಳಲ್ಲಿ

ಸುತ್ತಿಸಿ ಮಲಗಿಸಿದ ತನ್ನ ಗಂಡನನ್ನು ನೋಡಿ ರುಕ್ಮಿಣಮ್ಮಗೆ ಬರಬಾರದ ಆಲೋಚನೆಗಳೆಲ್ಲಾ ಬಂದವು. ಆ ದಿನದ ಹರಿವಾಣದ ನೀರು ಕಾಡು ಹಸಿರು ಬಣ್ಣವನ್ನು ತಾಳಿತ್ತು. ಅಂತೂ ರುಕ್ಮಿಣಮ್ಮನ ಮಾಂಗಲ್ಯಕ್ಕೆ ಅದೃಷ್ಟ ಕೈಕೊಡಲಿಲ್ಲ. ಆಚಾರ್ಯರ ಕೈಗೆ ಸಿಗದ ಕೆಲವು ಚೇಳುಗಳು ಮನೆಯ ಸಂದುಗೊಂದುಗಳಲ್ಲಿ ಸೇರಿಕೊಂಡು ಪ್ರಾಣ ಉಳಿಸಿಕೊಂಡವು. ಹೊಟ್ಟೆಯೊಡೆದು ಹೊರ ಹಾಕಿದ ಅವರಮ್ಮನ ವಂಶ ನಿರ್ವಂಶವಾಗದಂತೆ ನೋಡಿಕೊಂಡವು.

ಸಾಯಂಕಾಲದೊಳಗೆ ಇಡೀ ಊರಿನ ಎಲ್ಲಾ ಮನೆಗಳಿಗೂ ಹೋದ ವೆಂಕಮ್ಮ, “ಎಂಕೋಬಾಚಾರ್ಯರ ಮೈಮೇಲೆ ಒಂದು ಗುಲುಗಂಜಿಯಷ್ಟು ಜಾಗಾನೂ ಬಿಡದಂಗೆ ಔಷಧಿ ಹಚ್ಚಿ ಬಂದೆ” ಎಂದು ಹೇಳಿಕೊಂಡು ಬಂದಳು. ವೆಂಕೋಬಾಚಾರ್ಯರನ್ನು ಮಾತನಾಡಿಸಲು ಹೋದ ಪ್ರತಿಯೊಬ್ಬರೂ, “ವೆಂಕಮ್ಮ ಮೈಗೆಲ್ಲಾ ರಸ ಹಚ್ಚಿದಳಂತಲ್ಲಾ...” ಎಂದು ಏನೂ ವಿಶೇಷವಲ್ಲವೆಂಬಂತೆ ಹೇಳಿ ಆಚಾರ್ಯರನ್ನು ಭೂಮಿಗಿಳಿಸಿ ಬಂದರು.

ಮರುದಿನ ದೇವರ ಪೂಜೆಯ ಕಟ್ಟೆ ಹತ್ತಲೂ ವೆಂಕೋಬಾಚಾರ್ಯರು ಗಡಗಡ ನಡುಗಲಾರಂಭಿಸಿದರು. ರುಕ್ಮಿಣಮ್ಮನ ಹತ್ತಿರ, “ವೆಂಕಮ್ಮನ್ನ ಕರಕೊಂಡು ಬಾರೆ” ಎಂದು ಅಂಗಲಾಚಿದರು. ವೆಂಕಮ್ಮ ಬಂದಾಗ ಅವಳನ್ನು ದೇವರ ಮನೆಯಲ್ಲಿ ಹೇಗಪ್ಪಾ ಕರೆದುಕೊಳ್ಳುವುದು ಎನ್ನುವ ಸಂಕಟ ಒಂದು ಕಡೆ, ಸಾಲಿಗ್ರಾಮವಿರುವ ಸಂಪುಟಕ್ಕೆ ಕೈಹಾಕಬೇಕಾದ ಸಂಕಟ ಮತ್ತೊಂದು ಕಡೆ. “ಏನೂ ಆಗಂಗಿಲ್ಲೇಳ್ರೀ ಆಚಾರ್ಯರೆ. ಡಬ್ಬಾ ತೆಗೀರಿ. ನಾನು ಎದುರೀಗೇ ನಿಂತೀನಲ್ಲ. ನರಸಿಂಹ ಸ್ವಾಮಿ ಕಲ್ಲು ಅಂತೀರಿ. ಸಿಂಹದ ಬದಲು ಚೇಳು ಬಂದು ಕೂತಿರೋದು ನಿಮ್ಮ ನಸೀಬ ಅಂದ್ಕೊಳ್ರಿ” ಎಂದು ಹುರಿದುಂಬಿಸಿದಳು. ಆಚಾರ್ಯರು ನಡಗುವ ಕೈಯಲ್ಲಿ ಸಂಪುಟವನ್ನು ತೆರೆದರು. ಪುಣ್ಯಕ್ಕೆ ಚೇಳಿರಲಿಲ್ಲ. ತಾವೇ ತೊಳೆದು ಒರೆಸಿ ಮುಚ್ಚಿಟ್ಟ ಆ ಬೆಳ್ಳಿ ಸಂಪುಟದಲ್ಲಿ ಅದು ಹೇಗೆ ಅಷ್ಟೊಂದು ಚೇಳುಗಳು ಬಂದು ಸೇರಿಕೊಂಡವೋ? ಅವರು ಪೂಜೆ ಮಾಡುವ ಆ ಉಗ್ರ ನರಸಿಂಹನಿಗೇ ಗೊತ್ತು. ಆ ಘಟನೆಯ ನಂತರ ಆಚಾರ್ಯರು ಎಲ್ಲೇ ವೆಂಕಮ್ಮ ಎದುರಾದರೂ ಹಾದಿ ಬಿಟ್ಟು ನಿಲ್ಲುತ್ತಾರೆ. “ದೇವರ ಪೂಜಿ ಪಸಂದಾಗಿ ನಡೀತಾ ಐತಾ ಆಚಾರ್ರೇ?” ಎಂದು ವೆಂಕಮ್ಮ ಪ್ರಶ್ನೆ ಮಾಡುತ್ತಾಳೆ. “ಹೂಂನಮ್ಮ” ಎಂದು ವಿಧೇಯರಾಗಿ ಉತ್ತರಿಸುತ್ತಾರೆ.

ವೆಂಕಮ್ಮಗೆ ಆಗಲೇ ಕೂದಲು ನರೆತಿವೆ. ಹದಿನಾರು ವರ್ಷಕ್ಕೆ ಮದುವೆ ಮಾಡಿಕೊಂಡು ಈ ಊರಿಗೆ ಕಾಲಿಟ್ಟಾಗ ಅವಳು ಚೇಳನ್ನೇ ಕಂಡಿರಲಿಲ್ಲ. ಪಡಿ ಎಡವಿ ಮನೆಗೆ ಬಂದ ರಾತ್ರಿ ಗಂಡಹೆಂಡಿರಿಬ್ಬರನ್ನೂ ಕೂಡಿಸಿ ಆರತಿ ಮಾಡಿದ

ಮೇಲೆ ದೊಡ್ಡ ತಾಮ್ರದ ಕೊಡದಲ್ಲಿ ಅಕ್ಕಿಯನ್ನು ಸುರುವಿ, ಅದರೊಳಗೆ ಬಂಗಾರದ ಉಂಗುರವನ್ನು ಬಚ್ಚಿಟ್ಟು ಇಬ್ಬರಿಗೂ ಹುಡುಕಲು ಹೆಂಗಳೆಯರು ಹೇಳಿದ್ದರು. ಆ ಚಿಕ್ಕ ಕಂಠದ ಕೊಡದಲ್ಲಿ ಒಬ್ಬರಿಗೊಬ್ಬರು ಕೈ ತಾಕಿಸಿಕೊಳ್ಳುತ್ತಾ, ಕೆಂಪೇರುತ್ತಾ, ಉಂಗುರವನ್ನು ಹುಡುಕುವುದನ್ನು ಬೇಕೆಂತಲೇ ನಿಧಾನ ಮಾಡಿಬಿಟ್ಟರು. ಮದಲಿಂಗ ಕೊಮ್ಮಣ್ಣ ಅವಳ ಕೈಯನ್ನು ಚಿವುಟಲಾರಂಭಿಸಿದ. ವೆಂಕಮ್ಮ ಸರಸದಲ್ಲಿ ಕಡಿಮೆಯೆ? ಅವಳೂ ಜೋರಾಗಿಯೇ ಚಿವುಟಿದಳು. ಹಾಗೇ ಅವರಿಬ್ಬರ ಚಿವುಟುವ ಆಟ ಮುಂದುವರೆದಿತ್ತು.

ಆದರೆ ಒಮ್ಮೆಲೇ ಪ್ರಾಣವೇ ಹೋಗುವಂತೆ ಕೊಮ್ಮಣ್ಣ ಚಿವುಟಿದಾಗ "ಅಯ್ಯಯಪ್ಪೋ..." ಎಂದು ವೆಂಕಮ್ಮ ಕೈಯನ್ನು ಹೊರತೆಗೆದುಕೊಂಡಳು. ಅವಳ ಬೆರಳ ತುದಿಗೆ ಕಚ್ಚಿಕೊಂಡಿರುವಂತೆಯೇ ಒಂದು ಹಚ್ಚನೆಯ ಚೇಳೂ ಹೊರಬಂತು! ಅಲ್ಲಿಯವರೆಗೆ ಮಾಡುತ್ತಿದ್ದ ಮದಲಗಿತ್ತಿಯ ಬಿಂಕ-ಬಡಿವಾರಗಳನ್ನು ಬದಿಗಿಟ್ಟು, ಥೈ ಥೈ ಎಂದು ಕುಣಿದು ಕೈಯಿಂದ ಚೇಳನ್ನು ಜಾಡಿಸಿದಳು. ಪುಣ್ಯಕ್ಕೆ ಚೇಳು ಬಾಯಿಂದ ಬೆರಳನ್ನು ಹಿಡಿದುಕೊಂಡಿತ್ತೇ ಹೊರತು, ಕೊಂಡಿ ಪ್ರವೇಶವನ್ನು ಮಾಡಿರಲಿಲ್ಲ. ಇವಳು ಕೈ ಕೊಡವಿದಾಗ ಚೇಳು ಇವರ ಮುಂದೆ ನಿಂತು ನೋಡುತ್ತಿದ್ದ ಜನರ ಮಧ್ಯದಲ್ಲಿ ಬಿತ್ತು. ರಥದ ಮುಂದೆ ತೆಂಗಿನಕಾಯಿಯನ್ನು ಒಡೆದಾಗ ಅದರ ಹೋಳುಗಳನ್ನು ಆರಿಸಿಕೊಳ್ಳಲು ನುಗ್ಗುವಂತೆ ಚಿಳ್ಳೆ-ಪಿಳ್ಳೆಗಳು ನುಗ್ಗಿ ಚೇಳನ್ನು ಬರಿಗಾಲಿನಲ್ಲಿಯೇ ಚಿಂದಿ ಮಾಡಿದರು. ಆ ರಾತ್ರಿ ಶೋಭಾನದ ಕೋಣೆಯಲ್ಲಿಯೂ ಚೇಳನ್ನು ನೆನೆಸಿಕೊಂಡು ಸಣ್ಣಗೆ ನಡುಗುತ್ತಿದ್ದಳು. ಕೊಮ್ಮಣ್ಣ ಹಗೂರಕ್ಕೆ ಅವಳನ್ನು ತೆಕ್ಕೆಯಲ್ಲಿ ತೆಗೆದುಕೊಂಡು ಸಮಾಧಾನ ಮಾಡಿ, ತನ್ನ ಬೆರಳುಗಳನ್ನು ಹೆಣಿಕೆ ಹಾಕಿ ಅವಳ ಮೈಯ ಸಂದುಗೊಂದುಗಳಲ್ಲಿ ಕಚಗುಳಿ ಇಟ್ಟು "ಚೇಳು ಅಲ್ಲಿ ಬಂತು, ಚೇಳು ಇಲ್ಲಿ ಬಂತು..." ಎಂದು ನಗಿಸುತ್ತಾ ಅವಳನ್ನು ಗೆದ್ದ.

ಒಂದೇ ವರ್ಷದಲ್ಲಿ ವೆಂಕಮ್ಮಗೆ ಚೇಳಿನ ಪರಿಚಯ ಸಾಕಷ್ಟಾಯ್ತು. ಒಮ್ಮೆ ಹೊಲಕ್ಕೆ ಗಂಡನಿಗೆ ಬುತ್ತಿಯನ್ನು ತೆಗೆದುಕೊಂಡು ಹೋದಾಗ ಚಟ್ಣಿಯಿಡುವ ಸಿಲಾವರ್ ಡಬ್ಬಿಯಲ್ಲಿ ಚೇಳೊಂದನ್ನು ಇಟ್ಟುಬಿಟ್ಟಿದ್ದಳು. ಯಾವುದೋ ಧ್ಯಾನದಲ್ಲಿ ಡಬ್ಬಿಯನ್ನು ತೆಗೆದ ಕೊಮ್ಮಣ್ಣ "ಇದರವ್ವನಾ..." ಎಂದು ಡಬ್ಬಿಯನ್ನು ಮಾರು ದೂರಕ್ಕೆ ಒಗೆದಿದ್ದ. ವೆಂಕಮ್ಮ ಬಿದ್ದು ಬಿದ್ದು ನಕ್ಕಿದ್ದಳು. ಕೊಮ್ಮಣ್ಣ ಹೆಂಡತಿಯಿಂದ ಆದ ಅವಮಾನ ಸಹಿಸಿಕೊಳ್ಳದೆ ಅವಳನ್ನು ಅಟ್ಟಿಸಿಕೊಂಡು ಹೊಲದ ತುಂಬೆಲ್ಲಾ ಓಡಾಡಿಸಿ, ಅವಳು ಕೈಗೆ ಸಿಕ್ಕಾಗ, "ಚೋಳಿಡ್ತೀಯೇನಲೆ ಬೋಕಾಣಿ... ನಿಂಗೆ ಮಾಡ್ತೀನಿ ತಡಿ..." ಎಂದು ಹುಲಿಮುದ್ದುಗರೆದಿದ್ದ. ವೆಂಕಮ್ಮನ ನಗು, ಕೇಕೆಯ ಸದ್ದು ಕುರಿಮಟ್ಟಿ ಗುಡ್ಡ ಪ್ರತಿಧ್ವನಿಸಿತ್ತು.

ವೆಂಕಮ್ಮನ ಹೊಟ್ಟೆಯಲ್ಲಿ ಒಂದು ಮಗು ಅರಳಿದ್ದರೆ ಅವಳ ನಗು-ಕೇಕೆ ಎಡೆಯಿಲ್ಲದಂತೆ ಸಾಗುತ್ತಿತ್ತು. ಮೂರು ವರ್ಷವಾದರೂ ಅವಳ ಹೊಟ್ಟೆ ನಿಲ್ಲಲಿಲ್ಲ. ಕೊಮ್ಮಣ್ಣನ ಅಪ್ಪ-ಅಮ್ಮ ಹಾಹಾಕಾರ ಮಾಡಿಬಿಟ್ಟರು. ಹೋದಲ್ಲಿ ಬಂದಲ್ಲಿ ಮಗುವಿನ ಸುದ್ದಿ ಯಾವ ರೂಪದಲ್ಲಿ ಬಂದರೂ ಸಾಕು, ಸಂಕೋಚದಿಂದ ಹಿಡಿಯಾಗುತ್ತಿದ್ದಳು. ಬಸಿರಿ ಹೆಂಗಸರ ಹೊಟ್ಟೆಯನ್ನು ಆಸೆಗಣ್ಣಿಂದ ನೋಡಲಾರಂಭಿಸಿದಳು. ಬರೀ ಇಷ್ಟೇ ಆಗಿದ್ದರೆ ಹೇಗೋ ಸಹಿಸಿಕೊಂಡಿರಬಹುದಾಗಿತ್ತು. ಆದರೆ ಕೊಮ್ಮಣ್ಣಗೆ ಸಾಧು-ಸಂತರ ಬಗ್ಗೆ ಇನ್ನಿಲ್ಲದ ನಂಬಿಕೆ. ಊರಿಗೆ ಯಾವುದೇ ಸಾಧು ಬಂದರೂ ಸಾಕು, ಹೆಂಡತಿಯನ್ನು ಕರೆದುಕೊಂಡು ಹೋಗಿ, ಅವರ ಕಾಲಿಗೆ ಬೀಳಿಸಿ, "ವಂಶ ನಿಲ್ಲೋ ಹಂಗೆ ಮಾಡು ಬಾಬಾ..." ಎಂದು ಬೇಡಿಕೊಳ್ಳುತ್ತಿದ್ದ. ವೆಂಕಮ್ಮ ಕೋರ್ಟಿನ ಕಟಕಟೆಯಲ್ಲಿ ನಿಲ್ಲುವಂತೆ ನಿಲ್ಲುತ್ತಿದ್ದಳು. ಯಾವುಯಾವುದೋ ಸಾಧು ಸನ್ಯಾಸಿಗಳು ಏನೇನೋ ಮಂತ್ರಿಸಿ ಕೊಟ್ಟರಾದರೂ ವೆಂಕಮ್ಮ ಕುಡಿಯೊಡೆಯಲಿಲ್ಲ. ತಿಂಗಳ ತನಕ ಯಾವ ಸನ್ಯಾಸಿಯೂ ಅದೇ ಊರಿನಲ್ಲಿ ನಿಲ್ಲುತ್ತಿರಲಿಲ್ಲವಾದ್ದರಿಂದ ಕೊಮ್ಮಣ್ಣ ತನಗಾದ ಅನ್ಯಾಯವನ್ನು ಯಾರ ಮುಂದೆ ಹೇಳಿಕೊಳ್ಳಬೇಕೋ ಗೊತ್ತಾಗದೆ ಕಂಗೆಡುತ್ತಿದ್ದ.

ಹೀಗಿರುವಾಗಲೇ ಭೈರವ ಬಾಬಾ ಆ ಊರಿಗೆ ಬಂದರು. ಭೈರವ ಬಾಬಾ ಮೌನವ್ರತ ಹಿಡಿದಿದ್ದರು. ನಲವತ್ತರ ಆಸುಪಾಸಿನ ವಯಸ್ಸು. ಆರಡಿ ಎತ್ತರದ ಆಜಾನುಬಾಹು ಶರೀರ, ಯಾವುದೋ ನಿಗೂಢತೆಯನ್ನು ಸೂಚಿಸುವ ಆಕರ್ಷಕ ಕಣ್ಣುಗಳು, ಚೂಪಾದ ಮೂಗು, ಕಂದು ಬಣ್ಣ, ಕಾವಿ ವೇಷ – ಊರಿನೆಲ್ಲರಿಗೂ ಅವರ ಮೇಲೆ ಗೌರವ ಮೂಡಿಸಿತ್ತು. ದುರ್ಗಮ್ಮನ ಗುಡಿಯಲ್ಲಿ ತಂಗಿದ್ದ ಈ ಬಾಬಾ ಧ್ಯಾನಕ್ಕೆ ಕುಳಿತರೆ ಗಂಟೆಗಟ್ಟಲೆ ಈ ಪ್ರಪಂಚದ ಸಂಪರ್ಕವನ್ನು ಕಳೆದುಕೊಂಡಿರುತ್ತಿದ್ದರು. ಅವರ ವರ್ಚಸ್ಸನ್ನು ನೋಡಿದ್ದೇ ಕೊಮ್ಮಣ್ಣಗೆ ಮತ್ತೆ ಆಸೆ ಚಿಗುರೊಡೆಯಿತು. ವೆಂಕಮ್ಮನನ್ನು ಕರೆದುಕೊಂಡು ಹೋಗಿ ಕಾಲಿಗೆ ಬೀಳಿಸಿದ. ಬಾಬಾ ವೆಂಕಮ್ಮನನ್ನು ಒಮ್ಮೆ ಇಡಿಯಾಗಿ ನೋಡಿದ. ಅವರ ನೋಟದ ತೀಕ್ಷ್ಣತೆಗೆ ವೆಂಕಮ್ಮ ಸಣ್ಣಗೆ ಬೆವತಳು. ತನ್ನ ಕೈಯಿಂದ ಸಾಧ್ಯವಿಲ್ಲವೆಂದು ಬಾಬಾ ಕೈಯಾಡಿಸಿದರು. ಕೊಮ್ಮಣ್ಣ ಬಿಡಲಿಲ್ಲ. ದಿನನಿತ್ಯ ದುರ್ಗಮ್ಮನ ಗುಡಿಗೆ ಹೋಗಿ ಸೇವೆ ಮಾಡಲಾರಂಭಿಸಿದ. ಅವರು ಮೌನವ್ರತ ಹಿಡಿದಿದ್ದಾರೆಂಬ ವಿಷಯವೇ ಅವನಿಗೆ ಇನ್ನೂ ಹೆಚ್ಚಿನ ನಂಬಿಕೆಯನ್ನು ಅವರ ಮೇಲೆ ಉಂಟು ಮಾಡಿತ್ತು. ಕೊನೆಗೊಂದು ದಿನ ಬಾಬಾ ಮಣಿದರು. ಮೂರು ದಿನ ರಾತ್ರಿ ಹನ್ನೆರಡಕ್ಕೆ ವೆಂಕಮ್ಮನೊಬ್ಬಳೇ ಪೂಜೆಗೆ ಬರಬೇಕೆಂದು ಬರೆದು ತೋರಿಸಿದರು. ಕೊಮ್ಮಣ್ಣಗೆ ಅಷ್ಟೇ ಸಾಕಿತ್ತು – ಮಗ ಹುಟ್ಟಿದಂತೆಯೇ ಸಂಭ್ರಮಿಸಿದ.

ಮೊದಲ ದಿನ ಪೂಜೆಗೆ ಹೋಗಿ ಬೆಳಗಾಗುವುದರಲ್ಲಿ ಸುಸ್ತಾಗಿ ಬಂದ ವೆಂಕಮ್ಮ ಮತ್ತೆ ತಾನು ಅಲ್ಲಿಗೆ ಹೋಗುವುದಿಲ್ಲವೆಂದು ಹಠ ಹಿಡಿದಳು. ಕೊಮ್ಮಣ್ಣ ಎಗರಾಡಿಬಿಟ್ಟ. "ಬೋಸೂಡಿ, ದೇವರು ಬಂದಂಗೆ ಬಾಬಾ ಬಂದಾರೆ. ಇಲ್ಲದ ನಖರಾ ಮಾಡ್ತೀಯಾ? ಬಾಬಾಗೆ ಹೇಳ್ತೀನಿ ನೋಡು. ಶಾಪ ಕೊಟ್ಟರೆ ಸುಟ್ಟು ಬೂದಿಯಾಗ್ತೀಯ..." ಎಂದು ಕೂಗಾಡಿದ. ಎದುರು ಮಾತನಾಡದೆ ವೆಂಕಮ್ಮ ಎರಡನೆಯ ದಿನವೂ ಹೋಗಿ ಬಂದಳು. ಮೂರನೆಯ ದಿನ ಹೋಗುವುದಕ್ಕೆ ಹಠ ಮಾಡಲಿಲ್ಲ. ಕೊಮ್ಮಣ್ಣಗೆ ಸಮಾಧಾನವಾದರೂ ಅವಳ ಮೌನ ಒಳಗೊಳಗೆ ಸಂಶಯದ ಕಿಡಿಯನ್ನು ಹೊತ್ತಿಸಿತು. ಪೂಜೆಯ ಹೊತ್ತಿನಲ್ಲಿ ಬರಲೇಬಾರದೆಂದು ಬಾಬಾ ಅವನಿಗೆ ಹೇಳಿದ್ದರು. ಆದರೂ ಮನಸ್ಸು ತಡೆಯಲಿಲ್ಲ.

ಅವನು ಊಹಿಸಿದ್ದಂತೆಯೇ ಅಲ್ಲಿ ಕೆಟ್ಟದ್ದೇ ನಡೆಯುತ್ತಿತ್ತು. ಪೂಜೆಯ ಸಾಮಗ್ರಿಗಳೆಲ್ಲಾ ಗುಡಿಯ ಪ್ರಾಂಗಣದಲ್ಲಿದ್ದವು. ಕಾವಿ ಬಟ್ಟೆ ಮತ್ತು ಸೀರೆ ಕುಪ್ಪಸಗಳು ಗರ್ಭಗುಡಿಯವರೆಗೆ ಚೆಲ್ಲಾಡಿದ್ದವು. ಗರ್ಭಗುಡಿಯಲ್ಲಿ ಬೆತ್ತಲೆಯ ದೇಹಗಳು ಉರುಳಾಡುತ್ತಿದ್ದವು. ಭೈರವ ಬಾಬಾ ಚಪಾತಿ ಹಿಟ್ಟನ್ನು ನಾದುವಂತೆ ವೆಂಕಮ್ಮನನ್ನು ಅನುಭವಿಸುತ್ತಿದ್ದ. ಕತ್ತಲಲ್ಲಿ ಕಣ್ಣನ್ನು ಹೊಂದಿಸಿಕೊಂಡು ನೋಡುತ್ತಾ ನಿಂತ. ತಡೆದುಕೊಳ್ಳಲಾರದಷ್ಟು ಉದ್ರೇಕಗೊಂಡ. ತನಗೆ ಉದ್ರೇಕವಾಗುತ್ತಿದೆ ಎಂದು ಗೊತ್ತಾಗಿ ಎಂಥದೋ ಕಸಿವಿಸಿಯಾಯ್ತು. ಮಾತನಾಡಲು ತೋಚದೆ ಮೂಲೆಯಲ್ಲಿರುವ ಕಂಬಕ್ಕೆ ಸುಸ್ತಾಗಿ ಒರಗಿ ಕುಳಿತ. ಸ್ವಲ್ಪ ಹೊತ್ತಿಗೆ ಸಿಟ್ಟಿನಿಂದ ಮೈ ಅದರುತ್ತಿತ್ತು. ಪ್ರಾಂಗಣದಲ್ಲಿ ಚೆಲ್ಲಿದ್ದ ಅವರ ಬಟ್ಟೆಗಳನ್ನು ಆಯ್ದು ದೇವಸ್ಥಾನದ ಅಂಗಳದಲ್ಲಿ ಹಾಕಿ ಬೆಂಕಿ ಕಡ್ಡಿ ಗೀರಿದ. ಉರಿ ಹೊತ್ತಿಕೊಂಡು ಕಿಡಿ ಕಾರಲಾರಂಭಿಸಿದ ತಕ್ಷಣ ಲಬೋಲಬೋ ಎಂದು ಬಾಯಿ ಬಡಿದುಕೊಂಡು ಹಳ್ಳಿಯ ಓಣಿ ಓಣಿಗಳನ್ನು ತಿರುಗಾಡಿದ. "ಬರ್ರಪ್ಪೋ ಬರ್ರಿ... ನನ್ನ ಹೆಂಡ್ತಿ ನಂಗೆ ಮೋಸ ಮಾಡಿಬಿಟ್ಟಾಳೆ ನೋಡ ಬರ್ರಪ್ಪೋ..." ಎಂದು ಕೂಗಿ, ಮನೆಗಳ ಬಾಗಿಲುಗಳನ್ನು ಬಡಿದು ಎಬ್ಬಿಸಿದ. ಜನರೆಲ್ಲಾ ಗುಡಿ ಮುಂದೆ ಜಮಾಯಿಸಿಬಿಟ್ಟರು. ವೆಂಕಮ್ಮ ಗರ್ಭಗುಡಿಯ ಕತ್ತಲ ಮೂಲೆಯಲ್ಲಿ ನಡುಗುತ್ತಾ ಕುಳಿತುಬಿಟ್ಟಳು. ಬಾಬಾ ಧ್ಯಾನ ಮಾಡುತ್ತಾ ಮತ್ತೊಂದು ಮೂಲೆಗೆ ಕುಳಿತುಬಿಟ್ಟ.

ಕೊಮ್ಮಣ್ಣ ಮೈಮೇಲೆ ಆವೇಶ ಬಂದವರಂತೆ, "ಬಾರಲೇ ಬೋಳಿಮಗನೆ ಹೊರಗೆ. ಕಂಡವರ ಹೆಂಡಿರ ಕೂಡ ಮಲಗೋನು ನೀನೆಂತಾ ಬಾಬಾ..." ಎಂದು ಅವಾಚ್ಯ ಶಬ್ದಗಳಿಂದ ಕರೆಯಲಾರಂಭಿಸಿದ. ಜನರೆಲ್ಲಾ ಮುಂದೇನಾಗುತ್ತದೋ ಎಂದು ಕುತೂಹಲಿಗಳಾದರು. ಧ್ಯಾನದಲ್ಲಿದ್ದ ಬಾಬಾ ಕಣ್ಣು ತೆರೆದರು. ವೆಂಕಮ್ಮನ ಕಡೆಯೊಮ್ಮೆ ನೋಡಿ, ಹೊರಗೆ ನಿಧಾನ ನಡಿಗೆಯಲ್ಲಿ ಬೆತ್ತಲೆಯಾಗಿಯೇ ಹೊರಬಂದರು. ಅವರ ಮೇಲೆ ಕೈ ಮಾಡಲು ಕೊಮ್ಮಣ್ಣ ಮುಂದೆ ಬಂದ.

ತಮ್ಮ ಬಲಗೈಯಿಂದ ಅವನನ್ನು ನೂಕಿದರು. ಕೊಮ್ಮಣ್ಣ ಮಾರು ದೂರ ಹೋಗಿ ಬಿದ್ದ. ನೂಕಿಸಿಕೊಂಡ ಸಂಕಟದಲ್ಲಿ, "ಹೊಡಿರಲೇ ಆ ಕಳ್ಳ ಸನ್ಯಾಸಿನ್ನ..." ಎಂದು ಅಳುಬುರುಕು ಧ್ವನಿಯಲ್ಲಿ ಕೂಗಿಕೊಂಡ. ಜನರು ಮಾತ್ರ ಬಾಬಾನ ಮೇಲೆ ಕೈಮಾಡುವ ಧೈರ್ಯವನ್ನು ತೋರಿಸಲಿಲ್ಲ. ಎಷ್ಟೋ ಜನ ಬಾಬಾಗೆ ಕೈ ಮುಗಿದುಕೊಂಡೇ ನಿಂತುಬಿಟ್ಟರು. ಭೈರವ ಬಾಬಾ ಮಂದಗತಿಯಲ್ಲಿ ನಡೆಯುತ್ತಾ ಕತ್ತಲಿನಲ್ಲಿ ಮರೆಯಾದರು.

ಬಾಬಾ ಮರೆಯಾದ ನಂತರ ನಾಟಕಕ್ಕೆ ರಂಗೇರಿತು. ವೆಂಕಮ್ಮ ತಮ್ಮ ನಡುವಿನ ಮಾಮೂಲಿ ಹೆಂಗಸಾದ್ದರಿಂದ ಜನ ತಮಗೆ ತೋಚಿದಂತೆ ಮಾತನಾಡಲಾರಂಭಿಸಿದರು. ಅವಳು ಬೆತ್ತಲೆಯಿದ್ದಾಳೆಂಬುದು ಗೊತ್ತಿದ್ದರೂ "ಬಾರೆಲೆ ಬೋಸೂಡಿ ಹೊರಗೆ..." ಎಂದು ಕೊಮ್ಮಣ್ಣ ಕರೆದ. ವೆಂಕಮ್ಮ ಹೊರಬರಲಿಲ್ಲ. ಗರ್ಭಗುಡಿಗೆ ನುಗ್ಗಿ ಅವಳನ್ನು ಎಳೆದು ತರುವ ಧೈರ್ಯ ಕೊಮ್ಮಣ್ಣನಿಗಿರಲಿಲ್ಲ. ನೆರೆದ ಜನರ ಮುಂದೆ, "ಈವತ್ತಿಗೆ ಈಕಿ ನನ್ನ ಹೆಂಡತಿ ಅಲ್ಲ, ನಾನು ಆಕಿ ಗಂಡ ಅಲ್ಲ" ಎಂದು ಕೊಮ್ಮಣ್ಣ ಸಾರಿ, ನೆಲಕ್ಕೆ "ಹಾದರಗಿತ್ತಿ..." ಎಂದು ಕ್ಯಾಕರಿಸಿ ಉಗಿದು ಹೊರಟು ಹೋದ. ವೆಂಕಮ್ಮ ಹೊರಬರುತ್ತಾಳೇನೋ ಎಂದು ಸಾಕಷ್ಟು ಹೊತ್ತು ಕಾದಿದ್ದ ಜನರು ತಂತಮ್ಮ ಮನೆಗಳಿಗೆ ವಾಪಾಸಾದರು.

ವಿಷಯ ತಿಳಿದಿದ್ದೇ ವೆಂಕಮ್ಮನ ತಂದೆ-ತಾಯಿ ಮರುದಿನ ಬೆಳಿಗ್ಗೆ ಬಂದರು. ಬಸ್ಸಿಳಿದಿದ್ದೇ ಸೀದಾ ದುರ್ಗಮ್ಮನ ಗುಡಿಗೆ ಹೋದರು. ವೆಂಕಮ್ಮ ದುರ್ಗಮ್ಮನ ಸೀರೆಯನ್ನು ಸುತ್ತಿಕೊಂಡು ಕಂಬಕ್ಕೊರಗಿ ಕುಳಿತಿದ್ದಳು. ಅವಳಮ್ಮಗೆ ರೋಷ ಉಕ್ಕಿ ಬಂದಿದ್ದೇ ಮೈ ಕೈ ನೋಡದೆ ರಪರಪನೆ ಬಾರಿಸಿಬಿಟ್ಟರು. ಹೊಡೆದು ಹೊಡೆದು ಸುಸ್ತಾಗಿ ಅವಳ ಮುಂದೆಯೇ ಕುಳಿತು ಅಳಲಾರಂಭಿಸಿದರು. ಅವಳಪ್ಪ ಏನೊಂದೂ ಮಾತನಾಡದೆ ಕಂಬಕ್ಕೊರಗಿ ಕುಳಿತುಕೊಂಡಿದ್ದರು. ಅತ್ತಿದ್ದು ಮುಗಿದ ಮೇಲೆ ಅವಳಮ್ಮ, "ಯಾಕೆ ವೆಂಕಿ ಇಂಥಾ ಹೇಲು ತಿನ್ನೋ ಕೆಲಸ ಮಾಡಿದಿ?" ಎಂದು ನೋವಿನಿಂದ ಕೇಳಿದರು. ವೆಂಕಮ್ಮ ಮಾತನಾಡದೆ ಸುಮ್ಮನೆ ಕುಳಿತಿದ್ದಳು. ಅವಳ ಮೌನಕ್ಕೆ ಕಿರಿಕಿರಿಗೊಂಡು "ಬೊಗಳೇ..." ಎಂದು ಘರ್ಜಿಸಿದರು. ವೆಂಕಮ್ಮ, "ಹೆಂಗೋ ಏನೋ, ನಂಗೂ ಮಕ್ಕಳು ಆದರೆ ಸಾಕು ಅಂತ ಅನ್ನಿಸಿತ್ತವ್ವಾ..." ಎಂದು ಹೇಳಿದಳು. ಅವಳ ಮಾತಿಗೆ ಅವಳಮ್ಮ ಅಲ್ಲಾಡಿಬಿಟ್ಟಳು. ಮತ್ತೆ ಹೆಚ್ಚು ಹೊತ್ತು ಅಲ್ಲಿ ಕುಳಿತುಕೊಳ್ಳಲು ಇಷ್ಟವಿಲ್ಲದವರಂತೆ "ಬರ್ರಿ" ಎಂದು ಗಂಡನನ್ನು ಎಬ್ಬಿಸಿಕೊಂಡು ಹೋದಳು.

ಆ ದಿನ ವೆಂಕಮ್ಮ ಗುಡಿಯಲ್ಲಿಯೇ ಉಳಿದುಕೊಂಡಳು. ಹಸಿವೆಯಾದಾಗ ಹೋಟೆಲಿನ ಹಿತ್ತಲಿಗೆ ಹೋಗಿ ಮಾಣಿಯನ್ನು, "ಒಂಚೂರು ಏನಾರ ತಿನ್ನಾಕೆ

ಹಾಕಪ್ಪ..." ಎಂದು ಬೇಡಿಕೊಂಡಳು. ಯಜಮಾನನ ಕಣ್ಣು ತಪ್ಪಿಸಿ ಮಾಣಿ ತಿನ್ನಲು ಕೊಟ್ಟ. "ಹಿಂಗ್ಯಾಕೆ ಮಾಡಿದಿ ವೆಂಕಮ್ಮ. ಎಂಥಾ ಛಂದ ಸಂಸಾರ ಮಾಡಿಕೊಂಡಿದ್ಯಲ್ಲ..." ಎಂದು ಪೇಚಾಡಿದ. ವೆಂಕಮ್ಮ ಬಲಗೈಯಿಂದ ಹಣೆಯ ಮೇಲೆ ರೇಖೆಯನ್ನೆಳೆದು ತೋರಿಸಿದಳು. ಮತ್ತೆ ಹೆಚ್ಚಿಗೆ ಮಾತನಾಡದೆ ದುರ್ಗಮ್ಮನ ಗುಡಿಗೆ ಬಂದು ಅಡ್ಡಾದಳು. ಊರಿನ ಜನರು ಆ ಕಡೆ ಹಣಿಕೆ ಹಾಕಿ ಹಾಕಿ ನೋಡಿಕೊಂಡು ಹೋದರು. ರಾತ್ರಿ ಕತ್ತಲಾಗುತ್ತಿದ್ದಂತೆಯೇ ಹೆದರಿಕೆಯಾಗತೊಡಗಿತು. ನಾಳೆಗೆ ಹೇಗೆಂಬ ಚಿಂತೆ ಕಾಡತೊಡಗಿತು. ದುರ್ಗಮ್ಮಗೆ ಕೈ ಮುಗಿದು, "ಕಾಪಾಡವ್ವ ತಾಯಿ. ತಪ್ಪಿಗೆ ಶಿಕ್ಷಾ ಮಾಡು, ಆದರೆ ದೀಪ ಆರಿಸಬ್ಯಾಡ" ಎಂದು ಬೇಡಿಕೊಂಡು ಮಲಗಿಕೊಂಡಳು.

ಬೆಳಕು ಹರಿಯುವುದಕ್ಕೆ ಮುಂಚೆಯೇ ಯಾರೋ ವೆಂಕಮ್ಮನ ಮೈ ಅಲುಗಾಡಿಸಿದ್ದಕ್ಕೆ ಎಚ್ಚರವಾಯ್ತು. ಯಾರೋ ಗಂಡಸರು ಹತ್ತಿರಕ್ಕೆ ಕುಳಿತಿದ್ದರು. ಯಾರೆಂದು ಗೊತ್ತಾಗದೆ ಹೆದರಿಕೆಯಾಯ್ತು. ಆ ವ್ಯಕ್ತಿ ಅವಳ ಬಾಯಿಯ ಮೇಲೆ ಮೃದುವಾಗಿ ಬೆರಳಿಟ್ಟ. ಮೈಯ ವಾಸನೆಯಿಂದ ಭೈರವಿ ಬಾಬಾ ಎಂದು ಗೊತ್ತಾಯ್ತು. "ಮತ್ತಿನ್ನಾಕಪ್ಪ ಇಲ್ಲಿಗೆ ಬಂದಿ" ಎಂದು ಸಿಡುಕಿದಳು. ಮತ್ತೊಮ್ಮೆ ಮಾತನಾಡಬೇಡವೆಂಬಂತೆ ಅವಳ ಬಾಯಿಯ ಮೇಲೆ ಬೆರಳಿಟ್ಟ. ಈಗ ಮೈತುಂಬಾ ಕಾವಿಯ ಬಟ್ಟೆಯನ್ನು ಹೊದ್ದಿದ್ದ. ವೆಂಕಮ್ಮನನ್ನು ಎಬ್ಬಿಸಿಕೊಂಡು ಕೈ ಹಿಡಿದು ಎಳೆದುಕೊಂಡು ಹೋಗತೊಡಗಿದ. ವೆಂಕಮ್ಮ ಬಾಬಾ ತನ್ನನ್ನೆಲ್ಲಿ ಕರೆದುಕೊಂಡು ಹೋಗುತ್ತಾನೆಯೋ ಎಂದು ಭಯವಾಗಿ ಕೊಸರಾಡಿದಳು. ಬಾಬಾ ಬಿಡಲಿಲ್ಲ. "ಏನೂ ಆಗುವುದಿಲ್ಲ, ಸುಮ್ಮನೆ ಬಾ" ಎನ್ನುವಂತೆ ಸಂಜ್ಞೆ ಮಾಡಿದ. ಸ್ವಲ್ಪ ಧೈರ್ಯ ಬಂದಂತಾಗಿ ವೆಂಕಮ್ಮ ಹಿಂಬಾಲಿಸಿದಳು. ಬಾಬಾ ಸೀದಾ ಗಂಡಿ ನರಸಿಂಹಸ್ವಾಮಿಗೆ ಕರೆದುಕೊಂಡು ಬಂದ. ಗುಡ್ಡ ಸೀಳಿಕೊಂಡು ಅದರ ಮಧ್ಯದಲ್ಲಿ ನೀರು ಝುಳು ಝುಳು ಸದ್ದು ಮಾಡುತ್ತಾ ಹರಿಯುತ್ತಿತ್ತು. ಅಲ್ಲಿಗೆ ಬರುವ ವೇಳೆಗಾಗಲೇ ಬೆಳಕು ಹರಿದಿತ್ತು.

ಬಾಬಾ ವೆಂಕಮ್ಮನನ್ನು ನೀರಿನ ಮಧ್ಯದಲ್ಲಿರುವ ಒಂದು ಕಲ್ಲಿನ ಮೇಲೆ ಕೂಡಿಸಿದ. ಅವಳಿಂದ ಸ್ವಲ್ಪ ದೂರ ನಡೆದು ಹೋಗಿ, ಅವಳಿಗೆದುರಾಗಿ ಒಂಟಿ ಕಾಲಲ್ಲಿ ನಿಂತ. ತನ್ನ ಹೆಗಲಿಗೆ ಗಂಟು ಕಟ್ಟಿ ಹಾಕಿಕೊಂಡಿದ್ದ ಜೋಳಿಗೆಯನ್ನು ಮರಳಿನ ಮೇಲಿಟ್ಟ. ಸ್ವಲ್ಪ ಹೊತ್ತು ಕಣ್ಣು ಮುಚ್ಚಿ ಪ್ರಾರ್ಥಿಸಿದ. ನಂತರ ಒಂದೊಂದಾಗಿ ತನ್ನ ಬಟ್ಟೆಗಳನ್ನು ಬಿಚ್ಚಿ ದಡಕ್ಕೆ ಎಸೆದ. ಕೊನೆಗೆ ಕೌಪೀನ ಒಂದೇ ಉಳಿಯಿತು. ಅವಳೆಡೆಗೆ ಒಮ್ಮೆ ನೋಡಿ, ಆ ಕೌಪೀನವನ್ನು ಬಿಸುಟು ಬೆತ್ತಲೆಯಾಗಿ ನಿಂತ. "ಇದೇನು ನಡಿಸಾನೆ ಈ ಬಾಬಾ ಮತ್ತೆ..." ಎಂದು ವೆಂಕಮ್ಮ ಮನಸ್ಸಿನಲ್ಲಿ ಜರಿದುಕೊಂಡಳು.

ಕತ್ತಲಿನಲ್ಲಿ ಸ್ಪರ್ಶಕ್ಕೆ ಮಾತ್ರ ಸಿಕ್ಕಿದ್ದ ಅವನ ಬೆತ್ತಲೆಯನ್ನು ಬೆಳಕಿನಲ್ಲಿ ಮೆಚ್ಚುಗೆಯಿಂದ ನೋಡಿದಳು.

ಬಾಬಾ ದಡಕ್ಕೆ ಹೋಗಿ ತನ್ನ ಜೋಳಿಗೆಯ ಗಂಟನ್ನು ತಂದ. ನೀರಿನ ಮಧ್ಯದಲ್ಲಿ ನಿಂತು, ಮತ್ತೊಮ್ಮೆ ಕಣ್ಣು ಮುಚ್ಚಿ ಪ್ರಾರ್ಥಿಸಿ, ಗಂಟನ್ನು ಬಿಚ್ಚಿ, ಅದರಲ್ಲಿದ್ದದ್ದನ್ನೆಲ್ಲಾ ತನ್ನ ತಲೆಯ ಮೇಲೆ ಸುರುವಿಕೊಂಡ.

ವೆಂಕಮ್ಮ ಸಣ್ಣಗೆ ಕಿರುಚಿದಳು! ದೊಡ್ಡ ದೊಡ್ಡ ಕಬ್ಬಿಣದ ಚೇಳುಗಳು ಮೈಮೇಲೆ ಜೇನು ಹುಳುಗಳು ಗೂಡನ್ನು ಮುತ್ತುವಂತೆ ಮುತ್ತಿದವು. ದೇಹದ ಭಾಗಗಳೊಂದನ್ನೂ ಬಿಡದಂತೆ ಅವನ ಮೈಯೆಲ್ಲಾ ಹಬ್ಬಿಕೊಂಡವು. ನೀರಿಗೆ ಬಿದ್ದ ಚೇಳುಗಳು ಈಜಿ ಮತ್ತೆ ಬಾಬಾನ ಮೈ ಏರಿದವು. ಬಾಬಾ ಕಣ್ಣು ಮುಚ್ಚಿಕೊಂಡಿದ್ದ. ಅವನ ಚರ್ಮದ ಬಣ್ಣ ಕಪ್ಪೆನ್ನುವಂತೆ ಚೇಳುಗಳು ಹರಿದಾಡಿದವು. ಅವುಗಳನ್ನು ರೇಗಿಸುವ ಉದ್ದೇಶದಿಂದ ಬಾಬಾ ನೀರಿನಲ್ಲಿ ಒಮ್ಮೆ ಮುಳುಗು ಹಾಕಿದ. ನೀರಿನ ಸ್ಪರ್ಶಕ್ಕೆ ಕೆರಳಿದ ಚೇಳುಗಳು ಅವನನ್ನು ಕಂಡಲ್ಲಿ ಕಚ್ಚಲಾರಂಭಿಸಿದವು. ಕೊಂಡಿ ಎತ್ತಿ ಎತ್ತಿ ಚುಚ್ಚುತ್ತಿರುವುದು ದೂರದಲ್ಲಿದ್ದ ವೆಂಕಮ್ಮನಿಗೂ ಕಾಣುತ್ತಿತ್ತು. ಅಪರೂಪಕ್ಕೆ ಚೇಳುಗಳು ವಿರಳವಾಗಿ ಚರ್ಮ ಕಾಣಿಸಿದರೆ, ಆ ಭಾಗ ಕೆಂಪಾಗಿ ಕಾಣುತ್ತಿತ್ತು. ದೊಡ್ಡದೊಂದು ನೇರಳೆಹಣ್ಣನ್ನು ಅಲ್ಲಲ್ಲಿ ಕಚ್ಚಿದಾಗ ಕೆಂಪನೆಯ ಒಳ ತಿರುಳು ಕಾಣುವಂತೆ ಬಾಬಾನ ಚರ್ಮ ಕಾಣಿಸುತ್ತಿತ್ತು.

ಹತ್ತು ನಿಮಿಷ ತುಟಿ ಪಿಟಕ್ಕೆನ್ನದೆ ನಿಂತ ಬಾಬಾ ನಂತರ ಒಂದೊಂದಾಗಿ ಆ ಚೇಳುಗಳನ್ನು ಮೈಯಿಂದ ಕಿತ್ತಿ ದೂರಕ್ಕೆ ಎಸೆದ. ಇಡೀ ಚೇಳುಗಳನ್ನು ತೆಗೆದು ಬಿಸಾಕಿದ ಮೇಲೆ ನದಿಯ ದಂಡೆಗೆ ನಡೆದ. ವೆಂಕಮ್ಮನನ್ನು ಕೈ ಸನ್ನೆ ಮಾಡಿ ಕರೆದ. ಹೆದರಿಕೆಯಿಂದಲೇ ಬಾಬಾನ ಬಳಿ ಹೋದಳು. ದಡದಲ್ಲಿದ್ದ ಗಿಡಗಳ ಗುಂಪಿನಲ್ಲಿ ನುಗ್ಗಿದ. ವೆಂಕಮ್ಮನೂ ಅವನ ಹಿಂದೆ ಹೋದಳು. ಅಲ್ಲಿ ಒಂದು ಮೂರೆಲೆಯ ಗಿಡವಿತ್ತು. ಅದರ ಎಲೆಗಳನ್ನು ಪರಪರನೆ ಕಿತ್ತಿ ಅವಳ ಉಡಿಗೆ ಹಾಕಿದ. ಮತ್ತೆ ಹಳ್ಳದ ದಡಕ್ಕೆ ಬಂದು, ಮರಳಿನ ಮೇಲೆ ಬೆರಳಿಂದ ಚೇಳಿನ ಮಂತ್ರವನ್ನು ಬರೆದ. ವೆಂಕಮ್ಮ ಅದನ್ನು ಗಟ್ಟಿಯಾಗಿ ಓದಿದಳು.

ಒಂದೆರಡು ಎಲೆಗಳನ್ನು ಕೈಯಲ್ಲಿ ಹಾಕಿ ತಿಕ್ಕಿ, ರಸವನ್ನು ಮೈಗೆ ಸುರುವಿಕೊಂಡು, ತಿಕ್ಕಿದ ಸೊಪ್ಪಿನಿಂದ ಮೈ ತೀಡಿಕೊಂಡ. ಮಂತ್ರವನ್ನು ಪಠಿಸುತ್ತಾ ಹಳ್ಳದ ನೀರನ್ನು ಬಾಯಲ್ಲಿ ಗಲಗಲಿಸಿ ಉಗುಳಿದ. ವೆಂಕಮ್ಮ ಅಂಜುತ್ತಂಜುತ್ತಲೇ ಉಳಿದ ಸೊಪ್ಪಿನಿಂದ ರಸ ಹಿಂಡಿ ಅವನ ಇಡೀ ಮೈಗೆ ಹಚ್ಚಿದಳು. ಮರಳ ಮೇಲೆ ಬರೆದ ಮಂತ್ರವನ್ನು ಓದುತ್ತಾ, ನೀರನ್ನು ಬಾಯಲ್ಲಿ ಹಾಕಿ ಗಲಗಲಿಸಿ ಉಗಿದಳು. ನೀರು ಉಗಿದ ಮರಳು ಹಸಿರಾಗತೊಡಗಿತು.

ಒಂದು ಗಂಟೆಯ ನಂತರ ಬಾಬಾನ ಮೈಯ ಬಣ್ಣ ನಿಜ ವರ್ಣಕ್ಕೆ ತಿರುಗಿತು. ಎದ್ದು ಕುಳಿತ ಬಾಬಾ ಸ್ವಲ್ಪ ಹೊತ್ತು ಧ್ಯಾನಿಸಿದ. ನಿಧಾನಕ್ಕೆ ದಡದ ಮೇಲಿದ್ದ ತನ್ನ ವಸ್ತ್ರಗಳನ್ನು ಹಾಕಿಕೊಂಡ. ಜೋಳಿಗೆಯನ್ನು ಜಾಡಿಸಿದ. ಅದಕ್ಕೆ ಇನ್ನೂ ಅಂಟಿದ್ದ ಒಂದೆರಡು ಚೇಳುಗಳು ದೂರಕ್ಕೆ ಬಿದ್ದವು. ವೆಂಕಮ್ಮನ ಬಳಿ ಬಂದು ನಿಂತ. ವೆಂಕಮ್ಮನೂ ಎದ್ದು ನಿಂತಳು. ಅವಳ ಕಾಲಿಗೆ ಸಾಷ್ಟಾಂಗ ನಮಸ್ಕಾರವನ್ನು ಮಾಡಿದ. ಅದನ್ನು ನಿರೀಕ್ಷಿಸದ ವೆಂಕಮ್ಮ ಎರಡು ಹೆಜ್ಜೆ ಹಿಂದಕ್ಕೆ ಸರಿದಳು. ಮೇಲಕ್ಕೆದ್ದ ಬಾಬಾ ಅವಳ ಬಳಿ ಬಂದು, ಅವಳ ಎರಡೂ ಕೈಗಳನ್ನು ತನ್ನ ಕೈಯಲ್ಲಿ ತೆಗೆದುಕೊಂಡು ತನ್ನ ಕೆನ್ನೆಗೆ ರಪರಪನೆ ಹೊಡೆಸಿಕೊಂಡ. ಅವನ ಕಣ್ಣಲ್ಲಿ ತೆಳುವಾಗಿ ನೀರಿತ್ತು. ಮತ್ತೆ ಹೆಚ್ಚು ಸಮಯ ನಿಲ್ಲದೆ ಅಲ್ಲಿಂದ ಹೊರಟು ಹೋದ. ಮತ್ತೆ ಅವನೆಂದೂ ವೆಂಕಮ್ಮನಿಗೆ ಕಾಣಿಸಿಕೊಳ್ಳಲಿಲ್ಲ.

ವೆಂಕಮ್ಮನ ಬದುಕಿಗೆ ದಾರಿಯಾಯ್ತು. ಬಾಬಾ ಮರೆಯಾದ ಮರುದಿನವೇ ಅವಳ ಚೇಳಿನ ಔಷಧಿಯ ಮಹಾತ್ಮೆ ಜನರಿಗೆ ಗೊತ್ತಾಗುವಂತಹ ಪ್ರಸಂಗವೊಂದು ನಡೆಯಿತು. ಸ್ಟೀಲ್ ಸಾಮಾನಿನ ಅಂಗಡಿಯ ಲಕ್ಷ್ಮೀಚಂದ ಲಾಲನ ಏಕೈಕ ಪುತ್ರ ಏಳು ವರ್ಷದ ಪಂಕಜನಿಗೆ ಚೇಳು ಕಚ್ಚಿತು. ಅವನ ಪುಟ್ಟ ಷೂನಲ್ಲಿ ಕೆಂಪು ಚೇಳೊಂದು ಅಡಗಿ ಕುಳಿತಿತ್ತು. ಆ ದಿನ ಶಾಲೆಗೆ ಹೋಗುವುದಿಲ್ಲವೆಂದು ಅವನದು ಒಂದೇ ಹಠ. ಹೊಟ್ಟೆ ನೋವೆಂಬ ಕ್ಷುಲ್ಲಕ ಕಾರಣ ಕೊಟ್ಟ. ಕಮಲಾಬೇನ್‌ಳಿಗೋ ತನ್ನ ಗಂಡನಂತೆ ಇವನೂ ಎಲ್ಲಿ ಹೆಬ್ಬಟ್ಟಿನವನಾಗುತ್ತಾನೋ ಎಂಬ ಅಸಹಾಯಕತೆ. ಎರಡು ಬಾರಿಸಿ ಅವನನ್ನು ಶಾಲೆಗೆ ದೊಬ್ಬಿದಳು. ಮನೆಯಿಂದ ಹತ್ತು ಹೆಜ್ಜೆ ಇಡುವುದರಲ್ಲಿ ಹುಡುಗ ಷೂ ಕಚ್ಚುತ್ತೆ ಅಂತ ಹಠ ಶುರು ಮಾಡಿದ. ಕಮಲಾಬೇನ್‌ಳಿಗೆ ಮತ್ತಷ್ಟು ಸಿಟ್ಟು ಬಂತು. ಇನ್ನೆರಡು ಬಾರಿಸಿದಳು. “ಇಸ್ಕೂಲಿಗೆ ಹೋಗೋದಕ್ಕೆ ಇಲ್ಲದ ನೆಪ ಮಾಡಬೇಡ...” ಎಂದು ಹೊಡೆಯುತ್ತಲೇ ಶಾಲೆಯ ತನಕ ಕರೆದುಕೊಂಡು ಹೋಗಿ, ಮಾಸ್ತರರಿಗೂ ಅವನ ಹಠವನ್ನು ಹೇಳಿ ಏನೇ ಮಾಡಿದರೂ ಮನೆಗೆ ಕಳುಹಿಸಬಾರದೆಂದು ತಾಕೀತು ಮಾಡಿ ಬಂದಳು.

ಹುಡುಗ ಅಳುತ್ತಲೇ ಕುಳಿತುಕೊಂಡ. ಷೂನ ಕಗ್ಗಂಟನ್ನು ಬಿಚ್ಚಲು ಅವನಿಗೆ ತಿಳಿಯದು. ಚಪ್ಪಲಿಯನ್ನು ಹಾಕಿಯೇ ಗೊತ್ತಿಲ್ಲದ ಉಳಿದ ಹುಡುಗರಿಗೆ ಷೂ ಒಂದು ದೇವಲೋಕದ ಅಪರೂಪದ ವಸ್ತುವಾದ್ದರಿಂದ ಮುಟ್ಟಲೂ ಅಂಜಿಕೆ. ಅರ್ಧ ಗಂಟೆಯೊಳಗೆ ಎಚ್ಚರ ತಪ್ಪಿ ಬಿದ್ದ. ಮೈ ಬಣ್ಣ ಕಪ್ಪಾಗಲಾರಂಭಿಸಿತು. ಮಾಸ್ತರರಿಗೆ ಹೆದರಿಕೆಯಾಗಿ ಮನೆಗೆ ಎತ್ತಿಕೊಂಡು ಹೋದರು. ಅವನಮ್ಮ ಷೂ ಬಿಚ್ಚಿದಾಗ ಚಿಕ್ಕ ಚೇಳು ಹೊರ ಬಂತು. ಮಗುವಿನ ಪಾದಕ್ಕೆಲ್ಲಾ ಕಚ್ಚಿ ಬಿಟ್ಟಿತ್ತು. ಬಾಯಿ ಬಡಿದುಕೊಂಡು ಅಳಲಾರಂಭಿಸಿದಳು. ಸೇಠ್‌ಜಿ ಸಾಮಾನು ತರಲು ಬಳ್ಳಾರಿಗೆ ಹೋಗಿದ್ದ.

ಸುದ್ದಿ ವೆಂಕಮ್ಮನ ಕಿವಿ ತಲುಪಿದ್ದೇ ದೇವರಿಗೆ ಕೈ ಮುಗಿದು, ಸೊಪ್ಪನ್ನು ಸಂಚಿಯಲ್ಲಿಟ್ಟುಕೊಂಡು ಸೇಠ್‌ಜಿ ಮನೆಗೆ ಬಂದಳು. ಜನರಾಗಲೇ ಕಡಿದ ಜಾಗಕ್ಕೆ ಸುಣ್ಣ ಹಚ್ಚುವುದು, ಅರಿಷಿಣ ಹಚ್ಚುವುದನ್ನು ನಡೆಸಿದ್ದರು. ಹುಡುಗ ಉಳಿಯುವುದಿಲ್ಲವೆಂಬ ಗುಸುಗುಸು ಆಗಲೇ ಶುರುವಾಗಿತ್ತು. ಗುಂಪಿನ ನಡುವೆ ವೆಂಕಮ್ಮ ಬಂದಿದ್ದು ಜನರಿಗೆ ಇಷ್ಟವಾಗಲಿಲ್ಲ. "ಇಲ್ಲಿ ಯಾವ ಮಿಂಡನನ್ನು ಹುಡುಕಿಕೊಂಡು ಬಂದಾಳೋ..." ಅಂತ ಯಾರೋ ಪಡ್ಡೆ ಹುಡುಗ ಅಂದಿದ್ದಕ್ಕೆ ಜನರೆಲ್ಲಾ ನಕ್ಕರು. ವೆಂಕಮ್ಮ ಮಾತ್ರ ಅವ್ಯೊಂದನ್ನೂ ಗಮನಿಸದೆ ಸೀದಾ ಸೇಠ್‌ಜಿ ಹೆಂಡತಿಯ ಬಳಿ ಹೋಗಿ "ಔಷಧ ಮಾಡ್ಲೇನಮ್ಮ" ಎಂದು ಬೇಡಿಕೊಂಡಳು. ಕಮಲಾಬೇನ್‌ಗೆ ಯಾರಾದರೂ ಸರಿ, ಮಗುವನ್ನು ಬದುಕಿಸಿಕೊಟ್ಟರೆ ಸಾಕಿತ್ತು. ಒಪ್ಪಿಕೊಂಡಳು.

ವೆಂಕಮ್ಮಗೆ ಮೊದಲ ಪ್ರಯೋಗವದು. ಒಳಗೊಳಗೇ ಹೆದರಿಕೆಯಿತ್ತು. "ನೀನೇ ಕಾಪಾಡಬೇಕು ಬಾಬಾ" ಎಂದು ಮನಸ್ಸಿನಲ್ಲಿ ಧ್ಯಾನಿಸಿ ಸೊಪ್ಪು ತಿಕ್ಕಿದಳು. ಔಷಧಿ ಹಚ್ಚುವಾಗ ಕೈ ನಡುಗುತ್ತಿತ್ತು. ಕೂಸಿನ ಪುಟ್ಟ ಕಾಲನ್ನು ತೊಡೆಯ ಮೇಲಿಟ್ಟುಕೊಂಡು ಗಂಧವನ್ನು ಸವರುವಂತೆ ಮೆತ್ತಗೆ ಸೊಪ್ಪಿನ ಮುದ್ದೆಯನ್ನು ಹಚ್ಚಿದಳು. ಮಂತ್ರ ಹೇಳುತ್ತಾ ನೀರನ್ನು ಹರಿವಾಣದಲ್ಲಿ ಉಗುಳಲಾರಂಭಿಸಿದಳು. ಕೇವಲ ಒಂದು ಗಂಟೆಯಲ್ಲಿ ಮಗು ಎದ್ದು ಕುಳಿತಿತು. ಕಮಲಾಬೇನ್‌ಗೆ ಕೇಳಿ ಎಲೆ, ಅಡಿಕೆ ಮತ್ತು ಬಾಳೆಹಣ್ಣನ್ನು ತೆಗೆದುಕೊಂಡಳು. ಮನೆಗೆ ವಾಪಾಸಾಗುವಾಗ ಜನರು ಸಪ್ಪಳವಿಲ್ಲದಂತೆ ದೂರ ಸರಿದು ದಾರಿ ಮಾಡಿಕೊಟ್ಟರು. ದುರ್ಗಮ್ಮ ತಾಯಿಯ ಸೀರೆಯನ್ನು ಉಟ್ಟುಕೊಂಡು ಹೋಗುತ್ತಿದ್ದ ವೆಂಕಮ್ಮ, ಸಾಕ್ಷಾತ್ ದೇವಿಯಂತೆ ಅವರ ಕಣ್ಣಿಗೆ ಕಂಡಳು.

ಸಾಯಂಕಾಲ ಸೇಠ್‌ಜಿ ವೆಂಕಮ್ಮನನ್ನು ಹುಡುಕಿಕೊಂಡು ದುರ್ಗಮ್ಮನ ಗುಡಿಗೆ ಬಂದ. ಗವ್ವೆನ್ನುವ ಕತ್ತಲೆಯಲ್ಲಿ ವೆಂಕಮ್ಮ ಕುಳಿತಿದ್ದಳು. ಅವಳ ಮುಂದೆ ಮಂಡಿಯೂರಿ ಕುಳಿತ ಸೇಠ್‌ಜಿ, ಅವಳ ಎರಡು ಕೈಗಳನ್ನು ಹಿಡಿದುಕೊಂಡು ಅಳಲಾರಂಭಿಸಿದ. "ಇರ್ಲಿ ಬಿಡಪ್ಪ, ಸಮಾಧಾನ ಮಾಡ್ಕೋ..." ಎಂದು ವೆಂಕಮ್ಮ ಹೇಳಿದರೂ ಸೇಠ್‌ಜೀಯ ಅಳು ನಿಲ್ಲಲಿಲ್ಲ. "ಇರೋದು ಒಬ್ಬನೇ ಮಗ... ಅವನೂ ಭಗವಾನ್ ಹತ್ತಿರ ಹೋಗಿದ್ರೆ ನನ್ನ ಗತಿ ಏನಿತ್ತು..." ಎಂದು ಮತ್ತಿಷ್ಟು ಕಣ್ಣೀರು ಸುರಿಸಿದ. ಅವನ ಭಾವೋದ್ವೇಗ ಮುಗಿಯುವ ತನಕ ಮತ್ತೊಂದು ಮಾತಾಡದೆ ಸುಮ್ಮನೆ ಕುಳಿತಳು. ಸಮಾಧಾನವಾದ ಮೇಲೆ ಸೇಠ್‌ಜಿ ತನ್ನ ಜೇಬಿನಿಂದ ನೂರು ರೂಪಾಯಿಯ ನೋಟಿನ ಎರಡು ಕಟ್ಟನ್ನು ಹೊರತೆಗೆದು ಅವಳ ಮುಂದಿಟ್ಟ. ತನ್ನ ಕೈ ಬೆರಳಿನ ಅಷ್ಟೂ ಉಂಗುರಗಳನ್ನು ತೆಗೆದು ಆ ನೋಟಿನ ಕಂತೆಯ ಮೇಲಿಟ್ಟ.

"ಇಲ್ಲ ಅನ್ನದಂಗೆ ತೊಗೋ ವೆಂಕಮ್ಮ" ಎಂದು ಬೇಡಿಕೊಂಡ. ಗುಡಿಯೊಳಗಿನ ನಂದಾದೀಪದ ಬೆಳಕು ಆ ಉಂಗುರಗಳ ಮೇಲೆ ಬಿದ್ದು ಅವು ಫಳ್ ಫಳ್ ಹೊಳೆದವು.

ವೆಂಕಮ್ಮ ಹಣ ಮತ್ತು ಬಂಗಾರವನ್ನು ನಯವಾಗಿ ನಿರಾಕರಿಸಿದಳು. "ಔಷಧ ಮಾಡಿದ್ದಕ್ಕೆ ರೊಕ್ಕ ತೊಗೊಂಡ್ರೆ ಅದರ ಶಕ್ತಿ ಕಡಿಮಿ ಆಗ್ತೈತಪ್ಪ. ಮುಂದೆ ಯಾರಿಗನ್ನಾ ಚೇಳು ಕಚ್ಚಿದ್ರೆ ಔಷಧ ಮಾಡಬೇಕೋ ಬ್ಯಾಡೋ?" ಎಂದು ತಿಳಿ ಹೇಳಿದಳು. ಸೇಠ್‌ಜಿ ಮನಸ್ಸಿಲ್ಲದ ಮನಸ್ಸಿನಿಂದ ಹಣ ಮತ್ತು ಬಂಗಾರವನ್ನು ವಾಪಾಸು ತೆಗೆದುಕೊಂಡ. ಆದರೆ ಅವಳ ಸಹಾಯದ ಋಣ ತೀರಿಸಿಕೊಳ್ಳದೆ ಬದುಕಲು ಹೇಗೆ ಸಾಧ್ಯ? ಗುಡಿಯ ಹತ್ತಿರದಲ್ಲಿಯೇ ಗುಡಿಸಲೊಂದನ್ನು ಕಟ್ಟಿಕೊಟ್ಟ. "ನಿಂಗೆ ಯಾವಾಗೇ ಕಷ್ಟ ಆದರೂ ನನ್ನ ಮರಿಬೇಡ ವೆಂಕಮ್ಮ" ಎಂದು ಕಳಕಳಿಯಿಂದ ಬೇಡಿಕೊಂಡ.

ವೆಂಕಮ್ಮನ ಬದುಕು ನಿರಾತಂಕವಾಗಿ ಸಾಗಲಾರಂಭಿಸಿತು. ಪಕ್ಕದ ಹಳ್ಳಿಗಳವರೂ ಅವಳನ್ನು ಕರೆದುಕೊಂಡು ಹೋಗುತ್ತಿದ್ದರು. ದಿನದಲ್ಲಿ ಏನಿಲ್ಲವೆಂದರೂ ಒಂದೆರಡು ಚೇಳಿನ ಸಂಗತಿಗಳು ಬಂದೇ ಬರುತ್ತಿದ್ದವು. ಕೆಲವೇ ತಿಂಗಳುಗಳಲ್ಲಿ ಅವಳ ಹೆಸರು "ಚೇಳಿನ ವೆಂಕಮ್ಮ" ಎಂದಾಯ್ತು. ಚೇಳಿನ ಔಷಧಿಗೆ ಹಣ ತೆಗೆದುಕೊಳ್ಳುತ್ತಿರಲಿಲ್ಲವಾದ್ದರಿಂದ ಜನರು ಅವಳಿಗೆ ಯಾವುದೋ ರೂಪದಲ್ಲಿ ಸಹಾಯ ಮಾಡುತ್ತಿದ್ದರು. ಮತ್ತೊಬ್ಬರಿಗೆ ದೇಹಿ ಎನ್ನದಂತೆ ಬದುಕಲು ಸಾಧ್ಯವಾಯ್ತು.

ಪ್ರತಿ ಹುಣ್ಣಿಮೆಗೊಮ್ಮೆ ವೆಂಕಮ್ಮ ಬೆಳಗಿನ ಜಾವವೇ ಎದ್ದು, ಇನ್ನೂ ಕತ್ತಲಿದೆಯೆನ್ನುವಾಗಲೇ ಗಂಡಿ ನರಸಿಂಹಸ್ವಾಮಿಗೆ ಹೋಗುತ್ತಿದ್ದಳು. ಅವಳು ಗಂಡಿಯನ್ನು ಮುಟ್ಟುವ ವೇಳೆಗಾಗಲೇ ಬೆಳಕಾಗಿಬಿಟ್ಟಿರುತ್ತಿತ್ತು. ಅಡವಿಯಲ್ಲಿ ಎಲ್ಲೆಲ್ಲಿ ಔಷಧಿಯ ಗಿಡಗಳಿವೆಯೆಂದು ಅವಳಿಗೆ ಚೆನ್ನಾಗಿ ಗೊತ್ತಿತ್ತು. ತಿಂಗಳಿಗೆ ಸಾಕಾಗುವಷ್ಟು ಸೊಪ್ಪನ್ನು ಹರಿದು ತನ್ನ ಸಂಚಿಯಲ್ಲಿ ತುಂಬಿಕೊಳ್ಳುತ್ತಿದ್ದಳು. ಯಾರೂ ಹಿಂಬಾಲಿಸಿ ಬಂದಿಲ್ಲವೆಂಬುದನ್ನು ಮತ್ತೆ ಮತ್ತೆ ಧೃಡಪಡಿಸಿಕೊಳ್ಳುತ್ತಿದ್ದಳು. ವಾಪಾಸು ಬರುವಾಗ ಹಳ್ಳದಲ್ಲಿ ಸ್ನಾನ ಮಾಡಿ, ಒದ್ದೆ ಮೈಯಲ್ಲಿ ನರಸಿಂಹಸ್ವಾಮಿ ಗುಡಿಗೆ ಹೋಗಿ ನಮಸ್ಕಾರ ಹಾಕಿ, ಪ್ರಾಂಗಣದಲ್ಲಿರುವ ಕೋತಿಗಳಿಗೆ ತಿನ್ನಲು ಶೇಂಗಾ ಕೊಟ್ಟು ಬರುತ್ತಿದ್ದಳು. ಹೋಗುವಾಗ ಕದ್ದು ಮುಚ್ಚಿ ಹೋಗುತ್ತಿದ್ದಳೇ ಹೊರತು ಬರುವಾಗ ಯಾರ ಮುಲಾಜು? ಅವಳನ್ನು ಎದುರುಗೊಂಡವರು, "ಮದ್ದು ತರಲಿಕ್ಕೆ ಹೋಗಿದ್ದೀಯೇನು ವೆಂಕಮ್ಮ" ಎಂದು ಸಹಜವಾಗಿ ಮಾತನಾಡಿಸುತ್ತಿದ್ದರು. ಕಾಡನ್ನು ಸುತ್ತುವುದರಿಂದ ಚೇಳಿನ ಔಷಧದ ಜೊತೆಗೆ ಇತರ ವೈದ್ಯಕೀಯ ಸಸ್ಯಗಳು ಅವಳಿಗೆ ಪರಿಚಯವಾದವು.

ಕಣವೆಳ್ಳಿಯ ತಾಯಕ್ಕನಿಗೆ ಹೇಗಾದರೂ ಮಾಡಿ ಈ ಮದ್ದಿನ ಗುಟ್ಟನ್ನು ತಿಳಿದುಕೊಳ್ಳಬೇಕೆಂಬ ದುರಾಸೆಯಿತ್ತು. ತಾಯಕ್ಕ ಅವರಿವರ ಮನೆಗಳಲ್ಲಿ ಕಸ ಮುಸುರೆ ಮಾಡುವವಳು. ಕೈ ಶುದ್ಧ ಇಲ್ಲ. ಆಗೊಮ್ಮೆ ಈಗೊಮ್ಮೆ ಅಲ್ಲಿ ಇಲ್ಲಿ ಇಟ್ಟ ಹಣವನ್ನು ಸದ್ದಿಲ್ಲದೆ ಎಗರಿಸಿಬಿಡುತ್ತಿದ್ದಳು. ಮನೆಯವರೇನಾದರೂ ಅನುಮಾನ ಮಾಡಿ ರಾಗವೆಳೆದರೆ ಮುಲಾಜಿಲ್ಲದೆ ಎದುರು ಮಾತನಾಡಿ ಅವರ ಬಾಯಿ ಮುಚ್ಚಿಸಿಬಿಡುವ ಗೈಯ್ಯಾಳಿ. ಒಮ್ಮೆ ಅವಳಿಗೂ ಕೆಟ್ಟ ಗಳಿಗೆಯೊಂದು ಕೂಡಿ ಬಂತು. ಗೋಪಣ್ಣನ ಮನೆಯಲ್ಲಿ ದೇವರಿಗೆ ತಪ್ಪು ಕಾಣಿಕೆಯನ್ನು ಹಾಕಿಟ್ಟ ಸೇರನ್ನು ಅಟ್ಟದ ಮೇಲೆ ಇಟ್ಟಿರುತ್ತಿದ್ದರು. ಒಮ್ಮೆ ಮನೆಯವರೆಲ್ಲಾ ಯಾವುದೋ ಕೆಲಸದಲ್ಲಿ ಮಗ್ನರಾಗಿರುವಾಗ ತಾಯಕ್ಕ ಮೆಲ್ಲಗೆ ಅಟ್ಟದ ಮೇಲಿದ್ದ ಸೇರಿಗೆ ಕಾಲಿನ ಹೆಬ್ಬೆರಳಿನ ಮೇಲೆ ನಿಂತು ಕೈ ಹಾಕಿದಳು. ಒಳಗಿದ್ದ ಚೇಳು ಕಟುಂ ಎಂದು ಕಚ್ಚಿಬಿಟ್ಟಿತು. ಕಚ್ಚಿದ ತಕ್ಷಣ ಕೈ ಕೊಡವಿದ್ದರಿಂದ ಸೇರು ನೆಲದ ಮೇಲೆ ಬಿದ್ದು ಸದ್ದು ಮಾಡಿ ಚಿಲ್ಲರೆ ಹಣವೆಲ್ಲಾ ಚೆಲ್ಲಾಪಿಲ್ಲಿಯಾಗಿತ್ತು. ಮನೆಯವರೆಲ್ಲಾ ಜಮಾಯಿಸಿದ್ದರು. ಚೇಳು ಕಚ್ಚಿದ ಸಂಕಟ ಒಂದು ಕಡೆ, ಕಳ್ಳತನದಲ್ಲಿ ಸಿಕ್ಕಿ ಬಿದ್ದ ಸಂಕಟ ಇನ್ನೊಂದು ಕಡೆ. ಮಾತನಾಡದೆ ಕಸಬರಿಗೆಯೊಗೆದು ವೆಂಕಮ್ಮನ ಮನೆಗೆ ಬಂದಿದ್ದಳು. “ದೇವರ ರೊಕ್ಕಾನೆ ತುಡುಗು ಮಾಡಲಿಕ್ಕೆ ಹೋದರೆ ಸುಮ್ಮನೆ ಬಿಡ್ತಾನೇನೆ?” ಎಂದು ವೆಂಕಮ್ಮ ಕೆಣಕಿದ್ದಳು. “ಆ ಗೋಪಣ್ಣ ಮಾಡೋ ಘನಕಾರ್ಯೇವು ಏನು ಅಂತ ಗೊತ್ತೈತೇಳಬೆ. ವರ್ಷಕ್ಕೊಂದು ಸಾರಿ ಹಂಪಿಗೋಗಿ ಅದೋಟೂ ರೊಕ್ಕಾನ ತುಂಗಮ್ಮನ ಉಡಿನಾಗೆ ಚೆಲ್ಲಿ ಬರ್ತಾನೆ. ನಾನು ನಾಕು ಕಾಸು ತೊಗಂಡ್ರೆ ಏನಾದೀತು ಬಿಡು” ಎಂದು ತಾಯಕ್ಕ ಸಮಜಾಯಿಷಿ ಕೊಟ್ಟಳು. ಒಂದು ಗಂಟೆಯಲ್ಲಿಯೇ ವಿಷವೆಲ್ಲಾ ಇಳಿದಾಗ ತಾಯಕ್ಕಗೆ ಅಚ್ಚರಿಯಾಗಿತ್ತು. “ಅದೇನು ಸೊಪ್ಪು ನಂಗೂ ಚೂರು ತೋರಿಸಿ ಕೊಡಬೇ...” ಎಂದು ಬೇಡಿಕೊಂಡಳು. ಹಾವು ತುಳಿದಂತೆ ಬೆಚ್ಚಿ ಬಿದ್ದ ವೆಂಕಮ್ಮ, “ಅಯ್ಯಯ್ಯವ್ವ, ನಿಂಗೆ ಹೇಳಿಕೊಟ್ಟು ನಾನೇನು ಮಣ್ಣು ತಿನ್ನಲೇನೇ?” ಎಂದು ದಬಾಯಿಸಿದ್ದಳು.

ಹುಣ್ಣಿಮೆಗೊಮ್ಮೆ ವೆಂಕಮ್ಮ ಗಂಡಿ ನರಸಿಂಹಸ್ವಾಮಿಗೆ ಹೋಗುವ ವಿಷಯ ಊರಲ್ಲಿ ಅಂತಹ ಗುಟ್ಟಿನ ಸಂಗತಿಯೇನೂ ಆಗಿರಲಿಲ್ಲ. ಒಂದು ಸಲ ತಾಯಕ್ಕ ಬೆಳಗಾಗುವುದಕ್ಕೆ ಮುಂಚೆಯೇ ಎದ್ದು ವೆಂಕಮ್ಮನ ಮನೆಯ ಮುಂದಿನ ಹುಣಸೆ ಗಿಡದ ಹಿಂದೆ ಬಚ್ಚಿಟ್ಟುಕೊಂಡಿದ್ದಳು. ವೆಂಕಮ್ಮ ಮನೆಯಿಂದ ಹೊರಬಿದ್ದಿದ್ದನ್ನು ನೋಡಿದ್ದೇ ಗೊತ್ತಾಗದಂತೆ ಹಿಂಬಾಲಿಸಿದಳು. ಆದರೆ ಚೇಳಿನ ನಡಿಗೆಯ ಸದ್ದನ್ನೇ ಪತ್ತೆ ಹಚ್ಚುವ ವೆಂಕಮ್ಮನಿಗೆ ಇದು ಗೊತ್ತಾಗುವುದಿಲ್ಲವೆ? “ಮಾಡ್ತೀನಿ ಈ ಲೌಡಿಗೆ” ಎಂದು ನಿಶ್ಚಯಿಸಿಕೊಂಡಳು. ತಾಯಕ್ಕ ಹಿಂಬಾಲಿಸಿ ಬರುತ್ತಿರುವುದು ತನಗೆ ಗೊತ್ತೇ

ಇಲ್ಲವೆಂಬಂತೆ ನಟಿಸಿ, ಸೀದಾ ಯಾವುದೋ ಗಿಡದ ಬಳಿ ಹೋಗಿ ಎಲೆಗಳನ್ನು ಹರಿದುಕೊಂಡು ವಾಪಾಸು ಬಂದಳು. ಗುಟ್ಟು ಗೊತ್ತಾದ ಖುಷಿಯಲ್ಲಿ ತಾಯಕ್ಕ ಚೀಲದ ತುಂಬ ತೊಪ್ಪಲು ಹರಿದುಕೊಂಡು ಬಂದಳು.

ಹಳ್ಳಿಗೆ ವಾಪಾಸಾದ ಮೇಲೆ ತಾಯಕ್ಕ ತನಗೂ ಚೇಳಿನ ಔಷಧಿ ಗೊತ್ತಿರುವುದೆಂದು ಊರೆಲ್ಲಾ ಸಾರಿಕೊಂಡು ಬಂದಳು. ಚೇಳು ಕಡಿಸಿಗೊಳ್ಳುವವರಿಗೆ ಆ ಊರಲ್ಲಿ ಬರವೆ? ದಿನವೊಂದು ಕಳೆಯುವುದರಲ್ಲಿ ಪ್ರಸಂಗ ಬಂತು. ಪಿಂಜಾರರ ಶಾಬೇಷಿ ಬೆಳಗಿನ ಹೊತ್ತಿಗೆ ಹಳ್ಳಕ್ಕೆ ಶೌಚ ಕಾರ್ಯಕ್ಕೆ ಹೋದಾಗ ಹಸಿರು ಚೇಳೊಂದು ಸೀದಾ ಕುಂಡೆಗೆ ಕೊಂಡಿ ಹಾಕಿತ್ತು. ವೆಂಕಮ್ಮ ಪಕ್ಕದೂರಿಗೆ ಹೋಗಿದ್ದರಿಂದ ತಾಯಕ್ಕನನ್ನೇ ಕರೆದರು. ತಾಯಕ್ಕ "ಏನೂ ಹೆದರಿಕೊಳ್ಳಬೇಡರಿ" ಎಂದು ಮನೆಯವರಿಗೆಲ್ಲಾ ಧೈರ್ಯ ಹೇಳಿ ಸೊಪ್ಪನ್ನು ಅರೆಯಲಾರಂಭಿಸಿದಳು. ಶಾಬೇಷಿ ಕಣ್ಣೆದುರಿಗೇ ಧೋತ್ರ ಬಿಚ್ಚಿ ಮಕಾಡೆ ಮಲಗಿದಾಗ ತಾಯಕ್ಕನಿಗೆ ಹೇಗೊ ಹೇಗೋ ಆಯಿತು. ಮೊದಲನೆ ಗಿರಾಕಿಗೆ ಚೇಳು ಬೇರೆಲ್ಲಿಯಾದರೂ ಕಚ್ಚಬಾರದಿತ್ತೇ ಎಂದು ವಿಷಾದಿಸಿದಳು. ಆದರೂ ಸಹಿಸಿಕೊಂಡು ಸೊಪ್ಪನ್ನು ಹಚ್ಚಿದಳು. ಪರಾಯ ಗಂಡಸಿನ ಕುಂಡೆಯನ್ನು ಸವರಿದ್ದು ಗಂಡನಿಗೆ ಗೊತ್ತಾದರೆ ಸುಮ್ಮನಿರುತ್ತಾನೆಯೆ? ಎಂದು ಹೆದರಿಕೆಯೂ ಆಯ್ತು.

ತನ್ನ ಮೊದಲ ಮದ್ದಿನ ಪ್ರಯೋಗದ ಫಲಾಫಲವನ್ನು ಆತಂಕದಿಂದ ನಿರೀಕ್ಷಿಸುತ್ತಾ ಕುಳಿತಳು. ಹತ್ತು ನಿಮಿಷಕ್ಕೆ ವಿಷ ಇಳಿಯುವುದಿರಲಿ, ಶಾಬೇಷಿ ಉರಿ ಉರಿಯೆಂದು ಬೊಬ್ಬೆ ಹಾಕಲಾರಂಭಿಸಿದ. "ಇದೇನು ತಾಯಕ್ಕ?" ಎಂದು ಜನ ತಾಯಕ್ಕನನ್ನೂ ಕೇಳುವಂತೂ ಇರಲಿಲ್ಲ. ಅವಳೂ ಸೊಪ್ಪನ್ನು ತಿಕ್ಕಿದ್ದರಿಂದ ಕೈಗಳು ಜೇನು ಗೂಡಿನಲ್ಲಿಟ್ಟಂತೆ ಉರಿಯಲಾರಂಭಿಸಿದ್ದವು. "ವೆಂಕಮ್ಮ ಮೋಸ ಮಾಡಿಬಿಟ್ಟಳು" ಎಂದು ಬೊಬ್ಬೆ ಹೊಡೆಯಲಾರಂಭಿಸಿದಳು. ಯಾರೋ ಪುಣ್ಯಾತ್ಮರು ಸೈಕಲ್ಲಿನಲ್ಲಿ ಹೋಗಿ ವೆಂಕಮ್ಮನನ್ನು ಕೂಡಿಸಿಕೊಂಡು ಬಂದರು. ವೆಂಕಮ್ಮ ಆ ಉರಿಯನ್ನು ಇಬ್ಬರಿಗೂ ಉಪಶಮನ ಮಾಡಿ, ಚೇಳಿನ ವಿಷವನ್ನು ಇಳಿಸಿದ್ದಳು. "ಈ ಊರಾಗೆ ನೂರು ಜಾತಿ ಚೋಳು ಅದಾವೆ. ಅವನ್ನ ಗುರುತಿಸೋದು ಮೊದಲು ಕಲುತುಕೋ. ಆಮೇಲಕ್ಕೆ ಮೊದ್ದು ಹಾಕುವಿಯಂತೆ" ಎಂದು ತಾಯಕ್ಕನ ಸೋಟೆ ತಿವಿದಳು.

ಚೇಳಿನ ವಿಷವಿಳಿಸುವುದರಲ್ಲಿ ವೆಂಕಮ್ಮ ಎಂದೂ ಎಡವಿರಲಿಲ್ಲ. ಹಸಿ ಗೋಡೆಗೆ ಹರಳು ಒಗೆದಂತೆ ಅವಳ ಔಷಧ ನಾಟುತ್ತಿತ್ತು. ಆದರೆ ವೆಂಕಮ್ಮನೂ ಕಷ್ಟಕ್ಕೊಳಗಾದ ಸಂದರ್ಭವೊಂದು ಬಂದಿತ್ತು. ಆ ದಿನ ಮಧ್ಯಾಹ್ನದ ಹೊತ್ತಿನಲ್ಲಿ ಅವಳ ಸವತಿ ಹನುಮಕ್ಕ ಓಡುತ್ತಾ ಬಂದು ಕೊಮ್ಮಣ್ಣನಿಗೆ ಚೇಳು ಕಚ್ಚಿದ ವಿಷಯವನ್ನು ತಿಳಿಸಿದಳು. "ಬರ್ತಿಯಲ್ಲೇನಕ್ಕ?" ಎಂದು ಅನುಮಾನದಿಂದ ಕೇಳಿದ್ದಕ್ಕೆ, "ಬರಲಾರದಂಗೆ

ಸುಮ್ಮನೆ ಕೂತರೆ ಆ ಶಿವ ಮೆಚ್ಚುತಾನೇನವ್ವಾ?" ಎಂದಿದ್ದೇ ಹೊರಟಳು. ಹನುಮಕ್ಕ ಗೌರಿ ಹಬ್ಬ ಬರುತ್ತದಾದ್ದರಿಂದ ಕೇದಿಗೆಯನ್ನು ತರಲು ಕೊಮ್ಮಣ್ಣನನ್ನು ಕೇಳಿದ್ದಳು. ಕೊಮ್ಮಣ್ಣ ಬಂಡ್ರಿಯ ಕಡೆ ಹೋಗಿ ಕೇದಿಗೆಯನ್ನು ಕೀಳುವಾಗ, ಕಾಲಿಗೆ ಚೇಳೊಂದು ಕಚ್ಚಿತ್ತು. ಕೇದಿಗೆ ಬನದ ನಾಗರಹಾವಿನ ಜೊತೆ ಗೆಳೆತನ ಮಾಡಿದ ಚೇಳೇ ಇರಬೇಕು. ವಿಷ ಭೀಕರವಾಗಿ ತನ್ನ ಪ್ರಭಾವವನ್ನು ಬೀರಲಾರಂಭಿಸಿತ್ತು. ಕೊಮ್ಮಣ್ಣನ ಮೈಯೆಲ್ಲಾ ಆಗಲೇ ಕಪ್ಪು ಬಣ್ಣಕ್ಕೆ ತಿರುಗಿತ್ತು. ಅತ್ಯಂತ ದೈನ್ಯತೆಯಿಂದ ವೆಂಕಮ್ಮನ ಕಡೆ ನೋಡಿದ. ವೆಂಕಮ್ಮ ಮದ್ದು ಹಾಕಲು ಶುರು ಮಾಡಿದಳು.

ನೀರನ್ನು ಬಾಯಲ್ಲಿ ಹಾಕಿಕೊಳ್ಳುವಾಗ ಮನಸ್ಸು ಏಕಾಗ್ರತೆಯಿಂದ ಮಂತ್ರವನ್ನು ಪಠಿಸಬೇಕಿತ್ತು. ಆದರೆ ಕಣ್ಣು ಮುಚ್ಚಿದರೆ ಸಾಕು, ಅಂದು ದುರ್ಗಮ್ಮನ ಗುಡಿಯಲ್ಲಿ ತನ್ನ ಸೀರೆ ಹೊತ್ತಿ ಉರಿದ ದೃಶ್ಯ ಕಣ್ಣಿಗೆ ಬರತೊಡಗಿತು. ಕಿವಿಯಲ್ಲಿ "ಹಾದರಗಿತ್ತಿ" ಎಂಬ ಕೊಮ್ಮಣ್ಣನ ಕರ್ಕಶ ಮಾತುಗಳು ಕೇಳಲಾರಂಭಿಸಿದವು. ಮನಸ್ಸು ಏಕಾಗ್ರತೆಯನ್ನು ಕಳೆದುಕೊಂಡುಬಿಟ್ಟಿತು. ಮುತ್ತುತ್ತಿರುವ ಕೆಟ್ಟ ನೆನಪುಗಳಿಗೆ ಹೆದರಿ ಕಣ್ಣು ತೆರೆದರೆ ಕೊಮ್ಮಣ್ಣನ ದೈನ್ಯ ತುಂಬಿದ ನೋಟ, ಅಸಹಾಯಕತೆಯಿಂದ ನಡುಗುತ್ತಾ ನಿಂತ ಹನುಮಕ್ಕ, ಅವಳ ಸೋಲನ್ನು ಸಾರುವಂತೆ ಪಿಳಿಪಿಳಿ ಕಣ್ಣುಬಿಡುತ್ತಾ ಕುಳಿತ ಹನುಮಕ್ಕನ ಮಕ್ಕಳು. ಮತ್ತೆ ಕಣ್ಣು ಮುಚ್ಚಿ ಮಂತ್ರ ಹೇಳಲು ಪ್ರಾರಂಭಿಸಿದಳು. "ಈಯಪ್ಪ ನನ್ನ ಗಂಡ ಅಲ್ಲ. ಇವನಿಗೂ ನನಗೂ ಯಾವುದೇ ಸಂಬಂಧ ಇಲ್ಲ. ಮನೆಯಾಗೆ ಸೇವೆ ಮಾಡಿಕೊಂಡಿರೋ ಮಾಮೂಲಿ ಹೆಂಗಸು ನಾನಲ್ಲ" ಎಂದೆಲ್ಲಾ ಮನಸ್ಸಿನಲ್ಲಿ ಅಂದುಕೊಳ್ಳಲಾರಂಭಿಸಿದಳು. ಆದರೂ ಏಕಾಗ್ರತೆ ಸಾಧಿಸಲಾಗಲಿಲ್ಲ.

ಈ ಹೊತ್ತಿನಲ್ಲಿ ಒಂದು ಅಚಾತುರ್ಯ ನಡೆದುಹೋಯಿತು. ಬಾಯಿಯಲ್ಲಿ ಬರೀ ಗಲಗಲಿಸಬೇಕಾದ ನೀರು ಅವಳ ಹೊಟ್ಟೆಯಲ್ಲಿ ಹೋಗಿಬಿಟ್ಟಿತು! ವೆಂಕಮ್ಮ ಕೆಮ್ಮಲಾರಂಭಿಸಿದಳು. ಕಣ್ಣುಗಳು ಕೆಂಪಗಾಗಿ ನೀರು ಸುರಿಸಲಾರಂಭಿಸಿದವು. ಉಸಿರಾಟವೂ ಕಷ್ಟವಾಯ್ತು. ಮೈಯ ಬಣ್ಣ ಕಪ್ಪಿಕ್ಕತೊಡಗಿತು. ಅಲ್ಲಿದ್ದವರೆಲ್ಲಾ ಏನಾಯ್ತಪ್ಪಾ ಎಂದು ಭಯಭೀತರಾಗಿ ನೋಡಲಾರಂಭಿಸಿದರು. ವೆಂಕಮ್ಮ ಒಂದು ಲೋಟ ನೀರು ತರಿಸಿಕೊಂಡು ಅದರಲ್ಲಿ ನಾಲ್ಕು ಚಮಚ ಉಪ್ಪು ಹಾಕಿಕೊಂಡು ಗಟಗಟನೆ ಕುಡಿದುಬಿಟ್ಟಳು. ಹೊಟ್ಟೆಯೊಳಗಿದ್ದದ್ದೆಲ್ಲಾ ವಾಂತಿಯಾಗಿ ಹೊರಬಂತು. "ಭೈರವಿ ಬಾಬಾ" ಎಂದು ಪ್ರಾರ್ಥಿಸಿದಳು. ಮನಸ್ಸು ಸ್ಥಿಮಿತಕ್ಕೆ ಬಂತು. ಚಿಕಿತ್ಸೆ ಮುಂದುವರೆಸಿದಳು. ಅಂತೂ ಕೊಮ್ಮಣ್ಣ ಬದುಕುಳಿದ. ಎಲೆ, ಅಡಿಕೆ ಮತ್ತು ಬಾಳೆ ಹಣ್ಣನ್ನು ತಂದು ಕೊಟ್ಟಾಗ ನಯವಾಗಿ ನಿರಾಕರಿಸಿದ ವೆಂಕಮ್ಮ ಮತ್ತೆ ಮಾತನಾಡದೆ ಮನೆಗೆ ವಾಪಾಸಾದಳು.

ಆವತ್ತೊಂದಿನ ವೆಂಕಮ್ಮ ಊಟ ಮಾಡಿ ಬೇವಿನ ಮರದ ಕೆಳಗೆ ಮಲಗಿದ್ದಳು. ವೈಶಾಖ ಮಾಸದ ಬಿಸಿಲಿದ್ದರೂ ಮರದ ನೆರಳಿನಲ್ಲಿ ತಣ್ಣನೆಯ ಗಾಳಿ ಬೀಸುತ್ತಿತ್ತು. ಗಿಡದಿಂದ ಬೇವಿನ ಹಣ್ಣುಗಳು ಆಗಾಗ ಬಿದ್ದು ಸದ್ದು ಮಾಡುತ್ತಿದ್ದವು. ಕೋತಿಗಳು ಹೆಚ್ಚಿನ ಗಲಾಟೆಯಿಲ್ಲದಂತೆ ಅಲ್ಲಿಲ್ಲಿ ಓಡಾಡಿಕೊಂಡಿದ್ದವು. ಆಗ ಇದ್ದಕ್ಕಿದ್ದಂತೆಯೇ ತಮಟೆಯ ಸದ್ದು ಕೇಳಿ ಬಂತು. ವೆಂಕಮ್ಮ ಏನೋ ಅನಾಹುತವಾಯಿತೇನೋ ಎನ್ನುವಂತೆ ಬೆಚ್ಚಿ ಬಿದ್ದು ಎದ್ದು ಕೂತಳು. ಕೋತಿಗಳು ಭಯದಿಂದ ಕಿರುಚಿ ಮರವನ್ನೇರಿಬಿಟ್ಟವು.

ತಳವಾರ ಸಿದ್ದಪ್ಪ ತಪ್ಪಡಿ ಬಡಿಯುತ್ತಿದ್ದ. ಹತ್ತಾರು ಚಿಳ್ಳೆ ಪಿಳ್ಳೆಗಳು ಆಗಲೇ ಅವನ ಸುತ್ತ ನೆರೆದಿದ್ದರು. ಹಿರಿಯರೂ ಮನೆಯಿಂದ ಹೊರಬಂದು ಗುಂಪು ಸೇರಲಾರಂಭಿಸಿದರು. ವೆಂಕಮ್ಮನೂ ಕಣ್ಣು ಉಜ್ಜಿಕೊಂಡು ಗುಂಪಿನ ಬಳಿ ಹೋದಳು. ಗುಂಪಿನ ಮಧ್ಯದಲ್ಲಿ ಗಾಣಿಗರ ಕೊಟ್ರೇಶಿ ಮಾತನಾಡಲಾರಂಭಿಸಿದ. "ಕೇಳ್ರಪ್ಪೋ ಕೇಳ್ರಿ... ಊರಿಗೆ ಉಪಕಾರ ಆಗೋ ಅಂಥಾ ಚಮತ್ಕಾರ ತೋರಿಸ್ತೀನಿ... ಎಲ್ಲರೂ ಬರಬೇಕು..." ಎಂದು ಕೂಗು ಹಾಕಿದ. ಅವನ ಕೈಯಲ್ಲಿ ಕೆಂಪು ದ್ರವ ತುಂಬಿದ ಒಂದು ಸೀಸೆಯಿತ್ತು. ಅಲ್ಲೇ ಹತ್ತಿರದಲ್ಲಿ ಒಂದು ದೊಡ್ಡ ಚೀಲ, ಅದರ ಪಕ್ಕದಲ್ಲಿ ಆ ಕೆಂಪು ದ್ರವ ತುಂಬಿದ ಹತ್ತಾರು ಬಾಟಲಿಗಳನ್ನು ಒಂದರ ಮೇಲೊಂದರಂತೆ ಸುಂದರವಾಗಿ ಜೋಡಿಸಿಟ್ಟಿದ್ದ.

ಹತ್ತು ನಿಮಿಷದಲ್ಲಿ ಸಮಸ್ತ ಊರಿನವರೆಲ್ಲರೂ ಅಲ್ಲಿ ನೆರೆದರು. ವೆಂಕಮ್ಮ ಅಂತಹ ಹೊಸ ಸಂಗತಿಗಳನ್ನು ನೋಡದೆ ಬಿಟ್ಟಾಳೆಯೆ? ಗುಂಪಿನಲ್ಲಿ ತೂರಿ ಮುಂದೆ ಬಂದು ಕುಳಿತುಬಿಟ್ಟಳು. ಕೊಟ್ರೇಶಿ ಮುಂದುವರೆಸಿದ. "ಇದು ಅಂತಿಂಥಾ ಚಮತ್ಕಾರ ಅಲ್ಲ. ನೋಡಿದವರು ಕೈ ಚಿವುಟಿಗೊಂಡು ಮತ್ತೊಮ್ಮೆ ನೋಡಬೇಕು, ಕೇಳಿದವರು 'ಅಯ್ ಬರೀ ಸುಳ್ಳು' ಅನ್ನಬೇಕು, ಅಂಥಾದ್ದು.... ಕೇಳ್ರಪ್ಪೋ ಕೇಳ್ರಿ..." ಎಂದ. ಅವನ ಮುನ್ನುಡಿಯೇ ಜಾಸ್ತಿಯಾದ್ದರಿಂದ ಕಿರಿಕಿರಿಗೊಂಡ ವೆಂಕಮ್ಮ, "ಅದೇನಂಥಾದ್ದು ತೋರಿಸ್ತೀಯೋ ತೋರಿಸೋ ಕೊಟ್ರೇಶಿ, ಬರೀ ಮಾತೇ ಆಯ್ತಲ್ಲ" ಎಂದು ದಬಾಯಿಸಿದಳು. ಅದನ್ನು ತೋರಿಸೋದಕ್ಕೆ ಯಾರಾದ್ರೂ ಒಬ್ಬರ ಸಹಾಯ ಬೇಕಾಗ್ತದೆ ಎಂದು ಕೊಟ್ರೇಶಿ ಹೇಳಿದ. ವೆಂಕಮ್ಮನ ಉತ್ಸಾಹಕ್ಕೆ ಕೇಳಬೇಕೆ? "ನಾನೇ ಐದೀನಲ್ಲಪ್ಪ" ಎಂದು ಥೈ ಎಂದು ಎಗರಿ ಅವನ ಮುಂದೆ ನಿಂತಳು. ಕೊಟ್ರೇಶಿ ಒಂದು ಕೋಲಿನಿಂದ ವೃತ್ತವನ್ನೆಳೆದು ವೆಂಕಮ್ಮನನ್ನು ಅದರ ಮಧ್ಯೆ ಕೂಡೆಂದು ಹೇಳಿದ. ವೆಂಕಮ್ಮ ಚಕ್ಕಳ-ಮಕ್ಕಳ ಹಾಕಿಕೊಂಡು ಕುಳಿತಳು. ಕೊಟ್ರೇಶಿ ಹತ್ತಿರದಲ್ಲಿಟ್ಟಿದ್ದ ಚೀಲದಿಂದ ಹತ್ತು ಪ್ಲಾಸ್ಟಿಕ್ ಡಬ್ಬಗಳನ್ನು ಹೊರತೆಗೆದ. ಅವುಗಳ ಮುಚ್ಚಳವನ್ನು ತೆಗೆದು ನೆಲಕ್ಕೆ ಬೋರಲಾಗಿ ಬಡಿದ. ಅದರಲ್ಲಿದ್ದ ಚೇಳುಗಳು

ನೆಲಕ್ಕೆ ಬಿದ್ದವು. ವೆಂಕಮ್ಮನ ಸುತ್ತಲೂ ಚೇಳುಗಳನ್ನು ಹರಡಿದ. ಅವುಗಳೆಲ್ಲವೂ ವೆಂಕಮ್ಮನ ಕಡೆ ಹೋಗಲಾರಂಭಿಸಿದವು. ಒಂದೆರಡು ಚೇಳು ಇನ್ನೊಂದು ದಿಕ್ಕಿಗೆ ಹೋಗಲಾರಂಭಿಸಿದಾಗ ಕೋಲಿನಿಂದ ಅದರ ದಿಕ್ಕನ್ನು ಬದಲಿಸಿದ. ಜನರೆಲ್ಲಾ ಚೇಳುಗಳನ್ನು ನೋಡಿ ಅಂಜಿ ಒಂದು ಹೆಜ್ಜೆ ಹಿಂದಕ್ಕಿಟ್ಟರು. ವೆಂಕಮ್ಮನಿಗೆಂತಹ ಭಯ? ಚೇಳಿನ ಜೊತೆಯಲ್ಲೇ ಬದುಕುವವಳು. ಅವನೇನು ಮಾಡ್ತಾನೋ ನೋಡೇಬಿಡುವ ಎಂದು ನಗುತ್ತಾ ಕುಳಿತಳು. ಕೊಟ್ರೇಶಿ ಕೆಂಪು ದ್ರಾವಣದ ಸೀಸೆಯ ಬಿರಡೆಯನ್ನು ತೆಗೆದು ಆ ದ್ರಾವಣವನ್ನು ತಾನು ಹಾಕಿದ ವೃತ್ತದ ಗುಂಟ ಸುರುವಿದ. ಒಂದು ವಿಶೇಷ ಪರಿಮಳ ಆ ದ್ರಾವಣಕ್ಕಿತ್ತು. ವೆಂಕಮ್ಮ ಉಸಿರೆಳೆದುಕೊಂಡಳು. ಈಗ ಚೇಳುಗಳು ಆ ವೃತ್ತದ ಕಡೆಗೆ ನಡೆಯಲಾರಂಭಿಸಿದವು. ಆ ದ್ರಾವಣದ ಸಂಪರ್ಕ ಬಂದಿದ್ದೇ ತಡ ಸ್ಥಗಿತಗೊಂಡವು. ಒಂದು ಕ್ಷಣದಲ್ಲಿ ವಿಲವಿಲನೆ ಒದ್ದಾಡಲಾರಂಭಿಸಿದವು. ವೆಂಕಮ್ಮ ಬಿಟ್ಟಗಣ್ಣಿಂದ ನೋಡಲಾರಂಭಿಸಿದಳು. ಯಾವುದೇ ಚೇಳಿಗೂ ಆ ಗೆರೆಯನ್ನು ದಾಟಲಾಗಲಿಲ್ಲ. ಬೋರಲು ಬಿದ್ದು ಅಲ್ಲಾಡತೊಡಗಿದವು. ಜನರೆಲ್ಲಾ ಸದ್ದಿಲ್ಲದೆ ಆ ಮೋಡಿಯನ್ನು ವೀಕ್ಷಿಸಲಾರಂಭಿಸಿದರು. ಒಂದೈದು ನಿಮಿಷದಲ್ಲಿ ಎಲ್ಲಾ ಚೇಳುಗಳೂ ಚಲನೆಯಿಲ್ಲದೆ ಸತ್ತು ಬಿದ್ದವು. ವೃತ್ತದಲ್ಲಿ ಕುಳಿತಿದ್ದ ವೆಂಕಮ್ಮ ನಡೆದ ಘಟನೆಯಿಂದ ಚೇತರಿಸಿಕೊಳ್ಳಲಾಗದೆ ಸಣ್ಣಗೆ ನಡುಗಲಾರಂಭಿಸಿದಳು.

ಎಲ್ಲಾ ಚೇಳುಗಳು ಸಾಯುವ ತನಕ ಸೊಲ್ಲೆತ್ತದೆ ನಿಂತಿದ್ದ ಜನಗಳು ಈಗ ಚಪ್ಪಾಳೆ ಹೊಡೆಯಲಾರಂಭಿಸಿದರು. "ವ್ಹಾ, ವ್ಹಾ" ಎಂದು ಕೊಟ್ರೇಶಿಯನ್ನು ಕೊಂಡಾಡಿದರು. ವೆಂಕಮ್ಮ ಮಾತ್ರ ಬೆಪ್ಪುತಕ್ಕಡಿಯಂತಾಗಿದ್ದಳು. ಕೊಟ್ರೇಶಿ ಹತ್ತು ರೂಪಾಯಿಗೊಂದರಂತೆ ಚೇಳಿನ ವಿಷದ ಬಾಟಲಿಗಳನ್ನು ಮಾರಿದ. ಮೆಣಸಿನಕಾಯಿ ಬೋಂಡಾದಂತೆ ಎಲ್ಲಾ ಬಾಟಲಿಗಳು ಖರ್ಚಾದವು. ಜನರೆಲ್ಲಾ ಮನೆಗೆ ತೆರಳಿದರು. ವೃತ್ತದಲ್ಲಿ ಹಾಗೇ ಕುಳಿತಿದ್ದ ವೆಂಕಮ್ಮನನ್ನು ಮಾತನಾಡಿಸಿದ ಕೊಟ್ರೇಶಿ, "ನಿನಗೂ ಒಂದು ಬೇಕೇನಜ್ಜಿ?" ಎಂದು ಕೇಳಿದ. ವೆಂಕಮ್ಮನೂ ಹತ್ತು ರೂಪಾಯಿ ಕೊಟ್ಟು ಒಂದು ಬಾಟಲಿಯನ್ನು ಕೊಂಡಳು. ಆ ಬಾಟಲಿಯನ್ನು ತಿರುಗಿಸಿ ನೋಡಿ, "ಚೇಳಿನ ಮೈಯಾಗೆ ವಿಷ ಐತೆ. ಅಂಥಾ ಚೇಳಿಗೂ ಸಾಯಿಸಂಥ ಈ ವಿಷ ಇನ್ನೆಂಥಾದಿದ್ದೀತು?" ಎಂದು ತನ್ನಷ್ಟಕ್ಕೆ ತಾನೇ ಮಾತನಾಡಿಕೊಂಡಳು. ಕೊಟ್ರೇಶಿಯೂ ತನ್ನ ಸರಂಜಾಮನ್ನು ತೆಗೆದುಕೊಂಡು ಮನೆಗೆ ಹೋದ ಮೇಲೆ ವೆಂಕಮ್ಮ ಅಲ್ಲಿದ್ದ ಚೇಳುಗಳನ್ನೆಲ್ಲಾ ಬಳಿದು ಒಂದು ಗುಂಡಿಯಲ್ಲಿ ಹೂತಿಟ್ಟಳು. ಸೋತ ಹೆಜ್ಜೆಯಿಂದ ದುರ್ಗಮ್ಮನ ಗುಡಿಗೆ ಹಿಂತಿರುಗಿದಳು.

ಊರಿನಲ್ಲಿ ಚೇಳಿನ ರಾಶಿ ರಾಶಿ ಹೆಣಗಳು ಬೀಳಲಾರಂಭಿಸಿದವು. ಆ ಕೆಂಪು ದ್ರಾವಣದ ವಾಸನೆಗೆ ಆ ಚೇಳುಗಳು ಎಲ್ಲೇ ಇರಲಿ, ಆಕರ್ಷಣೆಗೊಂಡು ಅದರ

ಹತ್ತಿರ ಬರುತ್ತಿದ್ದವು. ರಾತ್ರಿ ಮನೆಯ ಸುತ್ತಲೂ ಹಾಕಿ ಮಲಗಿಕೊಂಡರಾಯ್ತು, ಬೆಳಗಿನ ಹೊತ್ತಿಗೆ ಆ ದ್ರಾವಣದ ರೇಖೆಗುಂಟ ಸತ್ತು ಸೆಟೆದುಕೊಂಡ ಚೇಳಿನ ಹೆಣಗಳ ರಾಶಿ. ಜನರೆಲ್ಲಾ ದಿನ ಬೆಳಗಾದರೆ ತಮ್ಮ ಮನೆಯ ಮುಂದೆ ಎಷ್ಟು ಚೇಳು ಸತ್ತವೆಂದು ಮಾತನಾಡಿಕೊಳ್ಳಲಾರಂಭಿಸಿದರು. ಸತ್ತ ಚೇಳುಗಳು ಯಾವ ಜಾತಿಯವೆಂಬುದೂ ಕಂಡು ಹಿಡಿಯಲಾಗದಂತೆ ಸೆಟೆದುಕೊಂಡಿರುತ್ತಿದ್ದವು. ಮಕ್ಕಳು ಮರಿಗಳು ಆ ದ್ರಾವಣವನ್ನು ಯಾವುದಾದರೂ ಕಲ್ಲಿನ ಸುತ್ತ ಹಾಕಿ ಕಲ್ಲನ್ನು ತೆಗೆದ ತಕ್ಷಣ ಅದರ ಬುಡದಲ್ಲಿದ್ದ ಚೇಳು ಹೊರಬಂದು ಸತ್ತು ಹೋಗುತ್ತಿತ್ತು. ಮಕ್ಕಳು ಕೇಕೆ ಹಾಕಿ ಕುಣಿಯುತ್ತಿದ್ದರು. ಅಂಗಳದ ಕಸ ಬಳಿದ ಹೆಂಗಸರು ಸತ್ತ ಚೇಳುಗಳನ್ನು ಮತ್ತೊಬ್ಬರ ಅಂಗಳಕ್ಕೆ ದೊಬ್ಬಿದ್ದಾರೆಂದು ಜಗಳಗಳಾದವು.

ಊರಿಗೆ ಉಪಕಾರ ಮಾಡಿದ ಕೊಟ್ರೇಶಿಯನ್ನು ಸನ್ಮಾನ ಮಾಡಲು ಜನರೆಲ್ಲಾ ನಿರ್ಧರಿಸಿದರು. ಆ ದಿನ ದುರ್ಗಮ್ಮನ ಗುಡಿಯ ಮುಂದೆ ಸತ್ತ ಸಾವಿರಾರು ಚೇಳುಗಳ ರಾಶಿಯನ್ನು ಹಾಕಿ ಬೆಂಕಿ ಹಚ್ಚಿದರು. ಸುತ್ತಲೂ ಜನರು ತಮಟೆ ಬಡಿದುಕೊಂಡು ನೃತ್ಯ ಮಾಡಿದರು. ಕೊಟ್ರೇಶಿಯನ್ನು ಅರಳಿಕಟ್ಟೆಯ ಮೇಲೆ ಕೂಡಿಸಿ ಊರ ಹಿರಿಯರಿಂದ ಶಾಲು ಹೊದೆಸಿ ಸನ್ಮಾನ ಮಾಡಿದರು. ಸುತ್ತಮುತ್ತಲ ಹತ್ತಾರು ಹಳ್ಳಿಗಳಿಂದ ಜನರು ಬಂದಿದ್ದರು. ಎಲ್ಲರೂ ಮುಗಿಬಿದ್ದು ಹತ್ತು ರೂಪಾಯಿಗೊಂದರಂತೆ ಚೇಳಿನ ವಿಷವನ್ನು ಕೊಂಡರು. ವೆಂಕಮ್ಮ ಚೇಳುಗಳ ಚಿತೆಯ ಬೆಂಕಿಯಲ್ಲಿ ಬೇಯುತ್ತಾ ನಿಂತಿದ್ದಳು. ಸತ್ತ ಚೇಳುಗಳು ಅವಳಲ್ಲಿ ವಿಚಿತ್ರ ಸಂಕಟವುಂಟುಮಾಡುತ್ತಿದ್ದವು. ಸುಡುತ್ತಿರುವ ಚೇಳಿನ ವಾಸನೆ ಮೂಗಿಗೆ ಗಪ್ಪನೆ ಅಡರುತ್ತಿತ್ತು.

ವೆಂಕಮ್ಮನ ವೈಭವಕ್ಕೆಲ್ಲಾ ಅಂತ್ಯ ಬಂತು. ತರಕಾರಿಯವಳು ಜಗಳ ಮಾಡಿ ತರಕಾರಿ ಕೊಡುವುದನ್ನು ನಿಲ್ಲಿಸಿದಳು. ರೈತರು ಮಳೆ ಬಂದಿಲ್ಲವೆಂಬ ನೆಪವೊಡ್ಡಿ ತಾರಮ್ಮಯ್ಯ ಎಂದರು. ಹಾಲು ಮೊಸರಿನವರ ಮನೆಗೆ ಎರಡೆರಡು ಬಾರಿ ಹೋಗಿ ಬಂದರೂ ಉಪಯೋಗವಾಗಲಿಲ್ಲ. ದಿನಸಿ ಅಂಗಡಿಯವನು, “ರೊಕ್ಕ ಮುಂದಿಟ್ಟು ಮಾತಾಡು ವೆಂಕಮ್ಮ” ಎಂದು ನೇರವಾಗಿಯೇ ದಬಾಯಿಸಿ ದೊಬ್ಬಿದ. ವೆಂಕಮ್ಮನ ಸಹಾಯ ಪಡೆದಿದ್ದ ಹಿರಿಯ ತಲೆಮಾರೆಲ್ಲಾ ಮುಪ್ಪಾಗಿ ಮನೆಯಲ್ಲಿ ಕುಳಿತಿತ್ತು. ಅವರ ಹತ್ತಿರ ಹೋಗಿ ದೂರಿದರೆ, “ಈಗಿನ ಹುಡುಗರು ನಮ್ಮ ಮಾತು ಕೇಳ್ತಾರೇನು ವೆಂಕಮ್ಮ?” ಎಂದು ತಮ್ಮ ಅಸಹಾಯಕತೆಯನ್ನು ತೋಡಿಕೊಂಡರು.

ಕೆಲವೇ ತಿಂಗಳುಗಳಲ್ಲಿ ವೆಂಕಮ್ಮ ಭಿಕ್ಷೆ ಬೇಡುವ ಸ್ಥಿತಿಗಿಳಿದಳು. ಊರಿಗೆ ಹೊಸಬರು ಯಾರಾದರೂ ಬಂದರೆ, “ನಿಮ್ಮೂರಾಗೆ ಚೋಳುಗಳು ಅದಾವ? ನನ್ನ ಕರಕೊಂಡು ಹೋಗ್ತೀರಾ?” ಎಂದು ಆಸೆಯಿಂದ ಕೇಳುತ್ತಿದ್ದಳು. ಗೋಪಣ್ಣನ

ಮನೆಗೆ ಬೆಂಗಳೂರಿನಿಂದ ಬಂದ ಅತಿಥಿಗಳೊಬ್ಬರು, "ಸೊಳ್ಳೆಗೆ ಔಷಧ ಗೊತ್ತಿದ್ದರೆ ಹೇಳು, ನಮ್ಮೂರಿನಾಗೆ ಭಾಳ ಉಪಯೋಗಕ್ಕೆ ಬರ್ತದೆ" ಎಂದು ಸಲಹೆಯಿತ್ತರು. ಚೇಳೆಲ್ಲಿ, ಯಃಕಶ್ಚಿತ್ ಸೊಳ್ಳೆಯೆಲ್ಲಿ? ದುರ್ಗಮ್ಮನ ಗುಡಿಯಲ್ಲಿ ಭಕ್ತಾದಿಗಳು ಬಿಟ್ಟು ಹೋದ ಬಾಳೆಹಣ್ಣು ಕೊಬ್ಬರಿಗಳನ್ನು ಅವರು ಕಣ್ಮರೆಯಾಗುತ್ತಲೇ ಗಬಗಬನೆ ತಿನ್ನುತ್ತಿದ್ದಳು. ಕೋತಿಗಳು ಆಸೆಯಿಂದ ಹತ್ತಿರ ಬಂದರೆ ಕೋಲಿನಿಂದ ಹೊಡೆದು ಓಡಿಸುತ್ತಿದ್ದಳು. ತಿಂಗಳಿಗೊಮ್ಮೆ ತಪ್ಪದೆ ಗಂಡಿ ನರಸಿಂಹ ಸ್ವಾಮಿಗೆ ಹೋಗಿ ಸೊಪ್ಪು ತರುತ್ತಿದ್ದಳಾದರೂ, ಪ್ರಯೋಗಿಸಲು ಯಾರೂ ಸಿಗದೆ ಅವು ಒಣಗಿ ಹೋಗುತ್ತಿದ್ದವು. ಒಂದು ದಿನವಂತೂ ಸಾಯಂಕಾಲವಾದರೂ ಏನೂ ತಿನ್ನಲು ಸಿಗಲಿಲ್ಲ. ಉಪವಾಸದಿಂದ ಹೊಟ್ಟೆ ನೋವು ಶುರುವಾಯ್ತು. ಸೀದಾ ಲಕ್ಷ್ಮೀಚಂದ ಸೇಠ್‌ಜಿ ಅಂಗಡಿಗೆ ಹೋದಳು. "ಭಾಳ ಹಸಿವಿ ಆಗ್ಯದೆ, ಊಟಕ್ಕೆ ಹಾಕಿಸಪ್ಪ" ಎಂದು ಬೇಡಿಕೊಂಡಳು. ಸೇಠ್‌ಜೀಗೆ ಕರುಳು ಚುರ್ ಅಂತು. ಅಂಗಡಿ ಬಿಟ್ಟು ಅವಳನ್ನು ಮನೆಗೆ ಕರೆದುಕೊಂಡು ಹೋದ. ಕಮಲಾಬೇನ್‌ಗೆ ಹೇಳಿ ಹೊಟ್ಟೆ ತುಂಬುವಂತೆ ಊಟಕ್ಕೆ ಹಾಕಿಸಿದ. ಮಗ ಮತ್ತು ಸೊಸೆಯನ್ನು ಕರೆದು ಅವಳಿಗೆ ನಮಸ್ಕಾರ ಮಾಡಿಸಿದ. ಸೊಸೆಗೆ ವೆಂಕಮ್ಮ ತನ್ನ ಮಗನ ಪ್ರಾಣವನ್ನು ಉಳಿಸಿದ್ದನ್ನು ತಿಳಿಸಿದ. ಅವಳು ಮನೆಗೆ ಹೋಗುವಾಗ ಒಂದಿಷ್ಟು ಹಣ ಕೊಟ್ಟ. ವೆಂಕಮ್ಮ ಮೊದಲಿಗೆ ಬೇಡವೆಂದಳು. ಸೇಠ್‌ಜಿ, "ಇಲ್ಲಿ ತೊಗೋ ವೆಂಕಮ್ಮ. ಕಷ್ಟದಾಗೆ ಇದ್ದೀ..." ಎಂದು ಹುರಿದುಂಬಿಸಿದ. ಮರು ಮಾತನಾಡದೆ ಪಡೆದುಕೊಂಡಳು. ಮನೆಗೆ ಹೋಗುವಾಗ ಬಾಗಿಲ ತನಕ ಬಂದ ಸೇಠ್‌ಜಿ ಬಳಿ, "ದಿನಾ ಬಂದರೆ ಉಂಬಾಕೆ ಇಕ್ತೀಯೇನಪ್ಪ?" ಎಂದು ದೈನ್ಯದಿಂದ ಕೇಳಿದಳು. "ಯಾವಾಗ ಹಸಿವಿ ಅನ್ನಿಸಿದ್ರೂ ಊಟಕ್ಕೆ ಬಾ ವೆಂಕಮ್ಮ. ಭಿಡೆ ಮಾಡ್ಕೋಬ್ಯಾಡ" ಎಂದು ಹೇಳಿದಾಗ ವೆಂಕಮ್ಮನ ಕಣ್ಣುಗಳು ತುಂಬಿದ್ದವು. "ದೊಡ್ಡ ಮನಿಷಾ ಇದೀಯಪ್ಪ" ಎಂದು ಸೇಠ್‌ಜಿಗೆ ಕೈ ಮುಗಿದಳು.

ಆ ಸಂಜೆ ವೆಂಕಮ್ಮ ಕಣವೆಳ್ಳಿ ತಾಯಕ್ಕನ ಮನೆಗೆ ಹೋದಳು. ತಾಯಕ್ಕ ಅಕ್ಕಿ ಹಸನು ಮಾಡುತ್ತಿದ್ದಳು. ವೆಂಕಮ್ಮ ಅತ್ಯಂತ ಕಳವಳದಿಂದ, "ನಾನು ಭಾಳ ದಿನ ಇರಂಗಿಲ್ಲ ಅನ್ನಿಸಲಿಕ್ಕೆ ಹತ್ತದೆ ತಾಯಕ್ಕ. ಯಾಕೋ ಕೆಟ್ಟ ಕೆಟ್ಟ ಕನಸು ಬೀಳಲಿಕ್ಕೆ ಹತ್ತಾವೆ. ಆ ಶಿವನ ಪಾದ ಸೇರೋ ಕಾಲ ಹತ್ತಿರ ಬಂದಂಗದೆ" ಎಂದು ಹೇಳಿದಳು. ತಾಯಕ್ಕ, "ಕೆಟ್ಟ ಮಾತು ಯಾಕೆ ಆಡ್ತಿ ಬಿಡ್ತು ಅನ್ನು" ಎಂದು ಗದರಿಸಿದಳು. ವೆಂಕಮ್ಮ ಮುಂದುವರೆಸಿದಳು. "ಒಣಗಿದ ಕಡ್ಡಿ ಹಂಗೆ ಆಗೀನಿ. ಯಾವಾಗ ಫಳ್ ಅಂತೀನೋ ಗೊತ್ತಿಲ್ಲ. ಆದರೆ ಸಾಯೋಕಿಂತ ಮುಂಚೆ ಚೇಳಿನ ಔಷಧ ಯಾರಿಗನ್ನಾ ಹೇಳಿಕೊಟ್ಟು ಹೋಗಬೇಕು ಅಂತ ನಿಯಮ ಅದೆ. ನನ್ನ ಹೊಟ್ಟಿನಾಗೆ ಇಟ್ಟುಗೊಂಡು ಸತ್ತರೆ ಆ ಪರಮಾತ್ಮ ಮೆಚ್ಚಂಗಿಲ್ಲ. ನಾಳೆ ಹೆಂಗೂ

ಹುಣ್ಣಿಮಿ ಅದೆ. ಗಂಡಿ ನರಸಿಂಹಸ್ವಾಮಿಗೆ ಹೋಗೋಣ ಬಾ" ಎಂದು ಕರೆದಳು. ತಾಯಕ್ಕ ಅವಳ ಮಾತಿಗೆ ನಕ್ಕುಬಿಟ್ಟಳು. "ನಿಂಗೆಲ್ಲೋ ಹುಚ್ಚು ನೋಡು ವೆಂಕಮ್ಮ. ನೋಡಾಣ ಅಂದ್ರೂ ಜೀವಂತ ಇರೋ ಚೇಳು ಸಿಗದಂಗೆ ಆಗ್ಯದೆ. ನೀನು ನೋಡಿದ್ರೆ ಅದರ ಔಷಧದ ಮಾತು ಆಡಾಕೆ ಹತ್ತಿ. ಅವೆಲ್ಲಾ ಹಳೇ ಕಾಲದ್ದು ಇಚಾರ ಬಿಟ್ಟುಬಿಡು. ಹೇಳಿಕೊಡು ಅಂತ ಬಂದ ಹೊತ್ತಿಗೆ ಮೋಸ ಮಾಡಿದಿ. ಈಗ ಹೇಳ್ತೀನಿ ಅಂತೀಯಲ್ಲಬೆ?" ಎಂದು ಖಾರವಾಗಿ ಮಾತನಾಡಿದಳು. ವೆಂಕಮ್ಮ ಮತ್ತೆ ಹೆಚ್ಚಿಗೆ ಮಾತನಾಡದೆ ಮನೆಗೆ ಹಿಂತಿರುಗಿದಳು.

ಆ ರಾತ್ರಿಯೇ ವೆಂಕಮ್ಮ ಗಂಡಿ ನರಸಿಂಹಸ್ವಾಮಿಗೆ ಹೋದಳು. ಕತ್ತಲಿನಲ್ಲಿಯೇ ತಡವರಿಸುತ್ತಾ ಹೋಗಿ ಚೇಳಿನ ಔಷಧದ ಗಿಡದ ಮುಂದೆ ನಿಂತಳು. ಅಲ್ಲಿಯೇ ಸಣ್ಣ ಕುಣಿಯೊಂದನ್ನು ತೋಡಿ, ಅದರಾಗೆ ಮನೆಯಲ್ಲಿ ಬರೆದುಕೊಂಡು ಬಂದಿದ್ದ ಚೇಳಿನ ಮಂತ್ರದ ಚೀಟಿಯನ್ನು ಒಂದು ಚಿಕ್ಕ ಕಬ್ಬಿಣದ ಡಬ್ಬದಲ್ಲಿ ಹಾಕಿ, ಅದನ್ನು ಕುಣಿಯಲ್ಲಿಟ್ಟು ಮಣ್ಣು ಮುಚ್ಚಿದಳು. ಕಣ್ಣು ಮುಚ್ಚಿ, "ಭೈರವಿ ಬಾಬಾ, ನಂದೇನೂ ತಪ್ಪಿಲ್ಲ" ಎಂದು ಗಲ್ಲಗಲ್ಲ ಬಡಿದುಕೊಂಡಳು.

ಆ ರಾತ್ರಿ ತಾಯಕ್ಕನಿಗೆ ನಿದ್ದೆ ಬರಲಿಲ್ಲ. ಚೇಳಿನ ಮಂತ್ರವನ್ನು ಹೇಳಿ ಕೊಡಲು ಬಂದ ವೆಂಕಮ್ಮನನ್ನು ಹಾಗೆ ಅವಮಾನ ಮಾಡಿ ಕಳುಹಿಸಬಾರದಿತ್ತೆಂದು ಕಸಿವಿಸಿಯಾಗಲಾರಂಭಿಸಿತು. ಯಾತಕ್ಕನ್ನಾ ಕೆಲಸಕ್ಕೆ ಬರ್ತಿತ್ತು, ಕೇಳಿಸಿಕೊಂಡಿದ್ರೆ ತನ್ನ ಗಂಟೇನು ಹೋಗುತ್ತಿತ್ತು ಎನ್ನಿಸಲಾರಂಭಿಸಿತು. ಕೋಳಿ ಕೂಗುವುದಕ್ಕೆ ಮುಂಚೆಯೇ ಎದ್ದು ವೆಂಕಮ್ಮನ ಮನೆಗೆ ಹೋದಳು. ಆಗಲೇ ಹೋಗಿಬಿಟ್ಟಿದ್ದಾಳೇನೋ ಎಂಬ ಅನುಮಾನವಾಗಲಾರಂಭಿಸಿತು. ಬಾಗಿಲು ಹಾಕಿತ್ತು. "ವೆಂಕಮ್ಮ" ಎಂದು ಕೂಗಿದಳು. ಉತ್ತರ ಬರಲಿಲ್ಲ. ಬಾಗಿಲನ್ನು ನೂಕಿದಳು. ತೆರೆದುಕೊಂಡಿತು. ವೆಂಕಮ್ಮ ನೆಲದ ಮೇಲೆ ಮಲಗಿದ್ದಳು. ತಾಯಕ್ಕ ಮತ್ತೊಮ್ಮೆ ವೆಂಕಮ್ಮ ಎಂದು ಕೂಗಿದಳು. ಉತ್ತರ ಬರಲಿಲ್ಲ. ಯಾಕೋ ಅನುಮಾನವಾಗಿ ಹತ್ತಿರ ಹೋಗಿ ಮೈ ಮುಟ್ಟಿದಳು. ಯಾವಾಗಲೋ ದೇಹ ಸೆಟೆದುಕೊಂಡಿತ್ತು. ಮೈ ಬಣ್ಣ ಕಾಗೆಯಂತೆ ಕಪ್ಪಾಗಿತ್ತು. ಚೇಳಿನ ವಿಷದ ಸೀಸೆ ಖಾಲಿಯಾಗಿ ಹತ್ತಿರದಲ್ಲೇ ಬಿದ್ದಿತ್ತು. ಗೋಡೆಗೆ ನೇತುಹಾಕಿದ್ದ ಚೇಳಿನ ಪಟ ಮಾತನಾಡದೆ ಮೌನವಾಗಿತ್ತು.

ಸೇಠ್‌ಜೀಯೇ ಮುಂದೆ ನಿಂತು ವೆಂಕಮ್ಮನ ಶವಸಂಸ್ಕಾರದ ಖರ್ಚನ್ನು ನೋಡಿಕೊಂಡ. ಅದೇ ದಿನ ರಾತ್ರಿ ಯಾರೋ ಕಳ್ಳರು ಒಂದು ಡ್ರಮ್ಮಿನಷ್ಟು ಅಡಿಕೆಯನ್ನು ವೆಂಕಮ್ಮನ ಮನೆಯಿಂದ ಲಪಟಾಯಿಸಿಬಿಟ್ಟರು.

12ನೇ ಸೆಪ್ಟೆಂಬರ್ 2004

ಕ್ಷಿತಿಜ ಹಿಡಿಯ ಹೊರಟವರು

ಕ್ಷಿತಿಗೆ ಇನ್ನು ತನ್ನ ಕೈಯಿಂದ ಈ ಪ್ರಪೋಜಲ್ ಪೂರ್ಣಗೊಳಿಸುವುದು ಸಾಧ್ಯವೇ ಇಲ್ಲವೆನ್ನಿಸಿಬಿಟ್ಟಿತು. ರಾಜುವಿಗೆ, "ಕ್ಷಮಿಸು, ಇದಿಷ್ಟೇ ನನ್ನ ಕೈಯಿಂದ ಮಾಡಲು ಸಾಧ್ಯವಾಗಿದ್ದು" ಎಂದು ಇ-ಮೇಲ್ ಕಳುಹಿಸಿ, ಕಂಪ್ಯೂಟರ್ ಶಟ್‌ಡೌನ್ ಮಾಡಿ, ಕಾರಿನಲ್ಲಿ ಮನೆಗೆ ಹೊರಟೇಬಿಟ್ಟಳು. ಆಗಿನ್ನೂ ಸಂಜೆಯ ಏಳರ ಸಮಯ. ಮೂರು ದಿನದ ಹಿಂದೆಯೇ ರಾಜು ಅವಳಿಗೆ ಈ ಕೆಲಸ ವಹಿಸಿದ್ದ. ಈ ದಿನವೇ ಅದನ್ನು ಕಳುಹಿಸಬೇಕೆಂದು ಎರಡೆರಡು ಬಾರಿ ಸೂಕ್ಷ್ಮವಾಗಿ ಇ-ಮೇಲಿನಲ್ಲಿಯೇ ಎಚ್ಚರಿಕೆ ಕೊಟ್ಟಿದ್ದ. ಪ್ರಮುಖ ಅಮೆರಿಕನ್ ಕಂಪನಿಗೆ ಪ್ರಥಮ ಬಾರಿ ಕಳುಹಿಸುತ್ತಿರುವ ಪ್ರಪೋಜಲ್ ಅದಾಗಿತ್ತು. ಕ್ಷಿತಿಗೂ ಅದರ ಪ್ರಾಮುಖ್ಯತೆಯ ಅರಿವಿತ್ತು. ಆದರೆ ಕಂಪ್ಯೂಟರ್ ಮುಂದೆ ಕುಳಿತಿದ್ದಾಗ ಮುಂದೇನು ಬರೆಯಬೇಕು ಎನ್ನುವುದೂ ಹೊಳೆಯದಂತೆ ಮನಸ್ಸು ಖಾಲಿಯಾಗಿ, ಇನ್ನು ತನ್ನಿಂದ ಈ ಕೆಲಸ ಸಾಧ್ಯವಿಲ್ಲವೆನ್ನಿಸಿ ಮನೆಗೆ ಹೊರಟುಬಿಟ್ಟಳು. ಕೆಲವೇ ದಿನಗಳಲ್ಲಿ ತನ್ನ ಅಪ್ರೈಜಲ್ ಇರುವಾಗ, ಈ ರೀತಿ ತಾನು ವರ್ತಿಸುತ್ತಿರುವುದು ಅವಳಿಗೇ ನಂಬದ ಸಂಗತಿಯಾಗಿದೆ.

ಇತ್ತೀಚಿನ ದಿನಗಳಲ್ಲಿ ತನ್ನ ಆರೋಗ್ಯ ಸರಿಯಿಲ್ಲ ಎಂಬುದು ಕ್ಷಿತಿಗೆ ಮನದಟ್ಟಾಗಿ ಹೋಗಿದೆ. ಮೈಯೆಲ್ಲಾ ಸುಸ್ತು. ಕೆಲಸ ಮಾಡುವಾಗ ಇನ್ನಿಲ್ಲದಂತೆ

ನಿದ್ದೆ ಆವರಿಸಿಕೊಂಡು ಬಂದು, ಎರಡು ನಿಮಿಷಕ್ಕೊಮ್ಮೆ ಆಕಳಿಕೆ ಬರುತ್ತದೆ. ಆಕಳಿಕೆ ಮತ್ತೊಬ್ಬರಿಗೆ ಗೊತ್ತಾಗಬಾರದೆಂದು ಬಾಯನ್ನು ಮುಚ್ಚಿಕೊಂಡು ಮೂಗಿನಿಂದ ಆಕಳಿಸುತ್ತಾಳೆ. ಕೆಲವೊಮ್ಮೆ ತೂಕಡಿಕೆ ಬಂದಂತಾಗಿ, ಒಂದೇ ನಿಮಿಷಕ್ಕೆ ಯಾರೋ ಕೆನ್ನೆಗೆ ಹೊಡೆದಂತಾಗಿ ಎಚ್ಚರವಾದಾಗ, ಸುತ್ತಮುತ್ತಲಿನವರು ಕೀಬೋರ್ಡ್‌ನ್ನು ಒತ್ತುತ್ತಿರುವ ಸದ್ದು ದಟ್ಟವಾಗಿ ಕೇಳಿಸಿ, ಕಳ್ಳತನದ ಭಾವ ಸುಳಿದು ಹೋಗಿ ಮೈ ಮುದುಡಿಕೊಳ್ಳುತ್ತಾಳೆ. “ಯಾರಾದರೂ ತನ್ನನ್ನು ಗಮನಿಸಿದರೆ?” ಎಂದು ಭಯದಿಂದ ಸುತ್ತಲೂ ನೋಡಿ, ಮತ್ತೆ ಕಂಪ್ಯೂಟರ್‌ನಲ್ಲಿ ಯಾವುದೋ ಸಂಬಂಧವಿಲ್ಲದ ಅಪ್ಲಿಕೇಷನ್ ಅನ್ನು ಶುರು ಮಾಡಿ, ಏನೋ ಗಹನವಾದ ಕೆಲಸವನ್ನು ಮಾಡುತ್ತಿರುವಂತೆ ನಟಿಸುತ್ತಾಳೆ. ಹತ್ತೇ ನಿಮಿಷದಲ್ಲಿ ನಿದ್ದೆ ಮತ್ತೆ ಆವರಿಸಿಕೊಂಡು ಬಂದು, ಕಣ್ಣು ರೆಪ್ಪೆಗಳನ್ನೂ ತೆಗೆಯದಂತಾದಾಗ, ಎದ್ದು ಶೌಚಾಲಯದ ಕಡೆ ಹೆಜ್ಜೆ ಹಾಕುತ್ತಾಳೆ. ಮೂತ್ರ ವಿಸರ್ಜಿಸಿ “ಎಂಟನೆಯ ಸಾರಿ” ಎಂದು ಲೆಕ್ಕ ಹಾಕುವಾಗ “ಡಯಾಬಿಟೀಸ್ ಬಂದುಬಿಟ್ಟಿದೆಯೆ?” ಎಂದು ಒಳಗೊಳಗೇ ಹೆದರಿಕೆ ಶುರುವಾಗುತ್ತದೆ. ಲ್ಯಾಬ್‌ಗೆ ಹೋಗಿ ರಕ್ತ ಪರೀಕ್ಷೆ ಮಾಡಿಸಿಕೊಳ್ಳಬೇಕೆಂಬ ಅರಿವಿದ್ದರೂ ಧೈರ್ಯವಿಲ್ಲ. ಸಮಯ ಸಿಗುತ್ತಿಲ್ಲ ಎಂಬ ಬೇರೊಂದು ನೆಪವನ್ನು ಮನಸ್ಸಿಗೆ ಕೊಟ್ಟು ಸಮಾಧಾನ ಮಾಡಿಕೊಳ್ಳುತ್ತಾಳೆ. ಘಮಘಮಿಸುವ ಸೋಪಿನ ದ್ರವದಿಂದ ಕೈ ಉಜ್ಜಿಕೊಂಡು, ಮುಖಕ್ಕೆ ರಪರಪನೆ ನೀರನ್ನು ಉಗ್ಗಿಕೊಳ್ಳುತ್ತಾಳೆ. ಟಿಶ್ಯೂ ಪೇಪರಿನಲ್ಲಿ ಮುಖ ಒರೆಸಿಕೊಂಡು, ಕನ್ನಡಿಯಲ್ಲಿ ನೋಡಿಕೊಳ್ಳುವಾಗ “ಮೂವತ್ತೈದಕ್ಕೇ ಮುಪ್ಪು ಬಂದುಬಿಟ್ಟಿತೆ?” ಎಂದು ಕಸಿವಿಸಿಯಾಗುತ್ತದೆ. ಕಾಫಿ ಮಾಡಿಕೊಂಡು, ಆಫೀಸಿನ ಹಿತ್ತಲಿನಲ್ಲಿರುವ ಮಲ್ಲಿಗೆಯ ಹಂದರದ ಕೆಳಗೆ ನಿಂತು ಇಷ್ಟಿಷ್ಟೇ ಕಾಫಿ ಹೀರುವಾಗ ನಿದ್ದೆ ಹಾರಿ ಹೋಗಿರುತ್ತದೆ. ಮತ್ತೊಂದು ಕಾಫಿ ಕಪ್ಪನ್ನು ಹಿಡಿದುಕೊಂಡು ಬಂದ ಸಹೋದ್ಯೋಗಿ ಇವಳನ್ನು ನೋಡಿ ನಕ್ಕು “ಬಿಜಿ?” ಎಂದಾಗ, ಬೆಳಗಿನಿಂದ ಒಂದಿಷ್ಟೂ ಕೆಲಸ ತನ್ನಿಂದಾಗಿಲ್ಲವೆಂಬ ಅಳುಕಿನಲ್ಲಿಯೇ “ಯಾ... ಸಿಕ್ಕಾಪಟ್ಟೆ ಕೆಲಸ...” ಎಂದು ಹಲ್ಕಿರಿಯುತ್ತಾಳೆ.

ಕ್ಷಿತಿಯ ಬುದ್ಧಿವಂತಿಕೆ, ಕೆಲಸದಲ್ಲಿನ ದಕ್ಷತೆ, ಪ್ರಾಮಾಣಿಕತೆಯ ಬಗ್ಗೆ ಎರಡು ಮಾತಿಲ್ಲ. ಈವರೆಗೆ ಬದಲಾಯಿಸಿದ ಮೂರೂ ಕಂಪನಿಗಳಲ್ಲೂ ಅವಳ ಬಗ್ಗೆ ಒಳ್ಳೆಯ ಮಾತುಗಳನ್ನು ಹೇಳಲು ಅವಳ ಸಹೋದ್ಯೋಗಿಗಳು ಸಿದ್ಧರಿದ್ದಾರೆ. ಕೆಲಸದ ಮೇಲೆ ಅವಳು ಹೋಗಿದ್ದು ಬಂದ ಅಮೇರಿಕಾ, ಡೆನ್ಮಾರ್ಕ್ ಮತ್ತು ಇಂಗ್ಲೆಂಡಿನಲ್ಲಿಯೂ ಅವಳ ಕಾರ್ಯಶೀಲತೆಯ ಬಗ್ಗೆ ಪ್ರಶಂಸೆಯ ಮಾತುಗಳು ಧಾರಾಳವಾಗಿ ಸಿಕ್ಕಿವೆ. ಪ್ರತಿಯೊಮ್ಮೆ ಕೆಲಸ ಬದಲಾಯಿಸಿದಾಗಲೂ ಭಾರಿ ನೆಗೆತವನ್ನು ಕಂಡ ಸಂಬಳವೇ ಅವಳ ಕೆಲಸದ ಶಕ್ತಿಗೆ ಸಾಕ್ಷಿ. ಇಷ್ಟೆಲ್ಲಾ ಏಕೆ, ಎರಡು ವರ್ಷದ ಕೆಳಗೆ

ಸ್ಟಾಕ್ ಎಕ್ಸಚೇಂಜ್ ಪ್ರಾಜೆಕ್ಟಿನಲ್ಲಿ ಮೈಮೇಲೆ ಭೂತ ಹೊಕ್ಕವಳಂತೆ ಶನಿವಾರ-ಆದಿತ್ಯವಾರಗಳನ್ನೂ ಬಿಡದೆ, ಪ್ರತಿ ದಿನ ಹದಿನಾಲ್ಕು-ಹದಿನೈದು ತಾಸುಗಳ ಕೆಲಸವನ್ನು ಮಾಡಿ, ತನ್ನ ಟೀಮಿನಿಂದಲೂ ಅಷ್ಟೇ ಪ್ರಮಾಣದಲ್ಲಿ ಉತ್ಸಾಹದಲ್ಲಿ ಕೆಲಸ ಮಾಡಿಸಿ ಪ್ರಾಜೆಕ್ಟನ್ನು ಯಶಸ್ವಿಯಾಗಿಸಿದ್ದು ಕಡಿಮೆ ಸಾಧನೆಯೇನೂ ಅಲ್ಲ. ಆದರೆ ಇತ್ತೀಚಿನ ದಿನಗಳಲ್ಲಿ ಆ ಶಕ್ತಿ ಎಲ್ಲಿ ಮಾಯವಾಯಿತು?

ಆಫೀಸಿನಲ್ಲಿ ಈ ರೀತಿ ಕಾಡುವ ನಿದ್ದೆ, ರಾತ್ರಿ ಹಾಸಿಗೆಯಲ್ಲಿ ಮಲಗಿದ ತಕ್ಷಣ ಮರೀಚಿಕೆಯಂತೆ ಮಾಯವಾಗಿಬಿಡುತ್ತದೆ. "ಈ ರಾತ್ರಿ ನಿದ್ದೆ ಬರಲಿಲ್ಲವೆಂದರೆ ಮತ್ತೆ ನಾಳೆ ಆಫೀಸಿನಲ್ಲಿ ಕೆಲಸ ಮಾಡಲಾಗುವುದಿಲ್ಲ" ಎಂಬ ಆತಂಕದಲ್ಲಿ ನಿದ್ದೆ ಇನ್ನಷ್ಟು ದೂರ ಸರಿಯುತ್ತದೆ. ಯಾವಾಗಲೋ ಸ್ವಲ್ಪ ಜೊಂಪು ಹತ್ತಿದಾಗ, ಆಫೀಸಿನ ಪ್ರಾಜೆಕ್ಟ್‌ನ ಶೆಡ್ಯೂಲ್‌ಗಳು ತಮ್ಮ ಡೆಡ್‌ಲೈನ್ ತಪ್ಪಿದಂತಹ ಭಯಾನಕ ಕನಸುಗಳು ಬಿದ್ದು ಧಿಗ್ಗನೆ ಎಚ್ಚತ್ತುಕೊಳ್ಳುತ್ತಾಳೆ. ಪಕ್ಕದಲ್ಲಿ ಗೊರಕೆ ಹೊಡೆಯುತ್ತಿರುವ ಮೋಹನನನ್ನು ನೋಡಿದಾಗ ಅಸೂಯೆಯಾಗುತ್ತದೆ. ಮಲಗುವ ಮುಂಚೆ ಮೈಥುನದಲ್ಲಿ ದೇಹವನ್ನು ದಣಿಸಿದರೆ ನಿದ್ದೆ ಆವರಿಸಿಕೊಂಡು ಬರಬಹುದೆಂಬ ತನ್ನದೇ ವಿಚಿತ್ರ ನಂಬಿಕೆಯಲ್ಲಿ ಮೋಹನನನ್ನು ದಿನವೂ ಇನ್ನಿಲ್ಲದಂತೆ ಪೀಡಿಸುತ್ತಾಳೆ. ಮೈಥುನದ ಉತ್ತುಂಗದಲ್ಲಿಯೂ, "ಈವತ್ತು ನಿದ್ದೆ ಬರಲಪ್ಪಾ ದೇವರೆ" ಎಂದು ಮನಸ್ಸಿನ ಮೂಲೆಯಲ್ಲಿ ಪ್ರಾರ್ಥನೆ ನಡೆದಿರುತ್ತದೆ. "ಪ್ರತೀ ದಿನ ನನ್ನ ಕೈಲಿ ಆಗಲ್ಲ ಹೋಗೇ... ನಿಂದೊಳ್ಳೆ ಹುಚ್ಚು..." ಎಂದು ಮೋಹನ ಕೆಲವೊಮ್ಮೆ ನಿರಾಕರಿಸಿ ನಿದ್ದೆಗೆ ಜಾರಿದಾಗ, ಬಲವಂತದಲ್ಲಿ ಸ್ವರತಿಗೆ ಇಳಿಯುತ್ತಾಳೆ. ಸ್ಖಲನವಾಗಿ ನಿಶ್ಶಕ್ತಿ ಆವರಿಸಿದಾಗ, ಮೋಹನನಿಗೆ ತನ್ನ ಈ ದುಶ್ಚಟ ಗೊತ್ತಾದರೆ ತುಂಬಾ ಅಸಹ್ಯಪಟ್ಟುಕೊಳ್ಳುತ್ತಾನೇನೋ ಎಂಬ ಅಳುಕಾಗುತ್ತದೆ. ಬೆಳಿಗ್ಗೆ ಏಳುವ ಸಮಯಕ್ಕೆ ಸರಿಯಾಗಿ ಸ್ವಲ್ಪ ಜೊಂಪು ಹತ್ತಿರುತ್ತದೆ. ಟ್ರಾಫಿಕ್ ಹೆಚ್ಚಾಗುತ್ತದೆ ಎಂಬ ಕ್ರೂರ ಸತ್ಯದ ಅರಿವಿನಲ್ಲಿ ಮೋಹನ ಅವಳನ್ನು ಎಬ್ಬಿಸುತ್ತಾನೆ. ಎದ್ದು ಕುಳಿತಾಗ ಕೆಲವು ನಿಮಿಷಗಳ ಕಾಲ ತಲೆ "ಧಿಂ" ಎನ್ನುತ್ತಿರುತ್ತದೆ. ಮೈ ಕೈಯೆಲ್ಲಾ ನೋಯುತ್ತಿರುವಾಗಲೇ ಎದ್ದು ಶೌಚಕ್ಕೆ ಹೋಗುತ್ತಾಳೆ. ರಾತ್ರಿಯೆಲ್ಲಾ ನಿದ್ದೆಯಿಲ್ಲದ ಕಾರಣ ಸರಿಯಾಗಿ ಮೋಷನ್ ಆಗಲಿಕ್ಕಿಲ್ಲ ಎಂಬ ದಿನದ ಪ್ರಥಮ ಸಮಸ್ಯೆ ಅವಳನ್ನು ಕಾಡುತ್ತದೆ.

ಯಾವತ್ತೋ ಅಪರೂಪಕ್ಕೆ ಆರು ತಾಸುಗಳ ನಿರಂತರ ನಿದ್ದೆ ಬಂದು ಬಿಟ್ಟ ದಿನ ಕ್ಷಿತಿಯ ಸಂಭ್ರಮಕ್ಕೆ ಕೊನೆಯೇ ಇಲ್ಲ. ಆ ದಿನವೆಲ್ಲಾ ಖುಷಿ-ಖುಷಿಯಲ್ಲಿ ಯಾವುದೋ ಹಾಡನ್ನು ಗುನುಗಿಕೊಳ್ಳುತ್ತಾ ಕುಣಿಯುವ ನಡಿಗೆಯಲ್ಲಿರುತ್ತಾಳೆ. ಅವಳ ಮಾತು, ನಗು, ಓಡಾಟಗಳು ಮನೆಯಲ್ಲಿ ಚಂದದ ವಾತಾವರಣವನ್ನು ಸೃಷ್ಟಿಸಿಬಿಡುತ್ತವೆ. ಮೋಹನನನ್ನು ಬಲವಂತ ಮಾಡಿ ಈಜಲು ಕರೆದುಕೊಂಡು

ಹೋಗುತ್ತಾಳೆ. ಕಾಲೇಜಿನ ದಿನಗಳಲ್ಲಿ ಕ್ಷಿತಿ ಈಜಾಟದಲ್ಲಿ ರಾಜ್ಯವನ್ನೇ ಪ್ರತಿನಿಧಿಸಿ ಸ್ಪರ್ಧಿಸಿ ಚಿನ್ನದ ಪದಕ ಪಡೆದವಳು. ಸಾಫ್ಟ್‌ವೇರ್ ಪ್ರಪಂಚ ಸೇರಿದ್ದೇ ಈಜಾಟವೆಲ್ಲಾ ಮಂಗಮಾಯವಾಗಿಬಿಟ್ಟಿದೆ.

ಮದುವೆಯಾದ ಹೊಸತರಲ್ಲಿ ಯಾರೋ ಬಂಧುಗಳು ತೀರಿಕೊಂಡಿದ್ದರಿಂದ ಹಂಪಿಗೆ ಧರ್ಮೋದಕ ಬಿಡಲು ಇಬ್ಬರೂ ಹೋಗಿದ್ದರು. ಆಗಲೇ ಕ್ಷಿತಿಗೆ ಮೋಹನನಿಗೆ ಈಜಲು ಬರುವುದಿಲ್ಲವೆಂಬುದು ಗೊತ್ತಾಗಿದ್ದು. ಅವನು ಸಂಕೋಚದಲ್ಲಿ ಆ ಸಂಗತಿಯನ್ನು ತಿಳಿಸಿದಾಗ ಕ್ಷಿತಿ ಮುಸಿಮುಸಿ ನಗಲು ಪ್ರಾರಂಭಿಸಿಬಿಟ್ಟಳು. “ಮುಂಚೆಯೇ ಗೊತ್ತಿದ್ರೆ ನಾನು ಮದುವೇನೇ ಆಗ್ತಿರಲಿಲ್ಲ” ಎಂದು ಅವನಿಗೆ ಹೇಳುವಾಗ ನಗು ಒತ್ತಿಕೊಂಡು ಬಂದಿತ್ತು. “ನಮ್ಮೂರಿನಾಗೆ ಕುಡಿಲಿಕ್ಕೇ ನೀರಿಲ್ಲ, ಈಜು ಆಡೋದು ಹೆಂಗೆ?” ಅಂತ ಪೆಚ್ಚು ಮುಖ ಹಾಕಿ ನಿಂತಿದ್ದ ಮೋಹನ ಅವಳಿಗೆ ಅತ್ಯಂತ ಇಷ್ಟವಾಗಿ, ಅವನನ್ನು ಬರಸೆಳೆದು ಲೊಚಲೊಚನೆ ಮುತ್ತು ಕೊಟ್ಟಿದ್ದಳು. ಹಂಪಿಯಲ್ಲಿದ್ದ ಮೂರು ದಿನಗಳ ಕಾಲ ತುಂಗಭದ್ರೆಯಲ್ಲಿ ಅವನಿಗೆ ಈಜು ಕಲಿಸಿದ್ದಳು. ರಾತ್ರಿ ಕಲ್ಲಿನ ಮಂಟಪಗಳಲ್ಲಿ ಮಲಗಿದಾಗ, ಮೋಹನ ಅವಳ ಮೇಲೆ ಸೇಡು ತೀರಿಸಿಕೊಳ್ಳುವಂತೆ ಎರಗುತ್ತಿದ್ದ.

ಬೆಳಿಗ್ಗೆ ಎಂಟಕ್ಕೆ ಮನೆ ಬಿಟ್ಟು ರಾತ್ರಿ ಹತ್ತರ ನಂತರವೇ ಸೇರುವ ಈ ದಿನಚರಿಯಲ್ಲಿ ಈಜುಕೊಳ ಕಣ್ಣಿಗೆ ಕಾಣುವುದೇ ಇಲ್ಲ. ದಿನವೂ ತಪ್ಪದೆ ಈಜಾಡಿದರೆ ಆಕಾಶ ಕಳಚಿ ಬಿದ್ದರೂ ಎಚ್ಚರವಾಗದಂತಹ ನಿದ್ದೆ ಮಾಡಬಹುದೆಂಬ ಸರಳ ಸತ್ಯ ಕ್ಷಿತಿಗೆ ಗೊತ್ತು. ಆದರೆ ಅತ್ಯಂತ ದುಬಾರಿಯಾದ ಸಮಯವನ್ನು ಕೊಳ್ಳುವ ಶಕ್ತಿ ಅವಳ ಇಪ್ಪತ್ತೈದು ಲಕ್ಷದ ಸಂಬಳಕ್ಕೆ ಇಲ್ಲ. ಸಾರ್ವಜನಿಕ ಈಜುಕೊಳಕ್ಕೆ ಹೋದರೆ ಚರ್ಮರೋಗ ಬರಬಹುದೆಂಬ ಅಂಜಿಕೆಯಲ್ಲಿ, ನಲವತ್ತು ಲಕ್ಷ ಕೊಟ್ಟು ಈಜುಕೊಳವಿರುವ ಈ ಅಪಾರ್ಟ್‌ಮೆಂಟ್ ಖರೀದಿಸಿದರೂ, ಈಜಾಟ ಕೈಗೆ ಸಿಗುತ್ತಿಲ್ಲ.

ರಾಜು ನೆಟ್ಟಗಣ್ಣಲ್ಲಿ ಸ್ಟಾಪ್‌ವಾಚ್ ನಿರೀಕ್ಷಿಸುತ್ತಿದ್ದ. ಆ ಹುಡುಗನಿಗೆ ಇಪ್ಪತ್ತು ನಿಮಿಷಗಳ ಕಾಲಾವಧಿ ಕೊಡಲಾಗಿತ್ತು. ಆ ಹುಡುಗ ಆಗೊಮ್ಮೆ, ಈಗೊಮ್ಮೆ ಇವನೆಡೆಗೆ ನೋಡಿ ನಕ್ಕಾಗ ರಾಜುವಿಗೆ ವಿಚಿತ್ರ ಸಂಕಟವಾಗುತ್ತಿತ್ತು. ಕೇವಲ ಬಲಗೈಯಿಂದ ಪ್ರೋಗ್ರಾಂ ಟೈಪಿಸುತ್ತಿದ್ದ ಆ ಹುಡುಗನ ಎಡಗೈ ಯಾವುದೇ ಚಲನೆಯಿಲ್ಲದೆ ಟೇಬಲಿನ ಮೇಲೆ ಕುಳಿತಿತ್ತು. ಇನ್ನು ಕೇವಲ ಐದು ನಿಮಿಷಗಳಲ್ಲಿ ಅವನು ಪ್ರೋಗ್ರಾಂ ಪೂರ್ತಿ ಮಾಡಬೇಕಿತ್ತು.

ರಾಜು ಅವನನ್ನು ಮೊದಲು ದೂರವಾಣಿಯ ಮೂಲಕ ಸಂದರ್ಶನ ಮಾಡಿದ್ದ. ತುಂಬಾ ಬುದ್ಧಿವಂತನೆಂದು ಖುಷಿಯಾಗಿತ್ತು. ತಕ್ಷಣ ಸಂಬಂಧಪಟ್ಟ ಅಧಿಕಾರಿಗಳಿಗೆ ಹೇಳಿ ಅವನಿಗೆ ಸರಿಯಾದ ಸಂಬಳವನ್ನು ನೀಡಿ, ಉದ್ಯೋಗಪತ್ರವನ್ನು ಕೊಡುವಂತೆ ಹೇಳಿದ್ದ. ಮರುದಿನ ಆ ಹುಡುಗ ತನ್ನ ಉದ್ಯೋಗ ಪತ್ರವನ್ನು ಪಡೆದುಕೊಳ್ಳಲು ಬಂದಾಗ ಮಾನವ ಸಂಪನ್ಮೂಲ ಅಧಿಕಾರಿಗಳು ಕಂಗಾಲಾಗಿದ್ದರು. ಅವನಿಗೆ ಎಡಗೈ ಇರಲಿಲ್ಲ! ಹಸಿರು ಬಣ್ಣದ ಪ್ಲಾಸ್ಟಿಕ್‌ನ ಕೈಯೊಂದನ್ನು ಜೋಡಿಸಿಕೊಂಡಿದ್ದ. ರಾಜುವಿಗೆ ಕರೆ ಮಾಡಿ ವಿಷಯ ತಿಳಿಸಿದರು.

ರಾಜು "ಮುಂಚೆಯೇ ನೀನು ನನಗೆ ಈ ವಿಷಯ ಯಾಕೆ ತಿಳಿಸಲಿಲ್ಲ" ಎಂದು ಆ ಹುಡುಗನ ಮೇಲೆ ರೇಗಿದ. "ನಂಗೆ ಒಂದು ಕೈ ಇಲ್ಲ ಅಂತ ನೀವು ಕೇಳದೆ ನಾನು ಹೇಗೆ ಹೇಳಲಿ ಸಾರ್..." ಎಂದು ಆ ಹುಡುಗ ಅಮಾಯಕವಾಗಿ ಉತ್ತರಿಸಿದ್ದ. ರಾಜುಗೆ ಬೇರೆ ದಾರಿ ಕಾಣದೆ ತನ್ನ ಬಾಸ್ ಸಂದೀಪ್ ಬಳಿ ಹೋಗಿ ವಿಷಯವನ್ನು ತಿಳಿಸಿದ. ಸಂದೀಪ್ ಮೊದಲಿಗೆ, "ಇಂತಹ ಅಂಗವಿಕಲ ಕ್ಯಾಂಡಿಡೇಟ್ ನಮಗೆ ಬೇಡವೇ ಬೇಡ" ಎಂದು ಹೇಳಿದ. ರಾಜುವೇ ಬಲವಂತ ಮಾಡಿ, "ಅವನು ಒಂದೇ ಕೈಯಿಂದಲೇ ಪ್ರೋಗ್ರಾಂ ಬರೆದರೆ ನಮಗೇನು ಕಷ್ಟ? ಮುಖ್ಯವಾಗಿ ಅವನಿಗೆ ವೇಗವಾಗಿ ಟೈಪಿಸಲು ಬಂದರೆ ಸಾಕು" ಎಂದು ಒಪ್ಪಿಸಿದ್ದ. ಆದರೆ ಆ ಹುಡುಗನನ್ನು ತೆಗೆದುಕೊಳ್ಳುವುದಕ್ಕೆ ಮುಂಚೆ ಅವನ ಪ್ರೋಗ್ರಾಂ ಬರೆಯುವ ವೇಗವನ್ನು ಪರೀಕ್ಷೆ ಮಾಡಲೇಬೇಕೆಂದು ಇಬ್ಬರೂ ನಿರ್ಧಾರ ಮಾಡಿದರು.

"ಸ್ಟಾಪ್" ಎಂದು ರಾಜು ಹೇಳಿದ. ಆ ಹುಡುಗ ಬಲಗೈಯನ್ನು ಕೀ ಬೋರ್ಡಿನಿಂದ ಹಿಂದಕ್ಕೆ ತೆಗೆದುಕೊಂಡು, ತನ್ನ ಎಡಗೈಯನ್ನು ಬಲಗೈಯಿಂದ ಎತ್ತಿಕೊಂಡ. ರಾಜು ಅವನ ಬಳಿ ಹೋಗಿ, ಪ್ರೋಗ್ರಾಂ ಪರೀಕ್ಷಿಸಿದ. ಪೂರ್ತಿಯಾಗಿರಲಿಲ್ಲ. ಹುಡುಗನ ಕಡೆ ನೋಡಿದ. "ಇನ್ನು ಹತ್ತು ನಿಮಿಷ ಕೊಡಲಿಕ್ಕೆ ಆಗುತ್ತಾ ಸಾರ್? ಪ್ಲೀಜ್..." ಎಂದು ಅಂಗಲಾಚಿದ. ರಾಜುವಿನ ಕರುಳು "ಚುರ್" ಅಂತು. ಆದರೆ ಮನಸ್ಸು ಸಂದೀಪ್ ಇದಕ್ಕೆ ಒಪ್ಪುವುದಿಲ್ಲವೆಂದು ಹೇಳಿತು. ಆ ಹುಡುಗನ ಕೈ ಕುಲುಕಿ "ಕ್ಷಮಿಸು, ನಮ್ಮ ಕಂಪನಿಯ ನಿಯಮಾವಳಿಗಳು ಹೆಚ್ಚಿನ ಸಮಯ ಕೊಡಲು ಅವಕಾಶವನ್ನು ಕೊಡುವುದಿಲ್ಲ. ನಿನಗೆ ಬೇರೆ ಒಳ್ಳೆಯ ಕೆಲಸ ಸಿಗಲಿ ಎಂದು ಹಾರೈಸುತ್ತೇನೆ" ಎಂದ. ಆ ಹುಡುಗ ಕ್ಷೀಣ ಸ್ವರದಲ್ಲಿ "ಥ್ಯಾಂಕ್ಸ್" ಹೇಳಿ ಸಣ್ಣಗೆ ನಕ್ಕ.

ಸೀದಾ ಮಾನವ ಸಂಪನ್ಮೂಲ ಅಧಿಕಾರಿಯ ಬಳಿ ಹೋಗಿ, ಆ ಹುಡುಗನಿಗಾಗಿ ತಯಾರಿಸಿಟ್ಟಿದ್ದ ಉದ್ಯೋಗಪತ್ರವನ್ನು ಹರಿದು ಹಾಕಲು ಹೇಳಿದ. ನಂತರ ಸಂದೀಪನ ಬಳಿ ಹೋಗಿ ಪರೀಕ್ಷೆಯ ಫಲಿತಾಂಶ ತಿಳಿಸಿದ. "ನನಗೆ ಆಗಲೇ ಅನುಮಾನ ಇತ್ತು" ಎಂದು ಹೇಳಿ ಕೈಯಲ್ಲಿದ್ದ ಪೆನ್ನನ್ನು ಕೆಳಕ್ಕೆ ಹಾಕಿ, ಟೇಬಲ್

ಮೇಲೆ ಕೈ ಬೆರಳುಗಳಿಂದ ತಬಲ ಬಡಿದ. "ಇನ್ನು ಮುಂದೆ ನೀನು ವೈಯಕ್ತಿಕವಾಗಿ ಭೇಟಿಯಾಗದ ಹೊರತು ಯಾರಿಗೂ ಉದ್ಯೋಗಪತ್ರ ಕೊಡಬೇಡ. ಅನಾವಶ್ಯಕವಾಗಿ ಮೋಸ ಹೋಗೋದು ಬೇಡ" ಎಂದು ಉಪದೇಶಿಸಿದ.

ತನ್ನ ಟೇಬಲಿಗೆ ಬಂದ ತಕ್ಷಣ ರಾಜು ಯಥಾಪ್ರಕಾರ ಇ-ಮೇಲ್ ಪರೀಕ್ಷಿಸಿದ. ಕ್ಷಿತಿಜಳ "ಕ್ಷಮಿಸು, ಆಗಲಿಲ್ಲ" ಎಂಬ ತಲೆಬರಹದ ಇ-ಮೇಲ್ ನೋಡಿದ್ದೇ ಸಿಟ್ಟು ನೆತ್ತಿಗೇರಿತು. "ಬಿಚ್" ಎಂಬ ಶಬ್ದ ಅವನ ಬಾಯಿಂದ ತಾನಾಗಿಯೇ ಹೊರಟಿತು. "ಬ್ಲಡಿ ಬಿಚ್..." ಎಂದು ಹೇಳಿದಾಗ ಮೈ ಸಣ್ಣಗೆ ಅದರುತ್ತಿತ್ತು. ಆಗಲೇ ಎಂಟೂವರೆಯಾಗಿತ್ತು. ಇನ್ನು ಒಂದೇ ಗಂಟೆಯಲ್ಲಿ ಅಮೆರಿಕಾದಲ್ಲಿ ಬೆಳಗಾಗುತ್ತದೆ. ಅವರು ಕಂಪ್ಯೂಟರ್ ಆನ್ ಮಾಡುವುದರೊಳಗೆ ಅವರ ಮೇಲ್‌ಬಾಕ್ಸ್‌ನಲ್ಲಿ ಪ್ರೊಪೋಜಲ್ ಇರುತ್ತದೆಂದು ಆಗಲೇ ಮಾತು ಕೊಟ್ಟಾಗಿದೆ. ಸ್ವಲ್ಪ ಹೊತ್ತು ಸದ್ದಿಲ್ಲದೆ ಮೌಸ್‌ನಿಂದ ಕಂಪ್ಯೂಟರ್ ಪರದೆಯ ಮೇಲೆ ಚೌಕಗಳನ್ನೆಳೆಯುತ್ತಾ ಕುಳಿತುಕೊಂಡ. ಮನಸ್ಸು ಸ್ಥಿಮಿತಕ್ಕೆ ಬಂತು. ಮನೆಗೆ ಫೋನಾಯಿಸಿದ. ಗೌರಿ ಫೋನೆತ್ತಿಕೊಂಡಳು. ಎರಡು ಕ್ಷಣ ಇವನು ಮಾತನಾಡಲಿಲ್ಲ. ಗೌರಿ ಸಣ್ಣಗೆ ನಕ್ಕಳು. ಇವನೂ ನಕ್ಕ.

"ಯಾಕೆ ನಗ್ತಾ ಇದೀಯ?"

"ಈವತ್ತೂ ತಡವಾಗಿ ಬರ್ತೀನಿ ಅಂತ ಹೇಳೋಕೆ ಎಷ್ಟೊಂದು ಕಷ್ಟ ಪಡ್ತಾ ಇದೀಯ ಅಂತ ನಗು ಬರ್ತಿದೆ" ಎಂದು ಜೋರಾಗಿ ನಕ್ಕಳು. ರಾಜುವಿಗೂ ನಗು ತಡೆಯಲಾಗಲಿಲ್ಲ.

"ಎಷ್ಟೊತ್ತಿಗೆ ಬರ್ತೀಯ?"

"ಹತ್ತಕ್ಕೆ ಹೊರಡ್ತೀನಿ. ನೀನು ಕಾಯಬೇಡ".

"ಹುಷಾರಾಗಿರು. ಆ ರಿಂಗ್ ರೋಡಲ್ಲಿ ಏನೇನೋ ಕ್ರೈಂ ನಡೀತವಂತೆ".

"ಕ್ರೈಂ ಡೈರಿಯಲ್ಲಿ ಬಂತಾ?"

"ಸ್ಟುಪಿಡ್" ಕಿಲ ಕಿಲ ನಕ್ಕಳು. ಆ ನಗುವಿನ ಸದ್ದಿಗೆ ಅವನ ಹೃದಯ ತುಂಬಿ ಬಂತು.

"ಗೌರಿ, ಐ ಲವ್ ಯು..." ಈ ಮಾತನ್ನು ಹೇಳುವಾಗ ರಾಜುವಿನ ಕಣ್ಣು ತೇವಗೊಂಡಿದ್ದವು.

ಒಂದೆರಡು ಕ್ಷಣ ಮೌನ.

"ಐ ಲವ್ ಯು ಟೂ..." ಗೌರಿ ತೇವ ತುಂಬಿದ ಧ್ವನಿಯಲ್ಲಿ ಹೇಳಿ, ಫೋನಿಗೆ ಮುತ್ತಿಟ್ಟಳು.

ಫೋನ್ ಕೆಳಗಿಟ್ಟ ನಂತರ ರಾಜುವಿಗೆ ಪುಟ್ಟಿಯ ಬಗ್ಗೆ ಏನೂ ಕೇಳಲಿಲ್ಲವೆಂದು ಹೊಳೆದು, ತಪ್ಪಿನ ಭಾವನೆಯೊಂದು ಸುಳಿದು ಹೋಗಿ, ತಕ್ಷಣ ಮನೆಗೆ ರಿಡಯಲ್

ಮಾಡಿದ. ಫೋನ್ ಎಂಗೇಜ್ ಆಗಿತ್ತು. ಅಷ್ಟು ಬೇಗನೆ ಯಾರೊಡನೆ ಮಾತನಾಡಲಿಕ್ಕೆ ಶುರು ಮಾಡಿದಳಿವಳು ಎಂದು ಕೋಪ ಬಂತು. ಮತ್ತೊಮ್ಮೆ ರಿಡಯಲ್ ಮಾಡಿದ. ಊಹೂಂ, ಗುಯ್ ಎನ್ನುವ ಸದ್ದು. ಸುಮ್ಮನಾದ. ತಕ್ಷಣ ಅವನ ಫೋನ್ ರಿಂಗ್ ಆಯ್ತು. ಅನುಮಾನವೇ ಇಲ್ಲ, ಆ ಕಡೆಯಿಂದ ಗೌರಿ.

"ಹೇಳೋದು ಮರೆತೆ, ಈವತ್ತು ಪುಟ್ಟಿ ನಿಂತುಗೊಂಡು ಉಚ್ಚೆ ಹೊಯ್ದು ಕಾಲೆಲ್ಲಾ ಗಲೀಜು ಮಾಡಿಕೊಂಡಳು".

"ಅದು ಯಾಕಂತೆ?"

"ಕೂತ್ಕೊಳೆ ಅಂದ್ರೆ ನನ್ನ ಮಾತು ಕೇಳಲಿಲ್ಲ. 'ಅಪ್ಪನ ಥರಾನೇ ಉಚ್ಚೆ ಹೊಯ್ತೀನಿ, ನಿನ್ನ ಥರ ಬೇಡ' ಅಂತ ಹಠ".

ರಾಜು 'ಕಿಸಕ್' ಅಂತ ನಕ್ಕ.

"ಆಫೀಸಿನಲ್ಲಿ ಕೂತು ನಿನಗೆ ನಗೋಕೇನು ಕಷ್ಟ. ಇಲ್ಲಿ ನನಗೆ ಅವಳನ್ನ ಕ್ಲೀನ್ ಮಾಡೋದರಲ್ಲಿ ಸುಸ್ತಾಗ್ತದೆ".

"ನನ್ನೇನೆ ಮಾಡು ಅಂತೀಯ?"

"ಇನ್ನು ಮುಂದೆ ನೀನೂ ಕೂತುಗೊಂಡು...".

"ಥೂ, ಹೋಗೇ..." ರಾಜು ನಾಚಿದ. ಈ ಬಾರಿ ಗೌರಿ ನಕ್ಕಳು.

ಪ್ರೊಪೋಜಲ್ ಮುಗಿಸಿದಾಗ ಸರಿಯಾಗಿ ಹತ್ತು ಗಂಟೆ. ಅದನ್ನು ಇ-ಮೇಲ್ ಮಾಡಿ, ಸ್ವಲ್ಪ ಹೊತ್ತು ಕಾದು, ಅದು ಬೌನ್ಸ್ ಆಗಿಲ್ಲವೆಂದು ಖಾತರಿಪಡಿಸಿಕೊಂಡು, ಕಂಪ್ಯೂಟರ್ ಶಟ್ ಡೌನ್ ಮಾಡಿದ. "ಪ್ರಪೋಜಲ್ ಕಳುಹಿಸಿ ಆಯ್ತು. ನೀನು ಮನೆಯಲ್ಲಿ ಸುಖವಾಗಿ ಉಂಡು ನಿದ್ದೆ ಮಾಡು" ಎಂದು ಕ್ಷಿತಿಗೆ ಎಸ್ಸೆಮ್ಮೆಸ್ ಮಾಡಿದ. ತನಗಿಷ್ಟವಾದ ಬಾಲಮುರುಳಿಯ ಲಾವಂಗಿ ರಾಗದ ಹಾಡನ್ನು ಹಾಕಿ, ಖುಷಿಯಲ್ಲಿ ಸಿಳ್ಳೆ ಹಾಕಿಕೊಂಡು ಬಾಲಮುರುಳಿಗೆ ಸಾಥ್ ಕೊಡುತ್ತಾ ಮನೆಯ ಕಡೆ ಕಾರನ್ನು ಓಡಿಸಿದ.

ತಿರುವಿನ ಬಳಿಯಿರುವ ಬಸ್ ನಿಲ್ದಾಣದಲ್ಲಿ ನಿಂತಿರುವುದು ಅದೇ ಹುಡುಗನಾ ಅಂತ ಅನುಮಾನವಾಯ್ತು. ಆದರೆ ಕಾರಾಗಲೇ ಸ್ವಲ್ಪ ದೂರ ಹೋಗಿಯಾಗಿತ್ತು. ಅವನ ಚಲನೆಯಿಲ್ಲದ ಕೈ ಆ ಕಾರಿನ ವೇಗದಲ್ಲಿಯೂ ಅವನಿಗೆ ಗುರುತು ಸಿಕ್ಕಿತ್ತು. ಮನೆಗೆ ಆಗಲೇ ಹೊತ್ತಾಗಿದೆ ಎಂದು ಮನಸ್ಸು ಹೇಳಿದರೂ, ಕಾರನ್ನು ಹಿಂತಿರುಗಿಸಿಕೊಂಡು ಬಂದು ಬಸ್ ನಿಲ್ದಾಣದ ಬಳಿ ನಿಲ್ಲಿಸಿದ. ಅನುಮಾನವಿಲ್ಲ, ಅದೇ ಹುಡುಗ.

"ಯಾವ ಕಡೆಗೆ ಹೋಗಬೇಕು?"

"ವಿಜಯನಗರ..."

"ಬಾ, ನವರಂಗ್ ತನಕ ಡ್ರಾಪ್ ಮಾಡ್ತೀನಿ"

ಹುಡುಗ ಕಾರನ್ನು ಹತ್ತಿ ಕುಳಿತುಕೊಂಡ. ಕಾರು ಓಡಿತು.

"ಇಲ್ಲಿಂದ ಬಸ್ಸಿನ ಸೌಕರ್ಯ ಇಲ್ಲ. ಒಂದೂವರೆ ಗಂಟೆಯಿಂದ ಕಾದರೂ ಬಸ್ಸಿಲ್ಲ. ಆಟೊ, ಟ್ಯಾಕ್ಸಿ ಈ ಕಡೆ ಬರಲ್ಲ" ಹುಡುಗ ಸಂಕೋಚದಿಂದ ಹೇಳಿದ.

"ನಿನ್ನದೇ ಗಾಡಿಯಲ್ಲಿ ಬಂದಿರ್ತೀಯ ಅಂದುಕೊಂಡೆ".

"ಕೈ ಹೋದ ಮೇಲೆ ನಂಗೆ ಕಾರು ನಡೆಸೋಕೆ ಬರ್ತಾ ಇಲ್ಲ".

"ಓ, ಸಾರಿ. ಮರೆತುಹೋಯಿತು".

"ಪರವಾಯಿಲ್ಲ. ಕಳೆದ ತಿಂಗಳಿನಿಂದ ಆಟೋಗೇರ್ ಕಾರನ್ನು ಓಡಿಸಲು ಕಲೀತಾ ಇದೀನಿ. ಒಂದೆರಡು ತಿಂಗಳಿನಲ್ಲಿ ಬರಬಹುದು ಅನ್ನಿಸ್ತಾ ಇದೆ".

"ಕಂಗ್ರಾಟ್ಸ್"

"ಲೈಸೆನ್ಸ್ ಕೊಡ್ತಾರೋ ಇಲ್ಲವೋ ಎಂಬ ಅನುಮಾನ, ಅಷ್ಟೇ" ಎಂದು ನಕ್ಕ.

ಹುಡುಗ ಸೀಟ್ ಬೆಲ್ಟನ್ನು ಜಗ್ಗಿ ಕೊಕ್ಕೆಗೆ ಸಿಗಿಸಲು ನೋಡಿದ. ಎಳೆದ ಉದ್ದ ಸಾಕಾಗಲಿಲ್ಲ. ಮತ್ತಿಷ್ಟು ಎಳೆಯಲು ಬರದಂತೆ ಬೆಲ್ಟ್ ಸಿಕ್ಕಿಕೊಂಡಿತ್ತು. "ಸಾರ್, ಸ್ವಲ್ಪ ಸಹಾಯ ಮಾಡಿ" ಎಂದ. ರಾಜು ಅವನ ಕಷ್ಟವನ್ನು ಗಮನಿಸಿ, ಅವನೆಡೆ ಬಾಗಿ ತನ್ನ ಎಡಗೈಯಿಂದಲೇ ಬೆಲ್ಟ್ ಎಳೆದ. ಹಾಗೆ ಎಳೆಯುವಾಗ ಅವನ ಮೃದುತ್ವವಿಲ್ಲದ ಪ್ಲಾಸ್ಟಿಕ್ ಕೈ ಇವನ ಕೈಗೆ ತಾಕಿ ಮೈ "ಜುಂ" ಅಂತು. ಹುಡುಗ ಬೆಲ್ಟನ್ನು ಕೊಕ್ಕೆಗೆ ಸಿಕ್ಕಿಸಿ "ಥ್ಯಾಂಕ್ಸ್" ಹೇಳಿದ.

"ನೀನು ತಪ್ಪು ತಿಳಿಯಲ್ಲ ಅಂದರೆ ಒಂದು ಮಾತು. ನೀನು ಈಗಿರೋ ಕಂಪನಿಯಲ್ಲೇ ಯಾಕೆ ಕೆಲಸವನ್ನು ಮುಂದುವರೆಸಬಾರದು?" ರಾಜು ಕೇಳಿದ.

"ನಂಗೂ ಅದೇ ಇಷ್ಟ ಸಾರ್. ಆದರೆ ನಾಲ್ಕು ತಿಂಗಳ ಕೆಳಗೆ ನನ್ನ ಕೈ ಕಡಿದು ಹೋಯಿತು ನೋಡಿ, ಆಗಿನಿಂದ ನನಗೆ ಮೊದಲಿನಂತೆ ವೇಗವಾಗಿ ಕೆಲಸ ಮಾಡಲು ಆಗ್ತಾ ಇಲ್ಲ. ಈಗ ಅವರು ನನ್ನನ್ನು ಕಂಪನಿಯಿಂದ ಓಡಿಸಲು ಪ್ರಯತ್ನ ಮಾಡ್ತಾ ಇದಾರೆ. ನೇರವಾಗಿ ಹಾಗಂತ ಹೇಳಿಲ್ಲ. ಆದರೆ ಗೊತ್ತಾಗುತ್ತಲ್ಲ?"

"ಯಾ..."

"ಹೋದ ವರ್ಷವಷ್ಟೇ ನನಗೆ 'ಬೆಸ್ಟ್ ಎಂಪ್ಲಾಯಿ ಆಫ್ ದಿ ಇಯರ್' ಪ್ರಶಸ್ತಿ ಕೊಟ್ಟವರು, ಈಗ ನನ್ನನ್ನು ಓಡಿಸಲು ನೋಡುತ್ತಿರುವುದು ಎಂಥಾ ವಿಚಿತ್ರ ಅಲ್ಲವಾ ಸಾರ್?"

ರಾಜುವಿಗೆ ಏನೆಂದು ಉತ್ತರಿಸಬೇಕೆಂದು ತಿಳಿಯದೆ ಮಿಸುಕಾಡಿದ.

"ನೀನು ಬಹುಶಃ ಯಾವ ಕಂಪನಿಗೆ ಹೋದರೂ ಈ ವಿಕಲತೆ ನಿನಗೆ ಕೆಲಸ ಕೊಡಿಸಲು ಅಡ್ಡಿ ಆಗಬಹುದು. ಈ ಸಾಫ್ಟ್‌ವೇರ್ ಉದ್ಯೋಗ ಬಿಟ್ಟು ಬೇರೆ

ಏನಾದರೂ ಹುಡುಕಿಕೊಳ್ಳಬಾರದೇಕೆ? ಲೈಕ್ ಟೀಚಿಂಗ್ ಫಾರ್ ಎಗ್ಸಾಂಪಲ್..."

"ನಾಲ್ಕು ವರ್ಷ ಸಾಫ್ಟವೇರ್ ಸಂಬಳದ ರಂಗನ್ನು ಕಂಡು, ಈಗ ಬೇರೆ ಉದ್ಯೋಗಕ್ಕೆ ಹೋದರೆ ಆ ಕಡಿಮೆ ಸಂಬಳ ರುಚಿಸುತ್ತಾ ಸಾರ್?"

"ನೀನು ಹೇಳುವುದು ನೂರಕ್ಕೆ ನೂರು ಸತ್ಯ" ಎಂದು ರಾಜು ನಕ್ಕ.

"ಸಾರ್, ನೋಡ್ತಾ ಇರಿ. ನನಗೆ ಅಪಘಾತವಾಗಿರೋದು ಕೈಗೆ ಹೊರತು ಮಿದುಳಿಗಲ್ಲ. ಸಾಫ್ಟ್‌ವೇರಿನಲ್ಲಿ ಕೆಲಸ ಮಾಡಲು ಬೇಕಿರೋದು ಮಿದುಳೇ ಹೊರತು ಕೈಗಳಲ್ಲ. ಬೆಂಗಳೂರಿನ ಸಾವಿರಾರು ಕಂಪನಿಗಳಲ್ಲಿ ಒಂದಾದರೂ ಕಂಪನಿಗೆ ಈ ಸಾಮಾನ್ಯ ತಿಳುವಳಿಕೆ ಇರುತ್ತೆ ಅಂತ ನನ್ನ ನಂಬಿಕೆ. ಆ ಒಂದು ಕಂಪನಿಗಾಗಿ ನಾನು ಹುಡುಕ್ತೇನೆ. ಸಿಕ್ಕೇ ಸಿಗುತ್ತೆ" ಎಂದು ಆತ್ಮವಿಶ್ವಾಸದ ಮಾತನಾಡಿದ. ರಾಜುವಿಗೆ ಅವನ ಮಾತುಗಳು ಇಷ್ಟವಾದವು. "ಆಲ್ ದಿ ಬೆಸ್ಟ್" ಎಂದು ಹೃತ್ಪೂರ್ವಕವಾಗಿ ಹರಸಿದ.

ಭಂಡ ಧೈರ್ಯದಿಂದ ಹೊರಟಳಾದರೂ, ಗೇಟ್ ದಾಟುವುದರೊಳಗೆ ಕ್ಷಿತಿಗೆ ತಪ್ಪು ಮಾಡಿದ ಭಾವನೆ ದಟ್ಟವಾಗಿ ಕಾಡಲಾರಂಭಿಸಿತು. ಎಂದೂ ಮತ್ತೊಬ್ಬರ ಮೇಲೆ ಕೆಲಸವನ್ನು ಹೇರಿ ತಪ್ಪಿಸಿಕೊಂಡವಳಲ್ಲ. ಅದಕ್ಕೆ ಬದಲಾಗಿ ಇನ್ನೊಬ್ಬರ ಕೆಲಸವನ್ನು ತಾನೇ ವಹಿಸಿಕೊಂಡು ಮಾಡಿದವಳು. ಹಿಂತಿರುಗಿ ಹೋಗಿಬಿಡಲೆ? ಎಂಬ ಅನಿಸಿಕೆ ಒತ್ತರಿಸಿಕೊಂಡು ಬಂತು. ಆದರೆ ಮತ್ತೆ ಕಂಪ್ಯೂಟರ್ ಮುಂದೆ ಕುಳಿತರೆ ಏನೂ ತೋಚದೆ ಮನಸ್ಸು ಖಾಲಿಯಾಗಬಹುದೆಂಬ ಅಳುಕಿನಲ್ಲಿ ಸುಮ್ಮನಾದಳು.

ರಾಜು ಯಾವಾಗಲೂ ಒಂದು ಮಾತು ಹೇಳುತ್ತಿರುತ್ತಾನೆ. "ನನಗೆ ಯಾವ ವಿಷಯಕ್ಕೂ ಬೇಸರವಾಗುವುದಿಲ್ಲ. ಆದರೆ ನನ್ನ ಮಗಳು ರಾತ್ರಿ ಒಂಬತ್ತಕ್ಕೆ ಸರಿಯಾಗಿ ಮಲಗುತ್ತಾಳೆ. ಅದಕ್ಕೆ ಮೊದಲು ಮನೆಗೆ ಹೋಗುವುದಷ್ಟೇ ನನ್ನ ಪ್ರತಿದಿನದ ಗುರಿಯಾಗಿರುತ್ತದೆ. ಅದಕ್ಕೂ ಅಡ್ಡಿಯಾದರೆ ಮಾತ್ರ ಸಿಟ್ಟು ತಡೆದುಕೊಳ್ಳಲಾಗುವುದಿಲ್ಲ" ಎಂಬ ಅವನ ಮಾತುಗಳು ಕ್ಷಿತಿಗೆ ನೆನಪಾಗಿ ಸಣ್ಣಗೆ ಕಂಪಿಸಿದಳು. ಆಫೀಸಿನಲ್ಲಿ ಯಾರಾದರೂ ಮಕ್ಕಳ ಬಗ್ಗೆ ಮಾತನಾಡಿದಾಗ ಏನೂ ಪ್ರತಿಕ್ರಿಯಿಸದೆ ಮೌನವಾಗಿದ್ದುಬಿಡುತ್ತಾಳೆ. ಒಂದೆರಡು ಬಾರಿ ಏನೋ ಹೇಳಲು ಹೋಗಿ, "ನಿಮಗೆ ಗೊತ್ತಾಗಲ್ಲ ಬಿಡಿ..." ಎಂಬ ಅವರ ನೇರ ಮಾತುಗಳು ಹೃದಯಕ್ಕೆ ಗಾಯ ಮಾಡಿವೆ. ಮಕ್ಕಳ ಶಾಲೆಯ ಖರ್ಚು-ವೆಚ್ಚದ ವಿಷಯದ ಬಗ್ಗೆ ಮಾತುಕತೆ

ನಡೆದಾಗಲಂತೂ, ಇವಳಿಗೆ ಅಂತಹ ಯಾವುದೇ ಜವಾಬ್ದಾರಿಗಳಿಲ್ಲವೆಂಬ ಅಸೂಯೆಯ ಕಹಿ ಅವರ ಮಾತುಗಳಲ್ಲಿ ನುಗ್ಗಿರುತ್ತದೆ. ಅವರೆಲ್ಲಾ 'ಪೋಗೋ', 'ಕಾರ್ಟೂನ್ ನೆಟ್‌ವರ್ಕ್' ಚಾನಲ್‌ಗಳ ಬಗ್ಗೆ ಅಧಿಕಾರದಿಂದ ಮಾತನಾಡುವಾಗ, ಇವಳು 'ಝೀ' ಚಾನಲ್‌ನಲ್ಲಿ ನೋಡಿದ ವಿವಾಹೇತರ ಸಂಬಂಧಗಳ ಧಾರಾವಾಹಿಯ ಸಂಗತಿಯನ್ನು ಪ್ರಸ್ತಾಪಿಸಲೋ ಬೇಡವೋ ಎಂಬ ವಿಚಿತ್ರ ಆತಂಕದಲ್ಲಿರುತ್ತಾಳೆ.

ಮೋಹನನಿಗೆ ಮಕ್ಕಳೆಂದರೆ ಪ್ರೀತಿಯೆಂಬುದು ಇವಳಿಗೆ ಗೊತ್ತು. ಯಾವುದಾದರೂ ಪಾರ್ಟಿಗೆ ಹೋದಾಗ ಅಲ್ಲಿಗೆ ಬಂದ ಸಹೋದ್ಯೋಗಿಗಳ ಮಕ್ಕಳನ್ನು ಆಟ ಆಡಿಸುವುದರಲ್ಲಿ ಸಂಪೂರ್ಣವಾಗಿ ಮೈ ಮರೆಯುತ್ತಾನೆ. ತನ್ನ ಒಳಗುದಿಯನ್ನು ತೋರಗೊಡದೆ, ಇವಳು ಕೂಡಾ ಅವನ ಜೊತೆ ಸೇರಿ ಮಕ್ಕಳನ್ನು ಆಟ ಆಡಿಸುವ ನಾಟಕ ಮಾಡಿಬಿಡುತ್ತಾಳೆ. ಆದರೆ ಸ್ವಂತ ಮಗುವನ್ನು ಮಾಡಿಕೊಳ್ಳುವ ಧೈರ್ಯ ಮಾತ್ರ ಬಂದಿಲ್ಲ. "ಮಗು ಮನೆಯಲ್ಲಿದೆ, ಸಂಜೆ ಆರಕ್ಕಿಂತ ಹೆಚ್ಚಿಗೆ ಆಫೀಸಿನಲ್ಲಿರುವುದು ನನಗೆ ಸಾಧ್ಯವಿಲ್ಲ", "ವೀಕೆಂಡಿನಲ್ಲಿ ಬರೋದಕ್ಕೆ ಆಗಲ್ಲ" ಎಂದು ಅಂಗಲಾಚುವುದು ಮಾತ್ರ ಕ್ಷಿತಿಗೆ ಕನಸಿನಲ್ಲೂ ಸಾಧ್ಯವಿಲ್ಲ. ಪತ್ರಿಕೆಯಲ್ಲಿ ಆಗಾಗ ಬರುವ ಲೇಖನಗಳಲ್ಲಿ ಕಾರ್ಪೊರೇಟ್ ಜಗತ್ತಿನಲ್ಲಿ ಸಾಧಿಸುವುದಕ್ಕಾಗಿ ಮದುವೆಯಾಗದೆ ಉಳಿದವರ ಸಂದರ್ಶನ ಓದುವಾಗ, "ತಾನು ಮೋಹನನನ್ನು ಮದುವೆಯಾಗಿ ದುಡುಕಿಬಿಟ್ಟೆನೇನೋ..." ಎಂಬ ಅನುಮಾನ ಶುರುವಾಗುತ್ತದೆ. ಕೆಲವೊಮ್ಮೆ ಮೋಹನನ ಮಕ್ಕಳ ಪ್ರೀತಿಯನ್ನು ಗಮನಿಸಿದಾಗ, ಸುಮ್ಮನೆ ಇವನಿಗೆ ಬೇರೆ ಮದುವೆಯಾಗೆಂದು ಹೇಳಿ ತಾನು ಒಬ್ಬಂಟಿಯಾಗಿ ಉಳಿದುಬಿಡಲೆ ಎಂಬ ಆಲೋಚನೆ ನುಗ್ಗಿ ಬರುತ್ತದೆ.

ಮಾರತ್‌ಹಳ್ಳಿಯ ಸೇತುವೆಯ ಮೇಲೆ ಎರಡೂ ದಿಕ್ಕಿನಿಂದ ಒಂದೊಂದು ಲಾರಿಗಳು ಕೆಟ್ಟು ನಿಂತಿದ್ದವು. ಲಾರಿಗಳ ಗಾಲಿಗಳಿಗೆ ಕಲ್ಲನ್ನಿಟ್ಟು, ಡ್ರೈವರ್ ಮತ್ತು ಕ್ಲೀನರ್‌ಗಳು ಜೊತೆಯಲ್ಲಿ ಸಿನಿಮಾ ನೋಡಲು ಹತ್ತಿರದ ಮಲ್ಟಿಪ್ಲೆಕ್ಸ್‌ಗೆ ಹೋಗಿಬಿಟ್ಟಿದ್ದರು. ಈ ಬದಿ ಬ್ರೂಕ್ ಫೀಲ್ಡ್ಸ್‌ವರೆಗೆ ಗಾಡಿಗಳು ಚಲಿಸದೆ ನಿಂತುಬಿಟ್ಟಿದ್ದವು. ಆ ಬದಿ ಮಾರತ್‌ಹಳ್ಳಿಯ ಬಜಾರದವರೆಗೆ ಗಾಡಿಗಳು ನಿಂತುಬಿಟ್ಟಿದ್ದವು. ಆಕಾಶದಲ್ಲಿ ಆಗೊಮ್ಮೆ ಈಗೊಮ್ಮೆ ಹಾರಾಡುತ್ತಿದ್ದ ವಿಮಾನಗಳಲ್ಲಿ ಕುಳಿತ ಪ್ರಯಾಣಿಕರು ಬೆಳಕಿನ ಇಷ್ಟುದ್ದದ ರೇಖೆಯನ್ನು ನೋಡಿ 'ವಂಡರ್‌ಫುಲ್' ಎಂದು ಉದ್ಗಾರ ಮಾಡುತ್ತಿದ್ದರು. ಹತ್ತಿರದಲ್ಲಿದ್ದ ಪೆಟ್ರೋಲ್ ಬಂಕಿನಲ್ಲಿ ಬೆಳಗಿನಿಂದ ದುಡಿದು ಸುಸ್ತಾಗಿದ್ದ ಹುಡುಗ–ಹುಡುಗಿಯರು ಇನ್ನೆರಡು ಗಂಟೆಗಳ ಕಾಲ ಯಾವ ಗಾಡಿಯೂ ಬರುವುದಿಲ್ಲವೆಂಬ ಖುಷಿಯಲ್ಲಿ ಅಂತ್ಯಾಕ್ಷರಿ ಶುರು ಮಾಡಿದ್ದರು. ಸ್ವಂತ ಗಾಡಿಯನ್ನು ಕೊಳ್ಳಲಾಗದ ಅದೃಷ್ಟವಂತರು ಸಿಟಿಬಸ್ಸಿನಿಂದ ಕೆಳಗಿಳಿದು,

ಸೇತುವೆಯನ್ನು ದಾಟಿ, ಆ ಬದಿಯ ಸಿಟಿಬಸ್ಸನ್ನು ಹತ್ತಿ ಮನೆ ಸೇರಿಕೊಂಡು ಬಿಟ್ಟರು. ಎಫ್.ಎಂ. ಬಾನುಲಿ ನಿಲಯವೊಂದು ವಿಷಯ ಗೊತ್ತಾಗಿದ್ದೇ ವಿಶೇಷ ಕಾರ್ಯಕ್ರಮವನ್ನು ಪ್ರಾರಂಭಿಸಿ "ಹರ್ ಪಲ್ ಯಹಾ, ಜೀ ಭರ್ ಜಿಯೋ... ಕಲ್ ಹೊ ನ ಹೋ..." ಎಂಬ ಶೀರ್ಷಿಕೆ ಗೀತೆಯನ್ನು ಶುರುವಿಟ್ಟರು. ಊಟ ಮಾಡಲು ಹಠ ಮಾಡುತ್ತಿದ್ದ ಮಗುವನ್ನು ತಾಯಿಯೊಬ್ಬಳು ಅಪಾರ್ಟ್‌ಮೆಂಟಿನ ತಾರಸಿಗೆ ಎತ್ತಿಕೊಂಡು ಹೋಗಿ, "ಅಕೋ, ಅಲ್ಲಿ ನೋಡಲ್ಲಿ ತಮಾಷಿ..." ಎಂದು ಗಾಡಿಗಳ ಸಾಲುದೀಪಗಳನ್ನು ತೋರಿಸಿದ ತಕ್ಷಣ ಚಪ್ಪಾಳೆ ಹೊಡೆದ ಮಗು ಗದ್ದಲವಿಲ್ಲದೆ ತುತ್ತನ್ನು ನುಂಗಲಾರಂಭಿಸಿತು. ತನ್ನ ಇಪ್ಪತ್ತಾರೂ ಬೋಗಿಗಳನ್ನು ಜಗಮಗಿಸುವ ದೀಪದಲ್ಲಿ ಬೆಳಗಿಸಿಕೊಂಡು ಸೇತುವೆಯ ಕೆಳಗೆ ರೈಲೊಂದು ಹೊರಟಾಗ, ಮೊಬೈಲ್ ಕಂಪನಿಯ ಟವರಿನ ತುತ್ತ ತುದಿಯನ್ನು ರಿಪೇರಿಗಾಗಿ ಹತ್ತಿ ಕುಳಿತಿದ್ದ ವ್ಯಕ್ತಿಗೆ ಆ ಎರಡು ಬೆಳಕಿನ ರೇಖೆಗಳ ಸಮ್ಮಿಲನದ ದೃಶ್ಯ ಏಸುವಿನ ಪವಿತ್ರ ಶಿಲುಬೆಯಂತೆ ಕಂಡು ಭಕ್ತಿಯಿಂದ ಕೈ ಮುಗಿದ. ನೂರಾರು ಕಿಲೋ ಮೀಟರ್ ವೇಗದಲ್ಲಿ ಓಡುವ ಜಂಗಮ ಶಕ್ತಿಯ ಗಾಡಿಗಳೆಲ್ಲಾ ಮಂತ್ರದಂಡ ಕಳೆದುಕೊಂಡ ಮಾಂತ್ರಿಕನಂತೆ ಸದ್ದಿಲ್ಲದೆ ಸ್ಥಾವರ ಸ್ಥಿತಿಯನ್ನು ತಲುಪಿದ್ದವು.

ಕ್ಷಿತಿಯ ಪ್ರಕಾರ ಟ್ರಾಫಿಕ್ ಜಾಂನ ಮುಖ್ಯ ಸಮಸ್ಯೆಯೆಂದರೆ ಮೂತ್ರದ್ದು. ಸುತ್ತಮುತ್ತಲ ಗಾಡಿಗಳು ಪೂರ್ತಿಯಾಗಿ ನಿಲ್ಲಿಸಲೂ ಆಗದೆ, ವೇಗವಾಗಿ ಚಲಿಸಲೂ ಆಗದೆ ಪ್ರಥಮ ಗೇರಿನಲ್ಲಿ ಕೆಟ್ಟ ಹೊಗೆಯುಗುಳುತ್ತಾ ಅನಾವಶ್ಯಕವಾಗಿ ಹಾರ್ನ್ ಮಾಡುತ್ತಾ ನಿಂತಾಗ, ಕಾರಿನ ಕಿಟಕಿಯನ್ನು ತೆಗೆದು ಕೂಡುವಂತಿಲ್ಲ. ಕಿಟಕಿಯ ಗಾಜನ್ನು ಏರಿಸಿ ಹವಾನಿಯಂತ್ರಣವನ್ನು ಹಾಕಿಕೊಂಡರೆ ಒಂದರ್ಧ ಗಂಟೆ ಹೊರಪ್ರಪಂಚದಿಂದ ತಪ್ಪಿಸಿಕೊಂಡ ಹಾಗನ್ನಿಸಿದರೂ, ಆ ಹವಾನಿಯಂತ್ರಣದ ಚಳಿಗೆ ಸ್ವಲ್ಪೇ ಹೊತ್ತಿನಲ್ಲಿ ಮೂತ್ರ ಒತ್ತಿಕೊಂಡು ಬರುತ್ತದೆ. ಗಂಡಸರು ಯಾವ ಎಗ್ಗಿಲ್ಲದೆ ರಸ್ತೆಯ ಬದಿಗೆ ಹೋಗಿ ಜಲಬಾಧೆ ತೀರಿಸಿಕೊಳ್ಳುವಾಗ ಸಿಟ್ಟು ಬರುತ್ತದೆ. ಯಾರು ಏನಾದರೂ ಅಂದುಕೊಳ್ಳಲಿ ಎಂದು ಮುಲಾಜಿಲ್ಲದೆ ತಾನೂ ರಸ್ತೆಯ ಬದಿ ಕುಳಿತು ಬಂದುಬಿಡಲೆ ಎಂಬ ಹಠ ಮೂಡುತ್ತದಾದರೂ ಧೈರ್ಯವಿಲ್ಲ.

ಸೇತುವೆಯ ಮೇಲೆ ಕೆಟ್ಟು ನಿಂತ ಲಾರಿಗಳ ಬಳಿಗೆ ಇಂಚಿಂಚೇ ಚಲಿಸುತ್ತಾ ಬರುವ ವೇಳೆಗೆ ಮೂತ್ರದ ಅವಸರದಿಂದಾಗಿ ಕ್ಷಿತಿಗೆ ತಲೆನೋವು ಬಂದಿತ್ತು. ಕ್ಲಚ್, ಬ್ರೇಕ್‌ಗಳನ್ನು ಒತ್ತಿ ಒತ್ತಿ ಕಾಲು ನೋಯಲಾರಂಭಿಸಿದ್ದವು. ಅಕ್ಕಪಕ್ಕದ ಗಾಡಿಗಳಿಗೆ ತಾಕದಂತೆ ಮಡಿಯಲ್ಲಿ ಗಾಡಿಯನ್ನು ಓಡಿಸಿ ಮನಸ್ಸು ಸಂಯಮ ಕಳೆದುಕೊಳ್ಳುತ್ತಿತ್ತು. ಯಾವುದೇ ಗಳಿಗೆಯಲ್ಲಿ ತನ್ನ ಹತೋಟಿ ತಪ್ಪಿ ಗಾಡಿ ಹಿಂದಕ್ಕೆ ಉರುಳಿಬಿಡುತ್ತದೇನೋ ಎಂಬ ಭಯದಲ್ಲಿ ನಿಮಿಷಕ್ಕೊಮ್ಮೆ ಹ್ಯಾಂಡ್ ಬ್ರೇಕನ್ನು

ಹಾಕುತ್ತಿದ್ದಳು. ಮೋಹನ ಆಗಲೇ ಉಂಡು ಮಲಗಿರಬಹುದು ಎನ್ನುವ ಆಲೋಚನೆ ಮನಸ್ಸಿನ ಮೂಲೆಯಲ್ಲಿ ಕಿರಿಕಿರಿ ಮಾಡುತ್ತಿತ್ತು. ಸ್ವಂತ ಮನೆಗೆ ಅವನ ಆಫೀಸ್ ಹತ್ತಿರ. ಯಾವುದೇ ಟ್ರಾಫಿಕ್ ಜಾಂಗಳ ತೊಂದರೆಯಿಲ್ಲದಂತೆ ಹತ್ತು ನಿಮಿಷಗಳಲ್ಲಿ ಬಂದುಬಿಡುತ್ತಾನೆ. ಕ್ಷಿತಿಯ ಮೊದಲ ಆಫೀಸು ಮನೆಗೆ ಹತ್ತಿರದಲ್ಲಿಯೇ ಇತ್ತು. ಆದರೆ ಈ ಹೊಸ ಕಂಪನಿಯವರು ಮೂರು ಲಕ್ಷ ಹೆಚ್ಚು ಆಫರ್ ಮಾಡಿದಾಗ ಬೆಳಿಗ್ಗೆ ಸಂಜೆಯ ಇಪ್ಪತ್ತೈದು ಮೈಲಿಯ ಓಡಾಟ ಅಂತಹ ಕಷ್ಟದ್ದೆನ್ನಿಸಿರಲಿಲ್ಲ. ದಿನಕ್ಕೆ ಅಬ್ಬಬ್ಬಾ ಎಂದರೂ ನಾಲ್ಕು ಲೀಟರ್ ಪೆಟ್ರೋಲ್ ಖರ್ಚಾಗಬಹುದೆಂದು ಊಹಿಸಿ, ತನ್ನ ಎಕ್ಸೆಲ್ ಶೀಟಿನಲ್ಲಿ ನಾಲ್ಕು ಸಾವಿರಕ್ಕೂ ಹೆಚ್ಚಿನ ಖರ್ಚು ಬರಲಿಕ್ಕಿಲ್ಲವೆಂಬ ತನ್ನ ಕರಾರುವಾಕ್ ಲೆಕ್ಕವನ್ನು ಮೋಹನನಿಗೆ ತೋರಿಸಿ ಹೊಸ ಆಹ್ವಾನವನ್ನು ಹೆಮ್ಮೆಯಿಂದ ಒಪ್ಪಿಕೊಂಡಿದ್ದಳು. ಇತ್ತೀಚೆಗೆ ಮಾತ್ರ ಒಂದೆರಡು ಬಾರಿ ಈಗಿರುವ ಮನೆ ಮಾರಿ, ಮೋಹನ ಮತ್ತು ತನ್ನ ಆಫೀಸಿನ ಮಧ್ಯದಲ್ಲಿ ಬೇರೊಂದು ಮನೆ ಕೊಳ್ಳೋಣ ಎಂದು ಮೋಹನನ ಮುಂದೆ ಅಳುಕುತ್ತಲೇ ಆಡಿದ್ದಾಳೆ. ಅವನು ಅಷ್ಟಾಗಿ ಆಸಕ್ತಿಯನ್ನು ತೋರಿಸಿಲ್ಲ.

ತೀರಾ ಹತ್ತಿರಕ್ಕೆ ಬರುವ ತನಕ ಕ್ಷಿತಿಗೆ ಸೇತುವೆಯ ಮೇಲೆ ಅದೇನಾಗಿದೆ ಎಂಬುದು ಗೊತ್ತಿರಲಿಲ್ಲ. ಭಾರೀ ಅಪಘಾತವೇ ನಡೆದು ಸಾವು ನೋವುಗಳಾಗಿರಬೇಕೆಂದು ಊಹಿಸಿದ್ದವಳಿಗೆ ಕೇವಲ ಎರಡು ಲಾರಿಗಳು ಕೆಟ್ಟು ನಿಂತಿದ್ದರಿಂದ ಆದ ತೊಂದರೆ ಇದೆಂದು ಅರಿವಾದಾಗ ಸ್ವಲ್ಪ ನಿರಾಸೆಯಾಯಿತು. ಜೊತೆಯಲ್ಲಿಯೇ ತನಗೆ ನಿರಾಸೆಯ ಭಾವ ಮೂಡಿದ್ದು ಗೊತ್ತಾಗಿ "ನಾನೆಷ್ಟು ಕ್ರೂರವಾಗಿ ಆಲೋಚಿಸುತ್ತೇನೆ" ಎಂದು ತನ್ನ ಬಗ್ಗೆಯೇ ಬೇಸರವೂ ಆಯ್ತು. ಎರಡೂ ಲಾರಿಗಳ ಮಧ್ಯದಲ್ಲಿ ಒಂದೊಂದೇ ವಾಹನವು ತಾಯಿಯ ಗರ್ಭದಿಂದ ಹೊರಬರುವ ಶಿಶುವಿನಂತೆ ಅತ್ಯಂತ ಕಷ್ಟದಿಂದ ಬಂದು, ಶಾಪ ವಿಮೋಚನೆಯಾದಂತೆ ವೇಗವಾಗಿ ಓಡುತ್ತಿದ್ದವು. ಯಾರೋ ಹಳ್ಳಿಯ ಯುವಕರಿಬ್ಬರು ಸ್ವಂತ ಆಸಕ್ತಿಯಿಂದ ಅಲ್ಲಿ ನಿಂತು ಆ ಬದಿಯ ಮತ್ತು ಈ ಬದಿಯ ವಾಹನಗಳನ್ನು ಕ್ರಮವಾಗಿ ಬಿಡುವ ಟ್ರಾಫಿಕ್ ಪೊಲೀಸ್‌ನ ಕಾಯಕವನ್ನು ಖುಷಿಯಿಂದ ಮಾಡುತ್ತಿದ್ದರು. ಕ್ಷಿತಿ ಲಾರಿಗಳ ಹತ್ತಿರಕ್ಕೆ ಬರುವ ತನಕ ಎಲ್ಲವೂ ಸುಸೂತ್ರ ನಡೆದಿತ್ತು.

ಕಾಲ್‌ಸೆಂಟರಿನ ಬಿಳಿಯ ಟಾಟಾ ಸುಮೋ ಗಾಡಿಯೊಂದು ಇದ್ದಕ್ಕಿದ್ದಂತೆ ಆವೇಶಗೊಂಡಂತೆ ಟ್ರಾಫಿಕ್‌ನ ಮಧ್ಯದಿಂದ ನುಗ್ಗಿ ಸೀದಾ ರಸ್ತೆಯ ಬದಿಯ ತಪ್ಪು ದಿಕ್ಕಿನಲ್ಲಿ ನುಗ್ಗಿ ಬಂತು. ಅದು ನುಗ್ಗಿದ್ದು ನೋಡಿದ್ದೇ ಉಳಿದ ಗಾಡಿಗಳು ನಾವೇನು ಕಡಿಮೆ ಎನ್ನುವಂತೆ ಅದರ ಹಿಂದೆಯೇ ನುಗ್ಗಿ ಬಂದವು. ಆ ಕಡೆಯ ರಸ್ತೆಯಿಂದ ಒಂದೂ ವಾಹನ ಬರಲಾರದಂತೆ ಇಡೀ ರಸ್ತೆಯ ತುಂಬಾ ವಾಹನಗಳು

ನಿಂತುಬಿಟ್ಟವು. ಟ್ರಾಫಿಕ್ ಡೆಡ್‌ಲಾಕ್ ಆಯ್ತು. ಈ ಕಡೆಯವರು ಈ ಕಡೆ, ಆ ಕಡೆಯವರು ಆ ಕಡೆ!

ಕ್ಷಿತಿಗೆ ಕೋಪ ನುಗ್ಗಿ ಬಂತು. ಕಾರಿನಿಂದಿಳಿದು ಆ ಕಾಲ್‌ಸೆಂಟರ್ ಗಾಡಿಯ ಹತ್ತಿರ ಹೋದಳು. ಸಣಕಲು ವ್ಯಕ್ತಿಯೊಬ್ಬ ಗಾಡಿ ನಡೆಸುತ್ತಿದ್ದ. ಗಾಡಿಯ ತುಂಬಾ ಕಾಲ್‌ಸೆಂಟರಿನ ಹದಿಹರೆಯದವರು ಕುಳಿತಿದ್ದರು. ಕ್ಷಿತಿ ಹೋಗಿ ಅವನ ಕಿಟಕಿಯ ಗಾಜಿಗೆ ಬಡಿದಳು. ಅವನು ಗಾಜನ್ನು ಇಳಿಸಿದ. “ಅಲ್ಲಯ್ಯಾ, ಹಂಗೆ ಜಿರಲೆ ನುಗ್ಗಿದಂಗೆ ನುಗ್ಗಿಸಿಕೊಂಡು ಬಂದಿಯಲ್ಲಾ, ಈಗ ಎತ್ಲಾ ಕಡೆ ಹೋಗೋದು ನಾವು. ರಾಂಗ್ ಸೈಡ್‌ನಲ್ಲಿ ಬರಬಾರದು ಅಂತ ಗೊತ್ತಾಗಲ್ಲವಾ?” ಎಂದು ದಬಾಯಿಸಿದಳು.

ಹೆಂಗಸೊಬ್ಬಳು ತನ್ನ ಮೇಲೆ ಆವಾಜ್ ಹಾಕುತ್ತಿರುವುದು ಆ ಸಣಕಲನಿಗೆ ಸರಿ ಬರಲಿಲ್ಲ. ಹದಿಹರೆಯದ ಹುಡುಗಿಯರ ಮುಂದೆ ಹೀಗೆ ಆಕೆ ಬೈದಿದ್ದು ಅವನ ಪುರುಷ ಅಹಂಗೆ ಪೆಟ್ಟು ಕೊಟ್ಟಂತಾಗಿತ್ತು. ಎಲ್ಲಾ ಮರ್ಯಾದೆಗಳನ್ನು ಬದಿಗಿಟ್ಟು, “ಲೆ ಹೋಗೇ, ನನಗೆ ಹೆಂಗೆ ಬೇಕೋ ಹಂಗೆ ಓಡಿಸ್ತೀನಿ. ನೀನು ಯಾವಳೆ ದೊರೆಸಾನಿ ಕೇಳೋಕೆ” ಅಂತ ತೀರಾ ಏಕವಚನದಲ್ಲಿ ಎದುರಾಡಿದ. ಅವನ ಅದೃಷ್ಟ ನೆಟ್ಟಗಿರಲಿಲ್ಲ. ಕ್ಷಿತಿಗೆ ಅದೆಲ್ಲಿ ಒಳಗೆ ಅಂತಹ ಸಿಟ್ಟು ಅಡಗಿ ಕುಳಿತಿತ್ತೋ ದೇವರೇ ಬಲ್ಲ. ಕಿಟಕಿ ಒಳಗೆ ಕೈ ಹಾಕಿ, ಬಾಗಿಲು ತೆಗೆದು, ಇಂಜಿನ್ ಆಫ್ ಮಾಡಿದಳು. ಆ ಸಣಕಲನನ್ನು ಒಂದೇ ಕೈಯಿಂದಲೇ ಹೊರಕ್ಕೆಳೆದು, ಅವನು “ಏಯ್, ಏಯ್...” ಎನ್ನುವುದರೊಳಗೆ ರಪರಪನೆ ಬಾರಿಸಿದಳು. ಈಜಾಡಿ ಹದಗೊಳಿಸಿದ ಶಕ್ತಿ ಇನ್ನೂ ದೇಹದಲ್ಲಿ ಇತ್ತು. ಸಣಕಲನಿಗೆ ಅನಿರೀಕ್ಷಿತಕ್ಕೆ ತಿರುಗಿ ಬೀಳಲೂ ಆಗದಂತೆ ತಲೆ, ಬೆನ್ನು, ಭುಜ, ಕುಂಡೆ ಒಂದನ್ನೂ ಬಿಡದೆ ಬಾರಿಸಿದಳು. ಗಾಡಿಯಲ್ಲಿ ಕುಳಿತಿದ್ದ ಹುಡುಗರು “ಮೈ ಗಾಡ್...”, “ಶಿಟ್ ಮ್ಯಾನ್...” ಎಂದೆಲ್ಲಾ ಇಂಗ್ಲೀಷಿನಲ್ಲಿ ಉದ್ಗಾರ ಮಾಡುತ್ತಾ ಕುಳಿತುಬಿಟ್ಟರು. ಸಣಕಲನೇ, “ಬಿಡಮ್ಮೋ... ಹೊಡಿಬ್ಯಾಡ ಬಿಡಮ್ಮೋ...” ಎಂದು ಬಹುವಚನದಲ್ಲಿ ಅಂಗಲಾಚಿದ. ಸುತ್ತಮುತ್ತಲೆಲ್ಲಾ ಜನ ಸೇರಿ ಕ್ಷಿತಿಯನ್ನು ಬಿಡಿಸಲು ಪ್ರಯತ್ನಿಸಲಾರಂಭಿಸಿದರು. ಸಣಕಲ ಆ ಎಳೆದಾಟದಲ್ಲಿ ನುಣುಚಿಕೊಂಡು ಟ್ರಾಫಿಕ್ ಮಧ್ಯದಲ್ಲಿ ತಪ್ಪಿಸಿಕೊಂಡು ಓಡಿದ. ಕ್ಷಿತಿ ಅಲ್ಲಿಗೇ ಸುಮ್ಮನಾಗದೆ, ಅವನನ್ನು ಅಟ್ಟಿಸಿಕೊಂಡು ಹೋದಳು.

ಲಾರಿಗಳ ಮಧ್ಯದಲ್ಲಿ ಅಕ್ಕ-ಪಕ್ಕ ಹೊಡೆಸಿಕೊಳ್ಳದೆ ನುಸುಳಿ, ರಿಂಗ್ ರೋಡ್‌ಗೆ ಬರುವ ಹೊತ್ತಿಗೆ ಇನ್ನರ್ಧ ಗಂಟೆ ಬೇಕಾಯಿತು. ಟ್ರಾಫಿಕ್ ದಾಟಿ ಕಾರು ವೇಗ

ಪಡೆದುಕೊಂಡಿದ್ದೇ, ಕ್ಷಿತಿಗೆ ಕಣ್ಣಿಂದ ಬಳಬಳ ನೀರು ಬರಲಾರಂಭಿಸಿತು. ರಸ್ತೆ ಸರಿಯಾಗಿ ಕಾಣದಂತಾಗಿ, ಅಂಚಿಗೆ ಕಾರನ್ನು ತಂದು ನಿಲ್ಲಿಸಿದಳು. ಸ್ಟೀರಿಂಗ್ ವ್ಹೀಲ್ ಮೇಲೆ ತಲೆಯಿಟ್ಟು ಸಾಕಷ್ಟು ಹೊತ್ತು ಅತ್ತಳು. ಕಾರು, ಲಾರಿ, ಜೀಪುಗಳು ಅವಳ ಅಳುವಿನ ಸದ್ದನ್ನು ಹತ್ತಿಕ್ಕಿ ಓಡುತ್ತಿದ್ದವು.

ಸ್ಟೀರಿಂಗ್ ವ್ಹೀಲ್‌ಗೆ ಸ್ವಲ್ಪ ಜೋರಾಗಿ ತಲೆ ತಿಕ್ಕಿದ್ದರಿಂದ ಹಾರ್ನ್ ಸದ್ದು ಮಾಡಿ, ಕ್ಷಿತಿ ಎಚ್ಚೆತ್ತಳು. ಹೀಗೆ ರಸ್ತೆಯ ಮಧ್ಯೆ ಅಳುತ್ತಾ ಕುಳಿತಿರುವುದು ಎಂತಹ ಅವಮಾನಕರ ಸಂಗತಿ ಎಂದು ನಾಚಿಕೆಯಾಗಿ ಕಣ್ಣು ಒರೆಸಿಕೊಂಡಳು. ಯಾರಾದರೂ ನೋಡಿಬಿಟ್ಟರೆ? ಎಂಬ ಭಯದಲ್ಲಿ ಸುತ್ತಲೂ ಕಣ್ಣಾಡಿಸಿದಳು. ರಸ್ತೆಯ ಆ ಬದಿಯಲ್ಲಿ ಕಲ್ಯಾಣ ಮಂಟಪವೊಂದಿತ್ತು. ಬೆಳಕಿನ ಭರ್ಜರಿ ಅಲಂಕಾರ ಮಾಡಿದ್ದರು. ಒಂದು ಕ್ಷಣ ಅದರ ಕಡೆ ಕಣ್ಣು ಹಾಯಿಸಿದ್ದೇ "ವ್ಹಾವ್" ಎನ್ನುವ ಉದ್ಗಾರ ಕ್ಷಿತಿಯ ಬಾಯಿಂದ ಹೊರಟಿತು. ಆ ದುಃಖದಲ್ಲೂ ಮುಖದಲ್ಲಿ ನಗು ಕುಣಿಯಲಾರಂಭಿಸಿತು. ಕಲ್ಯಾಣ ಮಂಟಪದ ಮುಖ್ಯ ದ್ವಾರದಲ್ಲಿ ಹೂವಿನ ಅಲಂಕಾರ ಮಾಡಿ "ಕ್ಷಿತಿ ವೆಡ್ಸ್ ಮೋಹನ್" ಎಂದು ಬರೆದಿದ್ದರು. ಯಾರೋ ಇನ್ನೊಬ್ಬ ಕ್ಷಿತಿ, ಮತ್ತೊಬ್ಬ ಮೋಹನನನ್ನು ವರಿಸುತ್ತಿದ್ದಳು. ತನ್ನ ಮದುವೆಯ ದಿನಗಳೇ ನೆನಪಾಗಿ ಕ್ಷಿತಿ ಉಲ್ಲಾಸಗೊಂಡಳು. ತನ್ನ ಮೊಬೈಲ್ ಫೋನ್ ತೆಗೆದು, ಆ ದ್ವಾರದ ಫೋಟೊ ತೆಗೆದಳು. ಮೋಹನನಿಗೆ ಅದನ್ನು ತಕ್ಷಣ ತೋರಿಸಲೇಬೇಕೆನ್ನಿಸಿ, ಎಮ್ಮೆಮ್ಮೆಸ್ ಮಾಡಿದಳು. ಮಲಗಿದ್ದಾನೇನೋ ಎಂಬ ಅನುಮಾನದಲ್ಲಿಯೂ, ಅವನಿಂದ ಎಂತಹ ಉತ್ತರ ಬರಬಹುದೆಂದು ಕಾತರದಿಂದ ಕಾಯಲಾರಂಭಿಸಿದಳು.

ಎರಡೇ ನಿಮಿಷದಲ್ಲಿ ಎಸ್ಸೆಮ್ಮೆಸ್ ಬಂತು. "ತುಂಟ, ಇನ್ನೂ ಮಲಗಿಲ್ಲ" ಎಂದು ಮನದಲ್ಲೇ ಪ್ರೀತಿಯಿಂದ ಹೇಳಿ, ಮೆಸೇಜನ್ನು ತೆರೆದು ನೋಡಿದಳು. ರಾಜು ಕಳುಹಿಸಿದ "ಪ್ರಪೋಜಲ್ ಕಳುಹಿಸಿ ಆಯ್ತು. ನೀನು ಮನೆಯಲ್ಲಿ ಸುಖವಾಗಿ ಉಂಡು ನಿದ್ದೆ ಮಾಡು" ಎಂಬ ಮೆಸೇಜ್ ಇತ್ತು. "ಬಾಸ್ಟರ್ಡ್, ಬ್ಲಡಿ ಬಾಸ್ಟರ್ಡ್" ಎಂಬ ಬೈಗಳು ಅವಳ ಬಾಯಿಂದ ಬಂದವು.

23ನೇ ಜುಲೈ 2005

ಅನಘ

ಬೆಳಗಿನ ಐದರ ಸಮಯ. ಧನುರ್ಮಾಸದ ಚಳಿ ನಿರ್ಜೀವ ವಸ್ತುಗಳನ್ನೂ ನಡುಗಿಸುವಷ್ಟಿತ್ತು. ಅಜ್ಜಿ ಎಬ್ಬಿಸುವ ಮುಂಚೆಯೇ ಕಲ್ಲೇಶಿ ಎದ್ದಿದ್ದ. ರಾತ್ರಿ ಸರಿಯಾಗಿ ನಿದ್ದೆ ಬಂದಿರಲಿಲ್ಲ. ರೂಮಿಗೆ ಹೋಗಿ, ದೀಪ ಹಾಕಿದ. “ಎದ್ದೀಯೇನೋ” ಎಂಬ ಅಜ್ಜಿಯ ಮಾತಿಗೆ “ಹೂಂನಜ್ಜಿ” ಎಂದಿದ್ದೇ ತಡ, ಅಜ್ಜಿ ನಿದ್ದೆಗೆ ಜಾರಿತು. ಇನ್ನೆರಡು ವಾರಕ್ಕೆ ಹತ್ತನೆಯ ತರಗತಿಯ ಪ್ರಿಪರೇಟರಿ ಪರೀಕ್ಷೆಗಳಿವೆ ಎಂಬ ವಿಚಾರ ಅವನಿಗೀಗ ಮುಖ್ಯವಾಗಿರಲಿಲ್ಲ. ಮೆತ್ತಗೆ ಕೋಣೆಯ ಬಾಗಿಲನ್ನು ಹಾಕಿ, ಚಪ್ಪಲಿಯಿಲ್ಲದ ಕಾಲಿನಲ್ಲಿ ಹಿತ್ತಲಿನ ಬಾಗಿಲನ್ನು ತೆರೆದ. ರಾತ್ರಿಯೇ ಹಿತ್ತಲಿನ ಬಾಗಿಲಿನ ಕೀಲುಗಳಿಗೆ ಎಣ್ಣೆ ಬಿಟ್ಟಿದ್ದ. ಅವು ಸದ್ದು ಮಾಡಲಿಲ್ಲ. ಅಪ್ಪ ಮನೆಯಲ್ಲಿಲ್ಲವೆಂಬ ಧೈರ್ಯವಿತ್ತು. ಅಮ್ಮ ಸತ್ತ ಮೇಲೆ ಅಪ್ಪ ರಾತ್ರಿಯ ಹೊತ್ತು ಮನೆಯಲ್ಲಿ ಮಲಗುತ್ತಿದ್ದುದೇ ಅಪರೂಪ. ಗೊತ್ತಾದರೆ ಹೆಣ ಬೀಳುವಂತೆ ಹೊಡೆಯುತ್ತಾನೆ.

ಅಂಗಳಕ್ಕೆ ಬಂದಿದ್ದೇ ಧೈರ್ಯ ಬಂತು. ಸೂಗಂ ಬಾವಿಯ ಕಡೆಗೆ ವೇಗವಾಗಿ ನಡೆಯಲಾರಂಭಿಸಿದ. ಓಡಿದರೆ ನಾಯಿಗಳ ಕಾಟ. ಊರಿಂದ ಸ್ವಲ್ಪ ದೂರವಾದರೂ, ಮನೆಯಿಂದ ದೂರವೇನೂ ಇಲ್ಲ. ಬಾವಿಯ ಸುತ್ತಾಮುತ್ತಾ ಬೆಳದಿಂಗಳು ಚೆಲ್ಲಿತ್ತು.

ಇನ್ನೂ ಸೋಮಣ್ಣ ಬಂದಿಲ್ಲವೆಂಬುದು ತಿಳಿದು ಸಮಾಧಾನವಾಯಿತು. ನಿನ್ನೆ ಸಾಯಂಕಾಲ ಸೂಗಮ್ಮನ ಕೊಡವೊಂದು ಬಾವಿಯಲ್ಲಿ ಬಿದ್ದಾಗ, ಬಾವಿಯಲ್ಲಿಳಿದು ಸೋಮಣ್ಣ ಅದನ್ನು ಹೆಕ್ಕಿ ತಂದಿದ್ದನ್ನು ಕಲ್ಲೇಶಿ ಕಣ್ಣಾರೆ ನೋಡಿದ್ದರಿಂದ ಅವನು ಊರಲ್ಲಿರುವುದರ ಬಗ್ಗೆ ಯಾವುದೇ ಅನುಮಾನವಿರಲಿಲ್ಲ. ಊರಲ್ಲಿದ್ದ ಮೇಲೆ ಬೆಳಗಿನ ವ್ಯಾಯಾಮಕ್ಕೆ ಬಂದೇ ಬರುತ್ತಾನೆಂದು ಕಲ್ಲೇಶಿಗೆ ಗೊತ್ತು. ಹತ್ತಿರದ ಬೇವಿನ ಮರದ ಹಿಂದೆ ಬಚ್ಚಿಟ್ಟುಕೊಂಡ. ತನ್ನ ನೆರಳು ಮರದ ಮುಂದೆ ಬೀಳುವುದಿಲ್ಲವೆಂದು ಖಾತರಿಪಡಿಸಿಕೊಂಡ. ಬಿಸಿಯುಸಿರು ಬಿಡುತ್ತಾ ಸೋಮಣ್ಣನಿಗೆ ಕಾಯುವಾಗ ಕಣ್ಣುಗಳು ಬೆಳದಿಂಗಳ ಬೆಳಕಿಗೆ ಹೊಂದಿಕೊಳ್ಳಲಾರಂಭಿಸಿದವು.

ದೂರದಲ್ಲಿ ಕುಂಬಾರರ ಓಣಿಯ ತುದಿಯಲ್ಲಿ ವ್ಯಕ್ತಿಯೊಂದು ಬರುತ್ತಿರುವುದು ಕಾಣಿಸಿತು. ನಾಯಿಯೊಂದು ಆ ವ್ಯಕ್ತಿಯನ್ನು ಕಂಡು ಬೊಗಳಿತು. ಕಲ್ಲೊಂದನ್ನು ಬೀಸಿ ಒಗೆದ. ನಾಯಿ ಪ್ರಾಣ ಹೋಗುವಂತೆ ಕಿರುಚಿ ಓಡಿ ಹೋಯಿತು. ಆ ನಾಯಿಯ ಪ್ರಾಣಾಂತಿಕ ಕಿರುಚುವಿಕೆಯಿಂದಲೇ ಕಲ್ಲೇಶಿಗೆ ಅದು ಸೋಮಣ್ಣನೆಂಬುದು ಗೊತ್ತಾಯಿತು. ಅಪರಾಧೀ ಭಾವದಿಂದ ಎದೆ ಸಣ್ಣಗೆ ಹೊಡೆದುಕೊಳ್ಳಲಾರಂಭಿಸಿತು.

ಸೋಮಣ್ಣ ಬಾವಿಯ ಕಟ್ಟೆಯ ಮೇಲೆ ತಾನು ಹೊದೆದಿದ್ದ ಟವೆಲನ್ನು ಹಾಸಿದ. ಒಮ್ಮೆ ಬಾವಿಯಲ್ಲಿ ಬಗ್ಗಿ ನೋಡಿ, ಗಾಲಿಯನ್ನು ತಿರುಗಿಸಿದ. ಗಾಲಿ ಗರ್ ಎಂದು ಮೈಮೇಲೆ ಭೂತ ಹೊಕ್ಕಂತೆ ತಿರುಗಿತು. ಅದು ತಿರುಗುತ್ತಾ ಸದ್ದು ಮಾಡುತ್ತಿರುವಾಗಲೇ, ಹಾಸಿದ್ದ ಟವೆಲಿನ ಮೇಲೆ ಬಂದು ನಿಂತು, ಒಮ್ಮೆ ಕೈಗಳೆರಡನ್ನು ಆಕಾಶಕ್ಕೆ ಜೋಡಿಸಿ, ಕಣ್ಣು ಮುಚ್ಚಿ ಪ್ರಾರ್ಥಿಸಿದ. ಅಂಗಿ ಮತ್ತೆ ಪಂಚೆಯನ್ನು ಸರಸರನೆ ಬಿಚ್ಚಿ ದೂರಕ್ಕೆ ಒಗೆದ.

ಕಲ್ಲೇಶಿ ಉಗುಳು ನುಂಗಿದ. ಕನಸು ಮತ್ತು ವಾಸ್ತವದಲ್ಲಿ ಹಲವಾರು ಬಗೆಯಲ್ಲಿ ಊಹಿಸಿಕೊಂಡ ದೇಹ ಕಣ್ಣೆದುರಿಗೆ ನಳನಳಿಸುತ್ತಾ ನಿಂತಿತ್ತು. ತುಂಡು ಲಂಗೋಟಿಯನ್ನು ಬಿಟ್ಟರೆ ಇಡೀ ದೇಹ ಬೆತ್ತಲೆಯಾಗಿತ್ತು. ಆದರೂ ಒಂದಿಷ್ಟೂ ನಡುಕವಿಲ್ಲದ ಅವನ ಗಂಡಸುತನಕ್ಕೆ ಧನುರ್ಮಾಸದ ಚಳಿ ಸಣ್ಣಗೆ ನಡುಗಿತು. ಕಲ್ಲೇಶಿಯ ಮೈ ಬೆಂಕಿ ಮೇಲಿಟ್ಟ ಲೋಹದಂತೆ ಬಿಸಿಯಾಯ್ತು. ಹೂವಿನ ಮೇಲೆ ಕುಳಿತ ಪಾತರಗಿತ್ತಿಯ ರೆಕ್ಕೆಯಂತೆ ಸಣ್ಣಗೆ ನಡುಕ ಶುರುವಾಗಿ, ಹಲ್ಲುಗಳು ಸಣ್ಣಗೆ ಕಟಕಟ ಸದ್ದು ಮಾಡಲಾರಂಭಿಸಿದವು. ಮರದ ಬುಡ್ಡೆಯನ್ನು ಗಟ್ಟಿಯಾಗಿ ಹಿಡಿದುಕೊಂಡ. ದೇಹದ ವಿಚಿತ್ರ ರೋಮಾಂಚನಕ್ಕೆ ಕಣ್ಣಲ್ಲಿ ಸಣ್ಣಗೆ ನೀರು ಜಿನುಗಿತು.

ಆನೆಯಿಂದ ಮಸಾಜ್ ಮಾಡಿಸಿಕೊಳ್ಳುವ ಸಾಮರ್ಥ್ಯದ ಸೋಮಣ್ಣನ ದೇಹದ ಮಾಂಸಖಂಡಗಳು ಹೆಬ್ಬಾವು ಹರಿದಾಡಿದಂತೆ ಮಿಸುಕಾಡುತ್ತಿರುವಾಗ ಅವನ ಬಿಸಿಯುಸಿರು ಕಾಮಾಲೆ ಕಣ್ಣಿನ ಬೆಳದಿಂಗಳಿಗೆ ಬರೆ ಹಾಕುತ್ತಿತ್ತು. ಬಸ್ಕಿ ತೆಗೆಯುವಾಗ

ನೆಲಕ್ಕೆ ಆಗಾಗ ತಾಕುತ್ತಿದ್ದ ಅವನ ಕೈಗಡಗ 'ಠಣ್' ಎಂದು ಸದ್ದು ಮಾಡಿ ನೀರವಕ್ಕೆ ರವದ ರುಚಿ ಹತ್ತಿಸುತ್ತಿತ್ತು. ಎದ್ದು ನಿಲ್ಲುತ್ತಾ ತಲೆಯನ್ನು ಅಲ್ಲಾಡಿಸಿದಾಗ ಅವನ ಉದ್ದನೆಯ ಕೂದಲುಗಳು ಗಾಳಿಯಲ್ಲಿ ಹಾರಾಡಿ, ಅವುಗಳ ಮಧ್ಯೆ ಬೆಳ್ಳಿಚುಕ್ಕಿ 'ಫಳ್' ಎಂದು ಮಿಂಚುತ್ತಿತ್ತು.

ಕಲ್ಲೇಶಿಗೆ ಹೆಚ್ಚು ಹೊತ್ತು ಮರದ ಹಿಂದೆ ನಿಲ್ಲಲಾಗಲಿಲ್ಲ. ಹೊರ ಬಂದ. ನಿಧಾನಕ್ಕೆ ಸೋಮಣ್ಣನ ಮುಂದೆ ಬಂದು ನಿಂತು 'ಸೋಮಣ್ಣ' ಎಂದು ಮೆತ್ತಗೆ ಕರೆದ. ಇದ್ದಕ್ಕಿದ್ದಂತೆ ಧುತ್ತೆಂದು ಎದುರು ಬಂದು ನಿಂತ ಅವನನ್ನು ನೋಡಿ ಸೋಮಣ್ಣನಿಗೆ ಅಚ್ಚರಿಯಾಯ್ತು. 'ಏನೋ' ಎಂದು ಕೇಳಲು ಬಾಯಿ ತೆರೆದವನು, ಕಲ್ಲೇಶಿಯ ಮೈಯ ಸಣ್ಣನೆಯ ನಡುಕ, ಅವನು 'ಸೋಮಣ್ಣ' ಎಂದು ಕರೆದ ಧ್ವನಿಯ ಮಾರ್ದವತೆಗೆ ಅಚ್ಚರಿಗೊಂಡು ಸುಮ್ಮನಾದ.

ಕಲ್ಲೇಶಿ ತನ್ನ ನಡುಗುವ ಕೈಯನ್ನು ಮುಂದಕ್ಕೆ ತಂದು ಸೋಮಣ್ಣನ ಹೊಕ್ಕಳಿನ ಮೇಲೆ ನಿಂತಿದ್ದ ಬೆವರಿನ ಬಿಂದುವನ್ನು ಮುಟ್ಟಿ ಅದನ್ನೊಡೆದು, ವಿಚಿತ್ರ ಪುಳಕದಿಂದ ಕೈಯನ್ನು ಹಿಂದಕ್ಕೆ ತೆಗೆದುಕೊಂಡ. ತಲೆಯೆತ್ತಿ ಸೋಮಣ್ಣನನ್ನು ನೋಡಿದ. ಸೋಮಣ್ಣ ಸಣ್ಣಗೆ ನಕ್ಕ. ಧೈರ್ಯ ಬಂತು. ಕಾಲ ಬೆರಳುಗಳ ಮೇಲೆ ನಿಂತು, ಕೈಗಳಿಂದ ಅವನ ಮುಖವನ್ನು ಸವರಿದ. ಮೂಗಿನ ಕೆಳಗೆ ಕೈಯನ್ನಿಟ್ಟು ಬಿಸಿಯನ್ನು ಅನುಭವಿಸಿ, ಅದರ ಸುಖಕ್ಕೆ ಮೆಲ್ಲಗೆ ಮುಲುಗಿದ. ಅವನ ಕತ್ತು, ನೀಳ ತೋಳು, ಎದೆ, ಎದೆಯ ತೊಟ್ಟು, ಹೊಟ್ಟೆ ಎಲ್ಲವನ್ನು ಕೀಲಿಕೈಗಳ ಗುಚ್ಛದ ರಿಂಗಿಂದ ಕೀಲಿಯೊಂದನ್ನು ಹೊರ ತೆರೆದಂತೆ ಸವರಿದ. ಕೆಳಗೆ ಬಗ್ಗಿ ಕುಳಿತು ಅವನ ಪಾದ, ಮೀನಖಂಡ, ತೊಡೆಗಳನ್ನು ಸವರಿ, ಧೈರ್ಯವನ್ನು ಒಟ್ಟುಗೂಡಿಸುತ್ತಾ ಅವನ ಲಂಗೋಟಿಗೆ ಕೈ ಹಾಕಿದ. ಅಷ್ಟೇ!

ರಪ್ಪೆಂದು ಕೆನ್ನೆಗೆ ಹೊಡೆತ ಎಷ್ಟು ಜೋರಾಗಿ ಬಿತ್ತೆಂದರೆ ಕುಸಿದು ಕೆಳಗೆ ಬಿದ್ದ. 'ಬೋಸೂಡಿಕೆ' ಎಂದು ಕಿರುಚಿದ ಸೋಮಣ್ಣ, ನಾಯಿಯೊಂದಕ್ಕೆ ಒದೆಯುವಂತೆ ಅವನನ್ನು ಒದ್ದ. ಕಲ್ಲೇಶಿ 'ಕುಯ್' ಎಂದು ಸದ್ದು ಮಾಡಿ ಉರುಳಿದ. ಸೋಮಣ್ಣ "ಥೂ..." ಎಂದು ಉಗಿದ. ಎದುರಿಗೆ ಬಿದ್ದ ದೇಹ ಒಂದು ಹುಳವೆಂಬಂತೆ ನಿರ್ಲಕ್ಷಿಸಿ, ತನ್ನ ಲಂಗೋಟಿಯನ್ನು ಬಿಚ್ಚಿ ಇತರ ಬಟ್ಟೆಗಳ ಕಡೆಗೆ ಒಗೆದು, ಬಾವಿಯಲ್ಲಿ ಜಿಗಿದು ಈಜಲಾರಂಭಿಸಿದ.

ಚೇತರಿಸಿಕೊಳ್ಳಲು ಕಲ್ಲೇಶಿಗೆ ಒಂದೆರಡು ನಿಮಿಷಗಳು ಬೇಕಾದವು. ಕೆನ್ನೆ ಮುಟ್ಟಿಕೊಂಡ. ರಕ್ತ ಸಣ್ಣಗೆ ಒಸರುತ್ತಿತ್ತು. ಬಾವಿಯೊಳಗೆ ಸೋಮಣ್ಣ ಈಜಾಡುವ ಸದ್ದು. ಮೆತ್ತಗೆ ಎದ್ದ. ಸೊಂಟಕ್ಕೆ ಸರಿಯಾಗಿ ಹೊಡೆತ ಬಿದ್ದಿದ್ದರಿಂದ ನೋವಿಗೆ "ಅಮ್ಮಾ..." ಎಂದ. ನಿಧಾನಕ್ಕೆ ನಡೆದು ಬಾವಿಯಲ್ಲಿ ಬಗ್ಗಿ ನೋಡಿದ. ಸದ್ದು

ಕೇಳುತ್ತಿತ್ತೇ ಹೊರತು, ಏನೂ ಕಾಣಿಸಲಿಲ್ಲ. ಸೋಮಣ್ಣನ ಬಟ್ಟೆಯ ಬಳಿ ಹೋಗಿ ತಡಕಾಡಿದ. ಲಂಗೋಟಿ ಸಿಕ್ಕಿತು. ಮೂಸಿದ. ಆ ಕಟು ವಾಸನೆಗೆ ಆಸೆ ಒಳಗಿನಿಂದ ಒತ್ತರಿಸಿಕೊಂಡು ಬಂತು. ಮುಖ–ಮೈಗೆಲ್ಲಾ ಅದನ್ನು ಮೃದುವಾಗಿ ಸವರಿಕೊಂಡು, ಅದರ ಅಲ್ಲಲ್ಲಿಯ ಒರಟುತನಕ್ಕೆ ಹುಡುಕಾಡಿದ. ತನ್ನ ಚಡ್ಡಿಯೊಳಗೆ ತೂರಿಸಿಕೊಂಡು ಲಂಗೋಟಿಯಂತೆ ಬಿಗಿದುಕೊಂಡು ಉದ್ರೇಕಗೊಂಡ. ಉಳಿದ ಬಟ್ಟೆಗಳನ್ನು ತಡಕಾಡಿದ. ಅಂಗಿಯ ಜೇಬಿನಲ್ಲಿ ಬೀಡಿ, ಬೆಂಕಿ ಪೊಟ್ಟಣಗಳಿದ್ದವು. ಬೀಡಿಯೊಂದನ್ನು ಬಾಯಿಗಿರಿಸಿ, ಬೆಂಕಿಕಡ್ಡಿ ಗೀರಿ ಹಚ್ಚಿಕೊಂಡು ಒಂದು ದಮ್ಮೆಳೆದ. ಇನ್ನೂ ಉರಿಯುತ್ತಿದ್ದ ಕಡ್ಡಿಯನ್ನು ಬಟ್ಟೆಗಳ ಮೇಲೆ ಹಾಕಿ ಮನೆಯ ದಾರಿ ಹಿಡಿದ. ಬೆಂಕಿಯ ನಾಲಿಗೆಗಳು ಬೆಳದಿಂಗಳನ್ನು ನೆಕ್ಕಲಾರಂಭಿಸಿದವು. ಸೋಮಣ್ಣ ಬೆತ್ತಲೆಯಲ್ಲಿ ಬಾವಿಯಲ್ಲಿ ಈಜುತ್ತಿದ್ದ.

ïïï

ಕಲ್ಲೇಶನ ಮನೆಯ ಹಿತ್ತಲ ಬಾವಿ ಹಾಳು ಬಿದ್ದಿದೆ. ಕೆಲವು ವರ್ಷಗಳ ಕೆಳಗೆ ಊರಿನವರೆಲ್ಲಾ ಅದನ್ನು ಉಪಯೋಗಿಸುತ್ತಿದ್ದರಾದರೂ, ಕಲ್ಲೇಶಿಯ ಅಮ್ಮ ಅದರಲ್ಲಿ ಬಿದ್ದು ಸತ್ತ ಮೇಲೆ ಊರವರ ಮಾತಂತಿರಲಿ, ಕಲ್ಲೇಶಿಯ ಮನೆಯವರೂ ಆ ನೀರನ್ನು ಬಳಸುವುದನ್ನು ನಿಲ್ಲಿಸಿದರು. ಹದಿನೈದು ಆಳಿನ ಆಳದಲ್ಲಿರುವ ನೀರು ಪಾಚಿ ಕಟ್ಟಿ ಕೊಳೆತುಹೋಗಿದೆ. ಸಾಕಷ್ಟು ಗಿಡ, ಒಂದು ಆಲದ ಮರ ಹುಲುಸಾಗಿ ಬೆಳೆದಿವೆ. ಬಾವಿಯಲ್ಲಿ ಜೀವಿಸಲು ಬಿಟ್ಟಿದ್ದ ಹತ್ತಾರು ಮೀನುಗಳು, ಒಂದೆರಡು ನೀರಿನ ಆಮೆಗಳು ಎಂದೋ ಸತ್ತು ಹೋಗಿವೆ. ಬುಳು ಬುಳು ಹರಿದಾಡುವ ಉದ್ದುದ್ದ ಹುಳುಗಳು ಹಸಿರು ನೀರಿನಲ್ಲಿ ಜೀವಿಸುತ್ತಿವೆ. ಕೆಲವು ಇಲಿ, ಹೆಗ್ಗಣಗಳು ಬಂದು ಸೇರಿಕೊಂಡು ನೆಲವನ್ನು ತೋಡಿಕೊಂಡಿವೆ. ಅವುಗಳ ಆಸೆಗೆ ಆಗಾಗ ಹಾವುಗಳು ಬಾವಿಯ ಒಳಗೆ ನುಸುಳುತ್ತಿರುತ್ತವೆ. ಸಂಜೆಯ ಹೊತ್ತಿನಲ್ಲಿ ಬಾವಲಿಗಳು ಲಯಬದ್ಧವಾಗಿ ಸದ್ದು ಮಾಡುತ್ತಿರುತ್ತವೆ. ಜನರ ತಂಟೆಯಿಲ್ಲದ್ದರಿಂದ ಈ ಬಾವಿಯಲ್ಲಿನ ಎಲ್ಲಾ ಪ್ರಾಣಿಗಳು ನೆಮ್ಮದಿಯಿಂದ ಜೀವಿಸುತ್ತಿವೆ.

ಆದರೆ ಈ ದಿನ ಮಾತ್ರ ಕಲ್ಲೇಶಿಯ ಪ್ರಾಣಾಂತಿಕ ಕೂಗಾಟದಿಂದ ಎಲ್ಲಾ ಪ್ರಾಣಿಗಳು ಹೆದರಿಕೊಂಡಿವೆ. ತಲೆ ಕೆಳಗಾಗಿ ಪಾಚಿ ನೀರಿಗಿಂತಾ ಆರು ಅಡಿ ಎತ್ತರದಲ್ಲಿ ನೇತಾಡುತ್ತಿರುವ ಕಲ್ಲೇಶಿ "ತಪ್ಪಾಯ್ತಪ್ಪ... ಇನ್ನೊಮ್ಮೆ ಮಾಡಂಗಿಲ್ಲ" ಎಂದು ಇನ್ನಿಲ್ಲದಂತೆ ಬೇಡಿಕೊಳ್ಳುತ್ತಿದ್ದಾನೆ. ಕಣ್ಣು ಹೊಂದಿಕೊಳ್ಳಲಾಗದ ಕತ್ತಲಿನಲ್ಲಿ, ಕೆಟ್ಟ ವಾಸನೆಗೆ ಮೂಗು ಕಟ್ಟುತ್ತಿರುವಾಗ, ಏನೋ ಪ್ರಾಣಿಯೊಂದು ಹತ್ತಿರದಲ್ಲಿಯೇ

ಸರಿದಾಡಿದಂತ ಸದ್ದಿಗೆ ಹೆದರಿಕೊಂಡು "ಅಂಜಿಕಿ ಬರ್ತದಪ್ಪ... ಮೇಲಕ್ಕೆ ಎಳ್ಕೋ..." ಎಂದು ನಡುಗುವ ಧ್ವನಿಯಲ್ಲಿ ಬೇಡಿಕೊಳ್ಳುತ್ತಾನೆ. ಯಾವುದಕ್ಕೂ ಉತ್ತರವಿಲ್ಲದಾದಾಗ "ಅಜ್ಜಿ, ನೀನಾದ್ರೂ ಎಳ್ಕೊಳಜ್ಜಿ..." ಎಂದು ಮೊರೆಯಿಡುತ್ತಾನೆ. ಕಾಲು ಮತ್ತು ಎದೆಗೆ ಕಟ್ಟಿದ ಹಗ್ಗದ ಬಿಗಿ ಹೆಚ್ಚಾದಂತೆಲ್ಲಾ ನೋವಿನಿಂದ "ಅಮ್ಮಾ..." ಎಂದು ತನ್ನ ಅಮ್ಮನನ್ನು ಕರೆಯುತ್ತಿದ್ದಾನೆ.

ಆದರೆ ಬಾವಿಯ ಕಟ್ಟೆಯ ಮೇಲೆ ಯಾರೂ ಇಲ್ಲ. ಮರದ ಕೊರಡಿಗೆ ಹಗ್ಗವನ್ನು ಬಿಗಿದು ಕಟ್ಟಿದ ವೀರಭದ್ರಪ್ಪ, ದೂರದಲ್ಲಿರುವ ಬೇವಿನ ಮರದ ಕೆಳಗೆ ಕೂತು ಬೀಡಿ ಸೇದುತ್ತಿದ್ದಾನೆ. ಸಾಕಷ್ಟು ಹೊತ್ತು ಅವನ ಮುಂದೆ ಇನ್ನಿಲ್ಲದಂತೆ ಮೊಮ್ಮಗನನ್ನು ಹೊರತೆಗೆಯುವಂತೆ ಗೋಗರೆದ ಕಲ್ಲೇಶಿಯ ಅಜ್ಜಿ, ಮಗನ ಮೌನಕ್ಕೆ ಹತಾಶಳಾಗಿ, ತಾನೇ ಇಲ್ಲದ ಶಕ್ತಿಯನ್ನು ಕೂಡಿಸಿಕೊಂಡವಳಂತೆ ಹಗ್ಗವನ್ನು ಎಳೆಯಲು ಪ್ರಯತ್ನಿಸಿ, ಒಂದು ಅಂಗುಲವನ್ನೂ ಎಳೆಯಲಾಗದ ಅಸಹಾಯಕತೆಗೆ ದುಃಖಗೊಂಡು, ಈಗ ಅಡುಗೆ ಮನೆಯಲ್ಲಿ ಕುಳಿತು ಮುಸುಮುಸು ಅಳುತ್ತಿದ್ದಾಳೆ.

ಒಂದರ ಮೇಲೊಂದರಂತೆ ಬೀಡಿ ಸೇದುತ್ತಿರುವ ವೀರಭದ್ರಪ್ಪನ ಕಣ್ಣುಗಳು ಕೆಂಪಗಾಗಿವೆ. ದಿಟ್ಟಿಸಿ ನೋಡಿದರೆ ಕಣ್ಣಂಚಿನಲ್ಲಿ ಮೂಡಿರುವ ತೆಳು ಕಣ್ಣೀರು ಕಾಣುತ್ತದೆ. ಹಿಂದಿನ ರಾತ್ರಿ ಕೂಡ್ಲಿಗಿಯ ಸುನಂದೆಯ ಮನೆಯಲ್ಲಿ ಮಲಗಿದ್ದು, ನಸುಕಿನಲ್ಲಿಯೇ ಎದ್ದು, ಸೋಮವಾರವಾದ್ದರಿಂದ ಜಳಕ ಮಾಡಿ, ಬಾಲಸ್ವಾಮಿ ಬೆಟ್ಟಕ್ಕೆ ನಡೆದು ಹೋಗಿ, ದೇವರಿಗೆ ಪೂಜೆ ಮಾಡಿಸಿಕೊಂಡು ಊರಿಗೆ ವಾಪಾಸಾಗಿದ್ದ. ಮನೆಗೆ ಹೋಗುವ ದಾರಿಯಲ್ಲಿ ಕಂಡ ಪರಿಚಿತರೊಬ್ಬರು, "ಈವೊತ್ತು ಬೆಳಿಗ್ಗೆ ನಿನ್ಮಗ ಸೋಮಣ್ಣನ ತರಡಿಗೆ ಕೈ ಹಾಕಿದ್ನಂತಲ್ಲೋ ಈರಣ್ಣ..." ಎಂದು ಹೇಳಿ ಕಿಸಕ್ಕನೆ ನಕ್ಕಿದ್ದು ಕಿವಿಯಲ್ಲಿ ರಿಂಗಣಿಸುತ್ತಿದೆ.

ಕಿರುಚಿ ಕಿರುಚಿ ಸುಸ್ತಾದ ಕಲ್ಲೇಶಿ, ಬಾಯಿ ಒಣಗಿ ಮಾತಾಡಲೂ ಆಗದಾದಾಗ, ಬಾವಲಿಯೊಂದು ಪಟ್ಟನೆ ಅವನ ಮುಖಕ್ಕೆ ಬಡಿದು "ಕೀಚ್ ಕೀಚ್" ಸದ್ದು ಮಾಡಿ ಮರೆಯಾಯಿತು. ಆ ಅನಿರೀಕ್ಷಿತ ಸ್ಪರ್ಶಕ್ಕೆ ಬೆಚ್ಚಿದ ಕಲ್ಲೇಶಿಯ ಚಡ್ಡಿ ಒದ್ದೆಯಾಯ್ತು. ಚಡ್ಡಿಯಿಂದ ಹರಿದು ಬಂದ ನೀರು ಅವನ ಅಂಗಿಯನ್ನು ತೋಯಿಸಿ, ಮುಖದ ಮೇಲೆ ಹರಿದು, ಕೂದಲಿನಿಂದ ಹನಿ ಹನಿಯಾಗಿ ಕೆಳಕ್ಕೆ ಬಿತ್ತು. ತಳದಲ್ಲಿ ಕಾಮ ಕೇಳಿಯಲ್ಲಿ ತೊಡಗಿಕೊಂಡಿದ್ದ ಎರಡು ಹಾವುಗಳು ಇದ್ದಕ್ಕಿದ್ದಂತೆಯೇ ಮೈಮೇಲೆ ಬಿದ್ದ ನೀರಿಗೆ ಸಿಟ್ಟಿಗೆದ್ದು "ಸುಸ್... ಸುಸ್..." ಎಂದು ಸದ್ದು ಮಾಡಿದವು. ಆದರೆ ಆ ಸದ್ದಿಗೆ ಇನ್ನೊಂದಿಷ್ಟು ಹೆದರಿಕೊಳ್ಳಲು ಕಲ್ಲೇಶಿಯ ಮೈಯಲ್ಲಿ ಪ್ರಜ್ಞೆಯಿರಲಿಲ್ಲ.

ಜಗುಲಿಯ ಗೂಡಿನಲ್ಲಿರುವ ದೀಪ ಸಣ್ಣಗೆ ಉರಿಯುತ್ತಿತ್ತು. ಈ ದಿನ ಆ ದೀಪವನ್ನು ಆರಿಸುವ ಗಂಡು ಯಾರಾಗಬಹುದೆಂದು ಸೂಗಮ್ಮ ಕಾಯುತ್ತಿದ್ದಳು. ಹಾಗೆ ಯಾರ್‍ಯಾರನ್ನೋ ಅವಳು ಹಾಸಿಗೆಗೆ ಸೇರಿಸುವುದಿಲ್ಲ. ಒಂದಿಷ್ಟು ದಿನ ಅವರ ಜೊತೆ ಬರೀ ಮಾತಿನಲ್ಲಿಯೇ ವ್ಯವಹಾರ ಮಾಡಿ, ನಂಬಿಕಸ್ಥ ಅಂತ ಮನಸ್ಸಿಗನ್ನಿಸಿದ ಮೇಲೆ ಒಳಗೆ ಬಿಟ್ಟುಕೊಳ್ಳುತ್ತಿದ್ದಳು. ಒಬ್ಬ ವ್ಯಕ್ತಿ ಮನೆಯೊಳಗೆ ಬಂದ ಮೇಲೆ ಇನ್ನೊಬ್ಬ ಗಂಡಸು ಬಾಗಿಲು ತಟ್ಟಬಾರದೆಂಬ ದೃಷ್ಟಿಯಿಂದ, ಸಂಜೆಗೆ ಹಚ್ಚಿದ ದೀಪವನ್ನು ಬಂದ ಗಂಡಸು ಮನೆಯೊಳಗೆ ಹೆಜ್ಜೆಯಿಡುವ ಮುಂಚೆ ಊದಿ ಆರಿಸಲು ಹೇಳುತ್ತಿದ್ದಳು.

ಇನ್ನೇನು ಮಲಗುವ ಹೊತ್ತು ಎನ್ನಿಸಿ, ಯಾರಿಗೂ ತನ್ನ ನೆನಪಾಗಲಿಲ್ಲವೇನೋ ಎಂದು ಕಸಿವಿಸಿಯಾಗುವ ಹೊತ್ತಿನಲ್ಲಿ ದೂರದಲ್ಲಿ ಯಾರೋ ಬರುತ್ತಿರುವುದು ಕಾಣಿಸಿ ನೆಮ್ಮದಿಯಾಯ್ತು. ಬರುವ ವ್ಯಕ್ತಿಯ ನಡಿಗೆಯಿಂದ ವೀರಭದ್ರಪ್ಪ ಅಂತ ಗೊತ್ತಾದಾಗ, “ಕೂಡ್ಲಿಗಿ ಸುನಂದಮ್ಮನ ಸಹವಾಸ ಸಾಕಾಯ್ತೇನೋ...” ಎಂದು ಮನಸ್ಸಿನಲ್ಲಿಯೇ ವ್ಯಂಗ್ಯವಾಡಿದಳು. ಆದರೆ ಆ ವ್ಯಕ್ತಿ ಇನ್ನಷ್ಟು ಹತ್ತಿರವಾದಾಗ ಅವನ ಜೊತೆ ಮತ್ತೊಬ್ಬ ವ್ಯಕ್ತಿ ಬರುತ್ತಿರುವುದು ಕಾಣಿಸಿತು. “ಅದೇನೇ ಬಲವಂತ ಮಾಡಲಿ, ಇಬ್ಬರ ಜೊತೆ ಮಲಗಂಗಿಲ್ಲ...” ಎಂದು ನಿರ್ಧಾರ ಮಾಡಿಕೊಂಡಳು. ಆದರೆ ತೀರಾ ಹತ್ತಿರ ಬಂದಾಗ ಅದು ವೀರಭದ್ರಪ್ಪನ ಮಗ ಕಲ್ಲೇಶಿ ಎಂಬುದು ಗೊತ್ತಾಗಿ, ಬೆಳಗ್ಗೆಯಿಂದ ಆ ಹುಡುಗನ ಬಗ್ಗೆ ಕೇಳಿದ ಸುದ್ದಿಗಳೆಲ್ಲಾ ನೆನಪಾಗಿ “ಬೇರೇನೇ ವಿಷಯ ಐತೆ” ಎಂದು ಅರ್ಥ ಮಾಡಿಕೊಂಡಳು.

“ದೀಪ ಊದಿ ಆರಿಸು” ಎಂದು ವೀರಭದ್ರಪ್ಪ ಮಗನಿಗೆ ಹೇಳಿದ. ಕಲ್ಲೇಶಿ “ಉಫ್...” ಎಂದು ಊದಿದ. ದೀಪ ಅಲ್ಲಾಡಿತೇ ಹೊರತು ಆರಲಿಲ್ಲ. “ಗಟ್ಟಿಗೆ ಊದೋ...” ಎಂದು ವೀರಭದ್ರಪ್ಪ ಬೈಯ್ದ. ಕಲ್ಲೇಶಿ ಈ ಬಾರಿ ದೀಪ ಆರಿಸಿದ. ಮೂವರೂ ಮನೆಯೊಳಗೆ ಹೋದರು. “ಈರಣ್ಣ, ಅಪ್ಪನ ಜೋಡಿ ಸಂಬಂಧ ಮಾಡಿ ಈಗ ಮಗನ ಜೋಡಿ ಮಲ್ಕೊಳ್ಳೋದಕ್ಕೆ ನಂಗೆ ಆಗಲ್ಲಪ್ಪೋ...” ಎಂದು ನೇರವಾಗಿ ಸೂಗಮ್ಮ ಹೇಳಿದಳು.

ವೀರಭದ್ರಪ್ಪ ಅದಕ್ಕೆ ತಕ್ಷಣ ಉತ್ತರಿಸದೆ, ತನ್ನ ಜುಬ್ಬಾದ ಜೇಬಿನಿಂದ ಎಲೆ ಅಡಿಕೆ ತೆಗೆದು, ಅದರ ಮೇಲೆ ನೂರರ ಎರಡು ನೋಟುಗಳನ್ನು ಇಟ್ಟ. ಆ ತಾಂಬೂಲವನ್ನು ಕಲ್ಲೇಶಿಯ ಕೈಗೆ ಕೊಟ್ಟು ಆಕೆಗೆ ಕೊಡಲು ಹೇಳಿದ. “ಸೂಗಮ್ಮ, ನಿನ್ನ ಧರ್ಮಸಂಕಟ ನಂಗೆ ತಿಳೀತದೆ. ಆದರೆ ನಂಗೆ ಬೇಕಿರೋದು ಇವನ ಕೂಡ ನೀನು ಮಲ್ಕಕೋದಲ್ಲ. ಈ ಹೆಣ್ಣಿಗ ಸೂಳೆಮಗ ಮಾಡಿದ ಕಂತ್ರಾಟ ನಿಂಗೂ ಗೊತ್ತಾಗಿರ್ತದೆ. ಬೆಳಿಗ್ಗಿನಿಂದ ಕಾದ ಕಬ್ಬಣದ ಚಲಕೆ ಹೊಟ್ಟಿನಾಗೆ ನಟ್ಟಂಗದೆ.

ಒಂಚೂರು ಒಳಗೆ ಇವನ್ನ ಕರಕೊಂಡು ಹೋಗಿ ಗಂಡು ಹೌದೋ ಅಲ್ಲೋ ಅಂತ ಪರೀಕ್ಷಾ ಮಾಡಿ ಹೇಳು. ಇಲಾಜು ಮಾಡ್ತಿದೀನಿ ಅಂತ ತಿಳ್ಕೋ, ಸೂಳೆಗಾರಿಕಿ ಅಲ್ಲ. ನಿಂಗೆ ಪುಣ್ಯ ಬರ್ತದೆ" ಎಂದು ಕೈ ಮುಗಿದ. ಅವನ ಧ್ವನಿಯಲ್ಲಿದ್ದ ಬೇಡಿಕೆಗೆ, ಕಲ್ಲೇಶಿಯ ಕೈಯಲ್ಲಿದ್ದ ನೋಟುಗಳಿಗೆ ಇಲ್ಲವೆನ್ನಲಾಗಲಿಲ್ಲ. ತಾಂಬೂಲ ಸ್ವೀಕರಿಸಿ, ಕಲ್ಲೇಶಿಯನ್ನು ರೂಮಿಗೆ ಕೈಹಿಡಿದು ಕರೆದಳು. ಕಲ್ಲೇಶಿ ಕೊಸರಿಕೊಂಡ. "ಹೋಗಲೆ ಬೋಸೂಡಿಕೆ..." ಎಂದು ವೀರಭದ್ರಪ್ಪ ತಲೆಗೊಂದೇಟು ಕೊಟ್ಟ. ಕಲ್ಲೇಶಿ ಎದುರಾಡದೆ ಒಳಗೆ ನಡೆದ. ಸೂಗಮ್ಮ ಬಾಗಿಲು ಮುಚ್ಚಿಕೊಂಡ ತಕ್ಷಣ ಪಡಸಾಲೆಯ ಮೂಲೆಯಲ್ಲಿ ಕುಳಿತ ವೀರಭದ್ರಪ್ಪ ಬೀಡಿಯೊಂದನ್ನು ಹಚ್ಚಿ, ಆತಂಕದ ಕ್ಷಣಗಳನ್ನು ಕಳೆಯಲಾರಂಭಿಸಿದ.

ಐದೇ ನಿಮಿಷಕ್ಕೆ ಬಾಗಿಲು ತೆರೆಯಿತು. ಸೂಗಮ್ಮ ಕುಪ್ಪಸವಿಲ್ಲದ ಮೈಗೆ ಸೀರೆಯನ್ನು ಅಡ್ಡಡ್ಡವಾಗಿ ಸುತ್ತಿಕೊಂಡಿದ್ದಳು. ವೀರಭದ್ರಪ್ಪ ಕಣ್ಣಿನಲ್ಲಿಯೇ ಉತ್ತರವೇನೆಂದು ಕೇಳಿದ. "ಯಾಕೋ ಆ ಕಾಮಣ್ಣ ಒಲದಿಲ್ಲಪ್ಪ" ಎಂದು ವಿಷಾದದಿಂದ ತಿಳಿಸಿದಳು. ವೀರಭದ್ರಪ್ಪ ಬೀಡಿಯನ್ನು ಇನ್ನೊಂದು ದಮ್ಮೆಳೆದು, ಅದನ್ನು ಪಡಸಾಲೆಯ ಸೆಗಣಿಯ ನೆಲಕ್ಕೆ ಗಸಗಸನೆ ತಿಕ್ಕಿದ. ಎದ್ದು, ಬಾಗಿಲಿಗೆ ನಿಂತಿದ್ದ ಸೂಗಮ್ಮನನ್ನು ಸರಿಸಿ, ಒಳಗೆ ಹೋದ. ಕಲ್ಲೇಶಿ ಬೆತ್ತಲೆಯಲ್ಲಿದ್ದ. ತನ್ನ ಬಟ್ಟೆಗಳನ್ನು ಎದೆಗೆ ಒತ್ತಿಕೊಂಡು ಕುಳಿತಿದ್ದ. ಹೆಣ್ಣಿನ ಬೆತ್ತಲೆಯನ್ನು ಕಂಡು ಅಸಹ್ಯ ಮತ್ತು ಭಯದಿಂದ ಮುದುಡಿ ಕುಳಿತಿದ್ದ. ವೀರಭದ್ರಪ್ಪ ಅವನ ಬಳಿ ಹೋಗಿದ್ದೇ, ಒಂದೂ ಮಾತನಾಡದೆ ಕಾಲಿನಿಂದ ಒಂದೇ ಸವನೆ ಒದೆಯಲಾರಂಭಿಸಿದ. ಕಾಲಿಗೇರಿದ ಇರುವೆಗಳನ್ನು ಜಾಡಿಸುವಂತೆ ಎಗರಿ ಎಗರಿ ಅವನನ್ನು ತುಳಿದ. ಆ ಆಕ್ರಮಣದ ನೋವಿಗೆ ಕಂಗಾಲಾದ ಕಲ್ಲೇಶಿ "ಹೊಡಿಬೇಡಪ್ಪೋ..." ಎಂದು ಒಂದೇ ಸವನೆ ಬೊಬ್ಬೆ ಹೊಡೆಯಲಾರಂಭಿಸಿದ.

ಸೂಗಮ್ಮಗೆ ಮಗು ಸತ್ತೇ ಹೋಗುತ್ತದೆಂದು ಹೆದರಿಕೆಯಾಯ್ತು. ವೀರಭದ್ರಪ್ಪನನ್ನು ಆಚೆ ತಳ್ಳಿ, ಕಲ್ಲೇಶಿಯ ಮೇಲೆ ಬಿದ್ದು, ಅವನನ್ನು ಅಪ್ಪಿಕೊಂಡು, "ಇನ್ನೊಂದು ಒದೆ ಕೊಟ್ಟರೂ ನನ್ನ ಮೇಲೆ ಆಣೆ ಐತೆ" ಎಂದಳು. ವೀರಭದ್ರಪ್ಪ ಸೂಳೆಯ ಆಣೆಗೆ ಕೇರ್ ಮಾಡದೆ, ಇನ್ನೊಂದೆರಡು ಒದೆತವನ್ನು ಕೊಟ್ಟ. ಒಂದು ಒದೆತ ಅವಳಿಗೂ ಬಿತ್ತು. "ನಿಲ್ಲಿಸಲೇ ಈರಿಗ... ಪರಮಾತ್ಮ ಮಾಡಿದ ಸೃಷ್ಟಿ ಐತದು, ಮನುಷ್ಯಾರು ಮಾಡಿದ್ದಲ್ಲ. ಅದಕ್ಕೆ ಹೊಡದು ದೈವಕ್ಕೆ ಅವಮಾನ ಮಾಡಬೇಡ" ಎಂದು ಜೋರಾಗಿ ಅರಚಿದಳು. ವೀರಭದ್ರಪ್ಪ ಮತ್ತೆ ಹೊಡೆಯುವ ಮನಸ್ಸಿಲ್ಲದೆ, "ನಿನ್ನಂಥಾಕಿನ್ನ ಐದು ಜನಾನ್ನ ಇಟ್ಕೊಂಡೀನಿ. ನನ್ನಂಥ ಗಂಡಸಿಗೆ ಇಂಥಾ ಷಂಡನ್ನ ಆ ದೇವರು ಹೆಂಗೆ ಕೊಟ್ಟನಬೆ?" ಎಂದು ಅರ್ಧ ಅಸಹಾಯಕನಾಗಿ,

ಇನ್ನರ್ಥ ಕೋಪದಲ್ಲಿ ಪ್ರಶ್ನಿಸಿ, "ಈವತ್ತಿನಿಂದ ಈ ಷಂಡ ನಂಗೆ ಮಗಾನೂ ಅಲ್ಲ, ಅವನಿಗೆ ನಾನು ಅಪ್ಪಾನೂ ಅಲ್ಲ" ಎಂದು ನಿರ್ಧಾರದ ಮಾತನ್ನು ಹೇಳಿದ. ಸೂಗಮ್ಮ ಸುಮ್ಮನಿದ್ದಳು.

ಹೊಡೆದಾಟದಲ್ಲಿ ದೂರದಲ್ಲಿ ಬಿದ್ದಿದ್ದ ಟವೆಲನ್ನು ಹುಡುಕಿ, ಒಮ್ಮೆ ಜಾಡಿಸಿ ಹೆಗಲಿಗೆ ಹಾಕಿಕೊಂಡ ವೀರಭದ್ರಪ್ಪ ಹೊರಗೆ ಹೊರಟ. ಅವನು ಬಾಗಿಲ ಬಳಿ ಹೋದಾಗ ಸೂಗಮ್ಮ "ಈರಿಗ..." ಎಂದು ಕರೆದಳು. ವೀರಭದ್ರಪ್ಪ ಅವಳೆಡೆಗೆ ತಿರುಗಿ ಏನೆಂಬಂತೆ ನೋಡಿದ. "ಒಂದು ಮಾತು ಹೇಳ್ತೀನಿ, ನೆಪ್ಪಿಟ್ಟುಗೋ... ಐದು ಜನ ಸೂಳೇರನ್ನ ಇಟ್ಕೊಂಡು, ಕಟ್ಟಿಕೊಂಡ ಹೆಂಡ್ತೀನ್ನ ಬಾವಿನಾಗೆ ತಳ್ಳಂಥಾ ತಪ್ಪು ನಿನ್ನ ಮಗ ಮಾಡಿಲ್ಲ. ಸೋಮವಾರ ಸೋಮವಾರ ನೀನು ಮೈತೊಳ್ಕೊಂಡು ಪೂಜಿ ಮಾಡಲಿಕ್ಕೆ ಹೋಗ್ತೀಯಲ್ಲ, ಆ ಬೆಟ್ಟದ ಮೇಲಿನ ದೇವ್ರು ಕೂಡ ಹೆಣ್ಣಂದ್ರೆ ಅಸಹ್ಯ ಪಟ್ಟುಗೊಳ್ತಾನೆ. ಗಂಡಸರಿಗೆ ಮಾತ್ರ ಇಷ್ಟಪಟ್ಟು ಬರಮಾಡ್ಕೊಳ್ತಾನೆ. ತಿಳ್ಕೋ..." ಎಂದಳು. "ಥೂ... ಬೇವರ್ಸಿ ರಂಡೆ" ಎಂದು ಅವಳಿಗೆ ಉಗಿದು, ಬಿರಬಿರನೆ ಹೆಜ್ಜೆಯಿಟ್ಟುಕೊಂಡು ಹೊರಟು ಹೋದ.

ಎದ್ದು, ತನ್ನ ಬಟ್ಟೆಯನ್ನು ಸರಿ ಮಾಡಿಕೊಂಡು, ಕುಪ್ಪಸವನ್ನು ತೊಟ್ಟುಕೊಂಡ ಸೂಗಮ್ಮ, ಒಳಗೆ ಹೋಗಿ ಒಂದು ಲೋಟ ನೀರನ್ನು ತಂದಳು. ಕಲ್ಲೇಶಿಯನ್ನು ಎಬ್ಬಿಸಿ ನೀರನ್ನು ಕುಡಿಸಿದಳು. ಅವಳ ಮುಂದೆಯೇ ಕಲ್ಲೇಶಿ ಬಟ್ಟೆ ತೊಟ್ಟುಕೊಂಡ. ಚಡ್ಡಿ ಹಾಕಿಕೊಳ್ಳುವಾಗ ಇನ್ನೊಂದು ಕಾಲನ್ನು ಸರಿಯಾಗಿ ತೂರಿಸಲು ಆಗದೆ, ಸಮತೋಲನ ತಪ್ಪಿ ಗೋಡೆಯನ್ನು ಗಟ್ಟಿಗೆ ಹಿಡಿದುಕೊಂಡ. "ಹುಷಾರಪ್ಪ..." ಎಂದು ಸೂಗಮ್ಮ ಅವನನ್ನು ಹಿಡಿದುಕೊಂಡಳು. ಸರಿಯಾಗಿ ಹಾಕಿಕೊಂಡ. "ಮುಂದಿನ ಬದುಕು ಭಾಳ ಕಷ್ಟದ್ದದಪ್ಪ. ಷಂಡರನ್ನ, ಸೂಳೆಯರನ್ನ ಜನ ಹತ್ತಿರ ಸೇರಿಸಂಗಿಲ್ಲ..." ಎಂದಳು. ಕಲ್ಲೇಶಿ "ನಾನು ಷಂಡ ಅಲ್ಲ..." ಎಂದು ದೃಢವಾದ ಧ್ವನಿಯಲ್ಲಿ ಹೇಳಿ, ಕುಂಟುತ್ತಾ ಹೊರಗೆ ಹೊರಟ. ಸೂಗಮ್ಮ ಬಾಗಿಲಿಗೆ ಬಂದು ನಿಂತಳು. ಕಲ್ಲೇಶಿ ತನ್ನ ಮನೆಯ ದಾರಿಯ ವಿರುದ್ಧ ದಿಕ್ಕಿನಲ್ಲಿ ನಡೆಯುತ್ತಿದ್ದ. ತಕ್ಷಣ ಏನೋ ನೆನಪಾದಂತೆ ಮನೆಯೊಳಗೆ ಹೋಗಿ, ವೀರಭದ್ರಪ್ಪ ಕೊಟ್ಟಿದ್ದ ನೋಟುಗಳನ್ನು ತಂದು, ಕಲ್ಲೇಶಿಯನ್ನು ಕೂಗಿ ನಿಲ್ಲಿಸಿದಳು. ಅವನ ಬಳಿ ಹೋಗಿ, ರೂಪಾಯಿಯನ್ನು ಅವನ ಕೈಯಲ್ಲಿಟ್ಟು "ಎಲ್ಲನ್ನಾ ಸುಖವಾಗಿರಪ್ಪ" ಎಂದು ಅವನ ತಲೆ ಸವರಿದಳು. ಕಲ್ಲೇಶಿ ಕತ್ತಲಲ್ಲಿ ಇಂಚಿಂಚೇ ಕರಗಿ ಹೋದ.

ಬಾಗಿಲ ಬಳಿಯೇ ಸಾಕಷ್ಟು ಹೊತ್ತು ನಿಂತಿದ್ದ ಸೂಗಮ್ಮ, ಸ್ವಲ್ಪ ಹೊತ್ತಿನ ನಂತರ ಒಳಗೆ ಹೋಗಿ, ಬೆಂಕಿ ಪೊಟ್ಟಣವನ್ನು ತಂದು ಗೂಡಲ್ಲಿನ ದೀಪವನ್ನು ಹಚ್ಚಿದಳು.

31ನೇ ಡಿಸೆಂಬರ್ 2005

ಹಲೋ ಭಾರತಿ

ನನಗೆ ಸುಳ್ಳು ಹೇಳಲು ಬರುವುದಿಲ್ಲ. ನಾಲಿಗೆ ತೊದಲುತ್ತದೆ, ಮೈ ನಡುಗುತ್ತದೆ, ಮನಸು ಅಳುಕುತ್ತದೆ. ಆದ್ದರಿಂದ ನಾನು ಒಳ್ಳೆಯ ಸೇಲ್ಸ್‌ಮ್ಯಾನ್ ಅಲ್ಲ!

ರೆಡಿಂಗ್‌ನಿಂದ ಕಾರ್ಡಿಫ್‌ಗೆ ಏನಿಲ್ಲವೆಂದರೂ ಮೂರು ತಾಸಿನ ಹಾದಿ. ಮಧ್ಯಾಹ್ನ ಎರಡಕ್ಕೆ ಮೀಟಿಂಗ್ ಎಂದು ಕ್ಯಾಥರೀನ್ ಮುಂಚೆಯೇ ಇ–ಮೇಲ್ ಮಾಡಿ ತಿಳಿಸಿದ್ದಳು. ಹೊಸದಾಗಿ ಶುರುವಾದ ನಮ್ಮ ಕಾಲ್‌ಸೆಂಟರ್‌ಗೆ ಬಿಜಿನೆಸ್ ಸಿಗುವ ಅವಕಾಶವಿತ್ತು. ಹತ್ತೂವರೆಗೆ ಹೊರಡೋಣವೆಂದು ಮಾರ್ಕ್ ಮತ್ತು ಸ್ಟೀವ್ ಹೇಳಿದ್ದರು. ಆದರೆ ಸರಿಯಾಗಿ ಒಂಬತ್ತೂವರೆಗೆ ನಮ್ಮ ಎಂ.ಡಿ. – ಕಶ್ಯಪ್ – ತುರ್ತಿನ ಮೀಟಿಂಗಿಗೆ ಕರೆದರು. ಎಷ್ಟಾದರೂ ಸಂಬಳ ಕೊಡುವ ಧಣಿ. ಇಲ್ಲವೆನ್ನಲಾಗುವುದಿಲ್ಲ. ಭಾರತದ ಮೂಲದಿಂದ ಬಂದ ಕಶ್ಯಪ್ ತನ್ನ ಸ್ವಂತ ಪರಿಶ್ರಮದಿಂದ ವ್ಯಾಪಾರದಲ್ಲಿ ಮುಂದೆ ಬಂದವನು. ಬ್ರಿಟಿಷ್ ಕಾರ್ಪೊರೇಟ್ ಪ್ರಪಂಚದ ಹೇಮಾಹೇಮಿಗಳೂ ಅವನನ್ನು ಗೌರವಿಸುತ್ತಾರೆಂದರೆ ಸುಮ್ಮನೆ ಅಲ್ಲ. ಬರೀ ನನ್ನಂತಹ ಕಂದು ಚರ್ಮದ ಭಾರತೀಯನೊಬ್ಬನೇ ಹೋದರೆ ಬ್ರಿಟಿಷ್ ವ್ಯಾಪಾರಿಗಳು ಪ್ರಾಜೆಕ್ಟ್ ಕೊಡುವುದಿಲ್ಲವೆಂದು ಅರ್ಥ ಮಾಡಿಕೊಂಡು ಸೂಕ್ಷ್ಮವಾಗಿ ನನ್ನೊಡನೆ ಸ್ಟೀವ್ ಮತ್ತು ಮಾರ್ಕ್‌ನನ್ನು ಕಳುಹಿಸಿಕೊಡುವ ಚಾಣಾಕ್ಷ.

ಮೀಟಿಂಗ್ ಹಾಲಿನ ಟೇಬಲಿನ ಮೇಲೆ ಬಿಸಿನೆಸ್ ವರ್ಲ್ಡ್ ಪತ್ರಿಕೆಯ ಲೇಖನವೊಂದರ ಪ್ರತಿಯೊಂದನ್ನು ಇಟ್ಟಿದ್ದರು. ಅಮೆರಿಕಾದ ಸಾಫ್ಟ್‌ವೇರ್ ಕಂಪನಿಯೊಂದು ಮುಳುಗಿ ಹೋಗುತ್ತಿದ್ದಾಗ ಅದರ ಚುಕ್ಕಾಣಿ ಹಿಡಿದು ಈಗ ಅದನ್ನು ಲಾಭದ ಹೊಳೆಯಲ್ಲಿ ತೇಲಿಸಲು ಕಾರಣನಾದ ಜಾನ್ ಮೈಲ್‌ಸ್ಟೋನ್‌ನ ಸಂದರ್ಶನವದು. ನಾವು ಕಡ್ಡಾಯವಾಗಿ ಓದಲೇಬೇಕೆಂದಿರುವ ಕೆಲವು ಸಾಲುಗಳನ್ನು ಬಣ್ಣದ ಪೆನ್ನಿನಲ್ಲಿ ಹೈಲೈಟ್ ಮಾಡಿದ್ದರು. "ನಿಮ್ಮ ವ್ಯಾಪಾರದ ಪ್ರತಿಯೊಬ್ಬ ಸ್ಪರ್ಧಿಯನ್ನು ನಿಮ್ಮ ಶತ್ರುವಿನಂತೆ ಕಾಣಿ. ಅವನು ಚಿಕ್ಕವನೇ ಇರಲಿ, ದೊಡ್ಡವನೇ ಇರಲಿ. ಶತ್ರು ನಿರ್ನಾಮವಾಗದೆ ನೀವು ಬದುಕಲು ಸಾಧ್ಯವಿಲ್ಲ" ಎಂಬ ಸಾಲುಗಳವು.

ಮೊನ್ನೆ ತಾನೆ ಎರಡು ದೊಡ್ಡ ಪ್ರಪೋಸಲ್‌ಗಳು ತಿರಸ್ಕೃತವಾದ ಸಂಕಟದಲ್ಲಿದ್ದ ಕಶ್ಯಪ್, ಒಂದು ಹತ್ತು ನಿಮಿಷ ಬಿಟ್ಟು ರೂಮಿಗೆ ಬಂದ. ಅಷ್ಟರಲ್ಲಿ ನಾವೆಲ್ಲರೂ ಅದನ್ನು ಓದಿರಬೇಕೆಂಬುದು ಅವನ ಮೌನ ಸೂಚನೆ. "ಎರಡು ಮಿಲಿಯನ್ ಪೌಂಡಿನ ಪ್ರಪೋಸಲ್‌ಗಳು ತಿರಸ್ಕೃತವಾಗಿವೆ. ನಮ್ಮ ಪ್ರತಿಸ್ಪರ್ಧಿಗಳು ಆ ಪ್ರಾಜೆಕ್ಟ್‌ಗಳನ್ನು ನಮ್ಮ ಕಣ್ಣೆದುರಿನಲ್ಲೇ ಹಾರಿಸಿಕೊಂಡು ಹೋದರು. ನಾವು ಮಾತ್ರ ಮೈ ಕೊಡವಿಕೊಂಡು ಏನೂ ಆಗಿಲ್ಲದವರಂತೆ ಮತ್ತೊಂದು ಪ್ರಪೋಸಲ್‌ಗೆ ತಯಾರಿ ಶುರು ಮಾಡಿದ್ದೇವೆ" ಎಂದು ನಮ್ಮೆಲ್ಲರ ಮುಖ ನೋಡಿದ. ಯಾರೂ ಮಾತನಾಡಲಿಲ್ಲ. ಅವನೇ ಮುಂದುವರೆಸಿ, "ನಮಗೆ ಈಗ ಬೇಕಾಗಿರೋದು ಶತ್ರುಗಳ ನಿರ್ನಾಮ. ಆ ಮನೋಭಾವವೂ ಇಲ್ಲ ಅಂದರೆ ನಾವು ವ್ಯಾಪಾರದಲ್ಲಿ ಉಳಿಯೋದು ಹೇಗೆ? ನೀವೆಲ್ಲಾ ಈ ಲೇಖನ ಓದಿದೀರ ಅಂದುಕೊಳ್ತೀನಿ. ನಮಗೆ ಬೇಕಿರೋದು ಜಾನ್ ಮೈಲ್‌ಸ್ಟೋನ್‌ನಂಥವರು" ಎಂದು ನಮ್ಮೆಲ್ಲರ ಪ್ರತಿಕ್ರಿಯೆಗಾಗಿ ಕಾದ. ಸೂಕ್ಷ್ಮವಾಗಿ ನಮ್ಮಲ್ಲಿ ಅಂತಹ ಮನೋಭಾವ ಇಲ್ಲ ಎನ್ನುವುದನ್ನು ತಿಳಿಸಿದ್ದ.

ಕೊಠಡಿಯಲ್ಲಿ ಒಂದೆರಡು ಕ್ಷಣ ಮೌನ. ನಾನೇ ಮಾತನಾಡಿದೆ. "ಕಶ್ಯಪ್, ಈ ಜಾನ್ ಮೈಲ್‌ಸ್ಟೋನ್ ಅಮೆರಿಕಾದ ಅಧ್ಯಕ್ಷ ಆಗುವ ಸಾಧ್ಯತೆಗಳಿವೆಯಾ?" ಎಂದು ಅಮಾಯಕ ಧ್ವನಿಯಲ್ಲಿ ಕೇಳಿದೆ. ನನ್ನ ಪ್ರಶ್ನೆಯ ವ್ಯಂಗ್ಯವನ್ನು ಅರ್ಥ ಮಾಡಿಕೊಳ್ಳದೆ, "ಯಾಕೆ ಸಾಧ್ಯವಿಲ್ಲ? ಮುಳುಗುತ್ತಿರುವ ಕಂಪನಿಯೊಂದನ್ನು ಎತ್ತಿ ನಿಲ್ಲಿಸಿದ ವ್ಯಕ್ತಿ ದೇಶದ ಅಧ್ಯಕ್ಷ ಆಗಲು ಅರ್ಹನಲ್ಲವೇನು?" ಎಂದು ಆವೇಶದಲ್ಲಿ ಮಾತನಾಡಿ, ತಕ್ಷಣ ಅನುಮಾನ ಮೂಡಿ, "ಅಂತಹ ಅಸಂಬದ್ಧ ಪ್ರಶ್ನೆ ಇಲ್ಲಿ ಯಾಕೆ?" ಎಂದು ಕೇಳಿದ. ಮತ್ತದೇ ಅಮಾಯಕ ಧ್ವನಿಯಲ್ಲಿ, "ಅಮೆರಿಕಾವೊಂದನ್ನು ಬಿಟ್ಟು ಉಳಿದೆಲ್ಲಾ ದೇಶಗಳನ್ನು ಶತ್ರುವೆಂದು ಪರಿಗಣಿಸಿ ಬಾಂಬು ಹಾಕಿಸಿಬಿಡುತ್ತಾನೇನೋ ಎಂಬ ಅನುಮಾನ" ಎಂದೆ. ಕಶ್ಯಪನ ಮುಖ

ಕೆಂಪಗಾಯ್ತು. ಮತ್ತೇನೋ ಮಾತನಾಡಲು ಪ್ರಯತ್ನಿಸಿದನಾದರೂ ಕೋಪಕ್ಕೆ ತುಟಿಯದುರಿ, ಸ್ವರ ಹೊರಬರಲಿಲ್ಲ. ಕೈಯಲ್ಲಿದ್ದ ಮಾರ್ಕರ್ ಪೆನ್ನನ್ನು ಟೇಬಲಿಗೆ ರಪ್ಪೆಂದು ಒಗೆದು ಬಿರುಸಿನ ಹೆಜ್ಜೆಗಳನ್ನಿಟ್ಟು ಹೊರಹೋದ. ಅವನ ಹೆಜ್ಜೆಯ ಸಪ್ಪಳ ದೂರವಾಗುವವರೆಗೆ ಸುಮ್ಮನಿದ್ದ ಸಹೋದ್ಯೋಗಿಗಳು ಅನಂತರ ಸದ್ದು ಮಾಡಿ ನಗಲಾರಂಭಿಸಿದರು. ಮಾರ್ಕ್ ನನ್ನ ಕೈಕುಲುಕಿ, “ಒಳ್ಳೆ ಪಂಚ್ ಕೊಟ್ಟೆ ಬಿಡು. ಚೇತರಿಸಿಕೊಳ್ಳಲಿಕ್ಕೆ ಇನ್ನೊಂದು ವಾರ ಬೇಕು” ಎಂದು ಖುಷಿಯಿಂದ ನಕ್ಕ. ಸ್ಟೀವ್, “ಈ ವರ್ಷ ನಿನ್ನ ಪ್ರಮೋಷನ್ ಮರೆತು ಬಿಡು” ಎಂದು ಅಪಶಕುನ ನುಡಿದ.

ಆಗಲೇ ಹನ್ನೊಂದು ಗಂಟೆಯಾಗಿಹೋಗಿತ್ತು. ಮೀಟಿಂಗಿಗೆ ಬೇಕಾದ ಕೆಲವು ಡಾಕ್ಯುಮೆಂಟುಗಳನ್ನು ಪ್ರಿಂಟ್ ಮಾಡಿಕೊಂಡು ಹೊರಡುವುದರೊಳಗೆ ತಡವಾಗುವುದರಲ್ಲಿ ಅನುಮಾನವಿರಲಿಲ್ಲ. ಮಾರ್ಕ್ ತನ್ನ ಮೊಬೈಲ್‌ನಿಂದ ಕ್ಯಾಥರಿನ್‌ಳನ್ನು ಸಂಪರ್ಕಿಸಿದ. “ಕ್ಯಾಥಿ, ನಾವು ಟ್ರಾಫಿಕ್‌ಜಾಂನಲ್ಲಿ ಸಿಕ್ಕು ಬಿದ್ದಿದ್ದೇವೆ. ಒಂದು ಅರ್ಧ ಗಂಟೆಯಾದರೂ ತಡವಾಗುತ್ತದೆ. ನಮ್ಮ ಸಮಸ್ಯೆ ಅರ್ಥ ಮಾಡಿಕೊಳ್ತೀಯಲ್ವಾ?” ಎಂದು ಸುಳ್ಳು ಹೇಳಿದ. ನನ್ನ ಕಡೆ ನೋಡಿ ಕಣ್ಣು ಮಿಟುಕಿಸಿ “ಹೇಗಿದೆ ನನ್ನ ಕರಾಮತ್ತು?” ಎನ್ನುವಂತೆ ನಕ್ಕ.

ಮಾರ್ಕ್ ಮತ್ತು ಸ್ಟೀವ್‌ನ ಬಳಿ ಕಾರಿದೆ. ಭಾರತದಿಂದ ಕೆಲಸದ ಮೇಲೆ ಅಲ್ಲಿಗೆ ಹೋಗಿರುವ ನಾನು ಯಾವ ದಿನವಾದರೂ ಮರಳಿ ಬರಬಹುದೆಂಬ ಅನುಮಾನದಿಂದ ಕಾರನ್ನು ಕೊಂಡಿಲ್ಲ. ಇಬ್ಬರಲ್ಲಿ ಯಾರ ಕಾರಿನಲ್ಲಿ ಹೋಗಲಿ ಎಂದು ಯೋಚಿಸಿದೆ. ಮಾರ್ಕ್‌ಗೆ ಹೂಸು ಬಿಡುವ ಸ್ವಭಾವ. ಮೂರು ತಾಸು ಗಬ್ಬು ವಾಸನೆ ಕುಡಿಯುತ್ತಾ ಕುಳಿತುಕೊಳ್ಳುವುದಕ್ಕೆ ಬೇಸರ. ಆದರೆ ಸ್ಟೀವ್ ಹಾಗಲ್ಲ. ಮೈಕೈಗೆಲ್ಲಾ ಘಮಘಮ ಪರ್‌ಫ್ಯೂಮ್ ಬಳಿದುಕೊಳ್ಳುತ್ತಾನೆ. ಆದರೆ ಅವನು ಸಲಿಂಗಕಾಮಿಯೆಂಬುದು ಆಫೀಸಿನ ಎಲ್ಲರಿಗೂ ಗೊತ್ತಿರುವ ವಿಷಯ. ಸಹೋದ್ಯೋಗಿಗಳ ಜೊತೆ ಅವನ ವರ್ತನೆಯ ಬಗ್ಗೆ ಇದುವರೆಗೆ ಯಾವುದೇ ಗುಸುಗುಸುಗಳಿಲ್ಲದಿದ್ದರೂ ಡ್ರೈವ್ ಮಾಡುತ್ತಾ ನನ್ನ ಪ್ಯಾಂಟಿನೊಳಗೇ ಕೈ ಹಾಕಿಬಿಡುತ್ತಾನೇನೋ ಎಂಬ ಹೆದರಿಕೆ ನನಗೆ. ಹೂಸಿನ ವಾಸನೆಯಾದರೂ ಪರವಾಯಿಲ್ಲ, ಸಲಿಂಗಕಾಮಿಯ ಜೊತೆ ಏಕಾಂಗಿಯಾಗಿ ಹೋಗುವುದು ಬೇಡವೆಂದು ನಿರ್ಧರಿಸಿ ಮಾರ್ಕ್‌ನ ಬಿ.ಎಂ.ಡಬ್ಲ್ಯು. ಹತ್ತಿದೆ.

ಸ್ವಲ್ಪ ದೂರ ಪ್ರಯಾಣ ಮಾಡಿದ ಮೇಲೆ ಮಾರ್ಕ್ ತನ್ನ ಕಾರಿನಲ್ಲಿದ್ದ ಚಿಕ್ಕ ಕಂಪ್ಯೂಟರನ್ನು ಚಾಲೂ ಮಾಡಿದ. “ಕೆಲವೊಂದು ಇಂಟರೆಸ್ಟಿಂಗ್ ಫೋಟೋಗಳಿವೆ, ನೋಡ್ತೀಯಾ?” ಎಂದು ಕೇಳಿ, ನನ್ನ “ಹೂಂ, ಊಹೂಂ”ಗಳನ್ನೂ ನಿರೀಕ್ಷಿಸದೆ ತನ್ನ ಯಾಹೂ ಫೋಟೋಗಳ ತಾಣಕ್ಕೆ ಹೋದ. ಸುಕೋಮಲ ಹೆಣ್ಣಿನೊಡನೆ

ಧಡಿಯನೊಬ್ಬ ಮೈಥುನ ಕ್ರಿಯೆಯಲ್ಲಿ ತೊಡಗಿದ ಫೋಟೋಗಳವು. ಕ್ಯಾಮರಾವನ್ನು ಒಂದೇ ಕಡೆ ಇಟ್ಟು ಮಾನವ ಸಹಾಯವಿಲ್ಲದೆ ತೆಗೆದ ಫೋಟೋಗಳಾದ್ದರಿಂದ ಸರಿಯಾದ ಫೋಕಸ್ ಇರಲಿಲ್ಲ. "ಯಾರು ಇವರು?" ಎಂದು ಕೇಳಿದೆ. ಮಾರ್ಕ್ ಹೆಮ್ಮೆಯ ನಗೆಯೊಂದನ್ನು ನಕ್ಕು "ವೆಂಡಿ ಮತ್ತು ನಾನು" ಎಂದ. ಒಮ್ಮೆ ಮೈ ಜುಂ ಅಂತು. ವೆಂಡಿ ಮಾರ್ಕ್‌ನ ಮಗಳ ಗೆಳತಿ. ಸೂಪರ್ ಮಾರ್ಕೆಟಿನಲ್ಲಿ ಸೇಲ್ಸ್‌ಗರ್ಲ್ ಆಗಿ ಕೆಲಸ ಮಾಡುತ್ತಾಳೆ. ಅವಳನ್ನು ಪಡೆಯಲು ಮಾರ್ಕ್ ತುಂಬಾ ದಿನದಿಂದ ಒದ್ದಾಡುತ್ತಿದ್ದ. ಆದರೆ ಸ್ಥೂಲಕಾಯದ ಮಾರ್ಕ್‌ನನ್ನು ವೆಂಡಿ ಕಣ್ಣೆತ್ತಿಯೂ ನೋಡಿರಲಿಲ್ಲ. "ಅಂತೂ ವೆಂಡಿ ಒಪ್ಪಿಕೊಂಡಳಾ?" ಎಂದು ಅನುಮಾನದಿಂದ ಕೇಳಿದೆ. ತೊಡೆಯನ್ನೆತ್ತಿ ಒಂದು ಹೂಸು ಬಿಟ್ಟು, ಹೆಮ್ಮೆಯ ನಗೆ ನಕ್ಕ. "ಸ್ವಲ್ಪ ತಾಳ್ಮೆ ಬೇಕು, ಅಷ್ಟೇ! ಅವಳ ಬಾಯ್‌ಫ್ರೆಂಡ್ ಇಲ್ಲಿರುವಾಗ ನನ್ನ ನೋಡಿದ್ರೆ ಒಂದು ನಗೆ ಕೂಡಾ ನಗ್ತಿರಲಿಲ್ಲ. ನಾನಾಗಿ ಬಾಯಿ ಬಿಟ್ಟು ಕೇಳಿದ್ರೆ ತಮಾಷೆ ಮಾಡಿ ಕಳುಹಿಸಿದ್ಲು. ಈಗ ನೋಡು, ಎಲ್ಲದಕ್ಕೂ ತಯಾರು" ಎಂದ. "ಹೇಗೆ ಒಪ್ಪಿಸಿದೆ?" ಎಂದು ಕುತೂಹಲದಿಂದ ಕೇಳಿದೆ. "ಎಲ್ಲಾ ಜಾರ್ಜ್ ಬುಶ್‌ನ ಉಪಕಾರ. ಅವಳ ಬಾಯ್‌ಫ್ರೆಂಡ್ ಮಿಲಿಟರಿಯಲ್ಲಿದ್ದ. ಟೋನಿ ಬ್ಲೇರ್ ಅವನನ್ನು ಪ್ರೀತಿಯಿಂದ ಇರಾಕ್‌ಗೆ ಯುದ್ಧ ಮಾಡಲು ಕಳುಹಿಸಿದ. ಅಲ್ಲೇ ಕ್ರಷ್‌ಡ್... ಮನೆ, ಕಾರು ಅಂತ ಅವನನ್ನ ನಂಬಿ ಲೋನ್ ತೊಗೊಂಡಿದ್ಲು. ಅಫಿಶಿಯಲ್ ಆಗಿ ಸಂಬಂಧನ್ನ ಡಿಕ್ಲೇರ್ ಕೂಡಾ ಮಾಡಿರಲಿಲ್ಲ. ಮತ್ತಿನ್ನೇನು ಮಾಡ್ತಾಳೆ? ನನ್ನ ಪಾಕೇಟ್‌ಗೂ ದೊಡ್ಡ ಲಾಸಾಗಿದೆ. ಬಟ್ ಶಿ ಈಜ್ ವರ್ತ್ ಫಾರ್ ಇಟ್" ಅಂದ. ಅವನ ಹೂಸಿನ ವಾಸನೆಗೂ ಅಸಹ್ಯವಾದ ವಾಸನೆಯೊಂದು ಕಾರನ್ನು ಮುತ್ತಿತು. ಮತ್ತೆ ವಾಪಾಸು ಬರುವಾಗ ಸ್ಟೀವ್ ಕಾರಿನಲ್ಲಿ ಬರುವುದೆಂದು ನಿರ್ಧರಿಸಿದೆ. ಸಲಿಂಗಕಾಮಿಯ ಬಳಿ ಇಂತಹ ಹೊಲಸು ವಾಸನೆಯಿರಲಿಕ್ಕಿಲ್ಲ. "ಅವಳಿಗೇನಾದ್ರೂ ಈ ಫೋಟೋಗಳು ಇಂಟರ್‌ನೆಟ್‌ನಲ್ಲಿ ಸಿಕ್ಕರೆ, ನಿನ್ನ ಹರಾಜು ಹಾಕಿಬಿಡ್ತಾಳೆ, ಅಷ್ಟೇ!" ಎಂದು ಹೆದರಿಸಿದೆ. ಗಹಗಹಿಸಿ ನಕ್ಕ. "ಇಂಟರ್‌ನೆಟ್ ಯುಗದಲ್ಲಿ ಸ್ವಂತ ಮಾಹಿತಿಗಳನ್ನು ರಕ್ಷಿಸಿಕೊಳ್ಳಲು ಏನೆಲ್ಲಾ ರಹಸ್ಯ ವಿಧಾನಗಳು ಇವೆ ಅಂತ ನಿಂಗೊತ್ತಿಲ್ಲ. ನನ್ನ ಪಾಸ್‌ವರ್ಡ್ ಇಲ್ಲದೆ ಆ ಭಗವಂತನಿಗೂ ಈ ಫೋಟೋಗಳನ್ನು ನೋಡಲು ಸಾಧ್ಯವಿಲ್ಲ" ಎಂದ.

ಕ್ಯಾಥರೀನ್ ಕಾಯುತ್ತಿದ್ದಳು. ಕೆಂಪು ಸ್ಕರ್ಟ್, ಕಪ್ಪು ಮೇಲುಡುಗೆ ಹಾಕಿ, ಕೊರಳಲ್ಲಿ ಒಂದು ಚಿನ್ನದ ತೆಳುವಾದ ಸರವನ್ನು ಧರಿಸಿ, ತನ್ನ ಬ್ಲಾಂಡ್ ಕೂದಲನ್ನು ಒಪ್ಪವಾಗಿ ಕಟ್ಟಿದ್ದಳು. ಸುಮಾರು ನಲವತ್ತರ ವಯಸ್ಸಿದ್ದರೂ ಅಚ್ಚುಕಟ್ಟಾಗಿ ಅಲಂಕಾರ ಮಾಡಿಕೊಂಡಿದ್ದಳು. ಮಾರ್ಕ್ ಅವಳ ಬಳಿ ಕ್ಷಮೆ ಕೇಳಿದ. ರಸ್ತೆಯಲ್ಲಿ ಯಾವುದೋ ಆಕ್ಸಿಡೆಂಟ್ ಆಗಿದ್ದರಿಂದ ಹೇಗೆ ಕಾರುಗಳು ಇರುವೆ

ಚಲಿಸಿದಂತೆ ಚಲಿಸಬೇಕಾಯ್ತೆಂದು ವಿವರಗಳನ್ನು ಕೊಟ್ಟ. ಸ್ಟೀವ್ ಕೂಡಾ ಅದಕ್ಕೆ ಪೂರಕವಾಗುವಂತೆ ಮಾತನಾಡಿದ. ನಾನು ಸುಮ್ಮನೆ ನಕ್ಕೆ. ನಾವು ಮೂವರನ್ನು ಮೀಟಿಂಗ್ ರೂಮಿಗೆ ಕರೆದುಕೊಂಡು ಹೋದಳು.

ನೀಲಿ ಬಣ್ಣದ ಕಾರ್ಪೆಟ್ ಹಾಸಿ, ಮಧ್ಯದಲ್ಲಿ ಗಾಜಿನ ಮೇಜನ್ನಿಟ್ಟಿದ್ದರು. ಮೂಲೆಯಲ್ಲೊಂದು ಸುಂದರ ಹೂದಾನಿ. ಅದರಲ್ಲಿ ನಳನಳಿಸುವ ಗುಲಾಬಿಗಳು. ವೇದಿಕೆಯ ಮೇಲೆ ಬಿಳಿಯ ಸ್ಕ್ರೀನ್ ಮತ್ತು ಬರೆಯಲು ಅನುಕೂಲವಾಗುವಂತೆ ಬಿಳಿಯ ಬೋರ್ಡಿತ್ತು. ಒಂದು ಕಂಪ್ಯೂಟರ್ ಮತ್ತು ಎಲ್.ಸಿ.ಡಿ. ಪ್ರೊಜೆಕ್ಟರ್ ಇಟ್ಟಿದ್ದರು. ಹವೆಯಲ್ಲಿ ಆಹ್ಲಾದಕರವಾದ ಹೂವಿನ ವಾಸನೆಯಿತ್ತು. ನಮ್ಮ ಮಾರ್ಕ್ ಆ ವಾಸನೆಯನ್ನು ಇನ್ನು ಕೆಲವು ಕ್ಷಣಗಳಲ್ಲಿ ನಾಶ ಮಾಡುತ್ತಾ ಹೋಗುತ್ತಾನಲ್ಲ ಎಂದು ನಗುಬಂತು.

ಮೀಟಿಂಗ್ ಹಾಲಿನಲ್ಲಿ ಕ್ಯಾಥರೀನ್ ಅಲ್ಲದೆ ಮಾಲ್ಕಂ, ಸಂದೀಪ್ ಇದ್ದರು. ವಿಶೇಷವೆನ್ನಿಸುವಂತೆ ಕಾಲೇಜು ಓದುವ ವಯಸ್ಸಿನ ಇಬ್ಬರು ಹುಡುಗರು ಮತ್ತು ಒಬ್ಬ ಹುಡುಗಿಯಿದ್ದಳು. ಎಲ್ಲರೂ ಎಲ್ಲರನ್ನೂ ಪರಿಚಯ ಮಾಡಿಕೊಂಡು ಕಾರ್ಡ್‌ಗಳನ್ನು ವಿನಿಮಯ ಮಾಡಿಕೊಂಡದ್ದಾಯ್ತು. ಸಂದೀಪ್, "ನನ್ನ ಮುತ್ತಾತ ಗುಜರಾತಿನಿಂದ ಬಂದಿದ್ದಂತೆ. ನಾನಿನ್ನೂ ಭಾರತವನ್ನು ನೋಡಿಲ್ಲ" ಎಂದು ಬ್ರಿಟಿಷ್ ಉಚ್ಚಾರಣೆಯಲ್ಲಿ ನನ್ನೊಡನೆ ಹೇಳಿದ. ನಾನೆಲ್ಲಿ ಅವನನ್ನು ನನ್ನಂತೆಯೇ ಭಾರತದಿಂದ ಬಂದವನೆಂದು ಭಾವಿಸಿಬಿಡುತ್ತೀನೋ ಎಂಬ ಅಳುಕಿತ್ತು.

ಮೊದಲಿಗೆ ಸ್ಟೀವ್ ಭಾರತದ ಜನಜೀವನದ ಬಗ್ಗೆ ಮಾತನಾಡಿದ. ಭಾರತವೆಂದರೆ ಒಂಟೆ, ಆನೆಯ ಮೇಲೆ ಜನರು ತಿರುಗುವ ದೇಶವಲ್ಲ. ಅಥವಾ ಅಲ್ಲಿ ಬರೀ ಭಿಕಾರಿಗಳೇ ತುಂಬಿದ್ದಾರೆ ಎನ್ನುವ ಕಲ್ಪನೆಯೂ ಬೇಡ. ಪ್ರಪಂಚದ ಅತ್ಯಾಧುನಿಕ ಜೀವನ ಶೈಲಿ ಈಗ ಭಾರತದಲ್ಲಿ ಲಭ್ಯ. ಬೆಂಗಳೂರು – ಯಾವ ದೇಶದ ಪ್ರಜೆಯಾದರೂ ಜೀವನ ಮಾಡಲು ಬಯಸುವ ಸುಂದರ ನಗರ. ಜಗತ್ತಿನ ಐದು ಬುದ್ಧಿವಂತರ ನಗರಗಳಲ್ಲಿ ಒಂದೆಂದು ಅದನ್ನು ಟೈಮ್ಸ್ ಪತ್ರಿಕೆ ಗುರುತಿಸಿದೆ – ಎಂದು ಅವರಲ್ಲಿ ಭಾರತದ ಬಗ್ಗೆ ಇರಬಹುದಾದ ತಪ್ಪು ಕಲ್ಪನೆಯನ್ನು ದೂರ ಮಾಡುವಂತಹ ಮಾತನಾಡಿದ. ಸ್ಟೀವ್ ಒಮ್ಮೆಯೂ ಭಾರತಕ್ಕೆ ಭೇಟಿ ನೀಡಿಲ್ಲವೆಂಬುದು ನೆನಪಾಗಿ ನನಗೆ ನಗು ಬಂತು. ಆದರೆ ಯಾವ ಅಳುಕೂ ಇಲ್ಲದೆ ಭಾರತದ ಬಗ್ಗೆ ಮಾತನಾಡುವ ಅವನ ಭಂಡ ಧೈರ್ಯ ಮೆಚ್ಚುಗೆಯಾಯ್ತು.

ನಂತರ ನಮ್ಮ ಕಾಲ್‌ಸೆಂಟರಿನ ಆಧುನಿಕ ಸೌಲಭ್ಯಗಳ ಬಗ್ಗೆ ಹೇಳಲಾರಂಭಿಸಿದ. ಕ್ಷಣದಲ್ಲಿ ಇಂಗ್ಲೆಂಡಿನ ಕರೆಗಳನ್ನು ಇಂಟರ್‌ನೆಟ್ ಮೂಲಕ ಭಾರತಕ್ಕೆ ವರ್ಗಾಯಿಸಿ, ಅಲ್ಲಿಯ ನಮ್ಮ ಕಾಲ್‌ಸೆಂಟರ್ ಏಜೆಂಟ್‌ಗಳಿಂದ ಮಾತನಾಡಿಸಬಹುದೆಂದು

ವಿವರಿಸಿದ. ಭಾರತದಲ್ಲಿ ವಿದ್ಯಾಭ್ಯಾಸವೆಲ್ಲವೂ ಇಂಗ್ಲೀಷಿನಲ್ಲಿಯೇ ನಡೆಯುತ್ತದೆ. ಅಲ್ಲಿಯ ಸರಕಾರಗಳು ಪ್ರಾದೇಶಿಕ ಭಾಷೆಯನ್ನು ಮೂಲೆಗೆ ತಳ್ಳಿ ಇಂಗ್ಲೀಷ್ ಭಾಷೆಗೆ ಹೆಚ್ಚಿನ ಪ್ರೋತ್ಸಾಹ ನೀಡುತ್ತಿರುವುದನ್ನು ಅಂಕಿ-ಅಂಶಗಳೊಂದಿಗೆ ವಿವರಿಸಿದ. ನಗರದಲ್ಲಿಯೇ ಬೆಳೆದ ನವಪೀಳಿಗೆಯ ಯುವಕರಿಗೆ ಇಂಗ್ಲೀಷ್ ಭಾಷೆಯನ್ನು ಬಿಟ್ಟು ಬೇರೆ ಭಾಷೆಯೂ ಬರುವುದಿಲ್ಲವೆಂದು ವಿವರಿಸಿದಾಗ ಮಾಲ್ಕಂ "ವಂಡರ್‌ಫುಲ್" ಎಂದು ಉದ್ಗಾರವೆತ್ತಿದ. ಮಾರ್ಕ್ ಮಧ್ಯದಲ್ಲಿ ಬಾಯಿಹಾಕಿ, "ಎಲ್ಲಾ ನಮ್ಮ ತಾತ ಮುತ್ತಾತಂದಿರು ಕೊಟ್ಟ ಕೊಡುಗೆ" ಎಂದು ವಾರಸುದಾರ ನಗೆಯನ್ನು ನಕ್ಕ. ಸ್ಟೀವ್ ಮಾತನ್ನು ಮುಂದುವರೆಸಿ ಹಗಲು ರಾತ್ರಿಯೆನ್ನದೆ ಕೆಲಸ ಮಾಡಲು ಸಿದ್ಧರಾದ ಭಾರತದ ಯುವಜನತೆ, ಇಂಗ್ಲೆಂಡಿನಲ್ಲಿ ಅದೇ ಕೆಲಸಕ್ಕೆ ಕೊಡಬೇಕಾದ ಕಾಲು ಭಾಗ ಹಣಕ್ಕೇ ಖುಷಿಯಾಗುವ ಬಗ್ಗೆ ಹೇಳಿದ. ಭಾರತದಲ್ಲಿ ಪ್ರತಿ ವರ್ಷ ಹೊರ ಬರುತ್ತಿರುವ ಪದವೀಧರರ ಸಂಖ್ಯೆಯನ್ನು ತೋರಿಸಿ ಎಲ್ಲರ ಹುಬ್ಬೇರುವಂತೆ ಮಾಡಿದ.

ಅನಂತರ ನಮ್ಮ ಕಾಲ್‌ಸೆಂಟರಿನ ತಾಂತ್ರಿಕ ವಿವರಗಳ ಬಗ್ಗೆ ನಾನು ಮಾತನಾಡಿದೆ. ಯಾವ ತರಹದ ಕೇಬಲ್‌ಗಳ ಮೂಲಕ ಇಂಗ್ಲೆಂಡಿನಿಂದ ಬೆಂಗಳೂರಿಗೆ ಸಂಪರ್ಕ ಕಲ್ಪಿಸಲಾಗಿದೆ, ಅದರ ಶಕ್ತಿಯೆಷ್ಟು, ಬ್ರಿಟಿಷ್ ಟೆಲಿಕಾಂ ಮತ್ತು ಬಿಎಸ್‌ಎನ್‌ಎಲ್‌ನ ಪಾತ್ರಗಳೇನು – ಮುಂತಾದ ವಿವರಗಳನ್ನು ಕೊಟ್ಟೆ. ನಮ್ಮ ಬೆಂಗಳೂರಿನ ಕಟ್ಟಡದ ಫೋಟೋಗಳನ್ನು, ಕಾಲ್‌ಸೆಂಟರಿನ ಚಟುವಟಿಕೆಗಳನ್ನು ತಿಳಿಸುವಂತಹ ಫೋಟೋಗಳನ್ನು ಸ್ಕ್ರೀನ್ ಮೇಲೆ ಪ್ರೊಜೆಕ್ಟ್ ಮಾಡಿ ತೋರಿಸಿದೆ. ಈ ಸದ್ಯಕ್ಕೆ ನಾವು ಯಾವ ಯಾವ ಕಂಪನಿಗಳಿಗೆ ಸೇವೆಯನ್ನು ಸಲ್ಲಿಸುತ್ತಿದ್ದೇವೆ ಮತ್ತು ಅವರೆಷ್ಟು ಖುಷಿಯಾಗಿದ್ದಾರೆ ಎಂಬುದನ್ನು ತಿಳಿಸಿದೆ.

ಕ್ಯಾಥರೀನ್ ವೇದಿಕೆಗೆ ಬಂದು ತಮ್ಮ ಕಂಪನಿಯು ಭಾರತೀಯರಿಂದ ನಿರೀಕ್ಷಿಸುತ್ತಿರುವ ಕೆಲಸಗಳ ವಿವರಗಳನ್ನು ಕೊಡಲಾರಂಭಿಸಿದಳು. ಇಂಗ್ಲೆಂಡಿನಲ್ಲಿ ಇತ್ತೀಚೆಗೆ ಫೋನ್‌ಸೆಕ್ಸ್ ತುಂಬಾ ಹೆಚ್ಚಾಗುತ್ತಿದೆ. ಅಪರಿಚಿತ ವ್ಯಕ್ತಿಯೊಂದಿಗೆ ಮುಕ್ತವಾಗಿ ಸೆಕ್ಸ್ ಬಗ್ಗೆ ಮಾತನಾಡಲಿಕ್ಕೆ ಬರೀ ಕಾಲೇಜಿನ ಪಡ್ಡೆ ಹುಡುಗರೊಂದೇ ಅಲ್ಲ, ಮದುವೆಯಾದವರೂ ಹಾತೊರೆಯುತ್ತಿದ್ದಾರೆ. ಪರಿಚಿತ ವ್ಯಕ್ತಿಯೊಂದಿಗೆ ಮಲಗಿ ಸುಖ ಪಡುವುದಕ್ಕಿಂತ ಭಿನ್ನವಾದ ಸುಖವನ್ನು ಈ ಫೋನ್‌ಸೆಕ್ಸ್ ಕೊಡುತ್ತಿದೆ. ಕಳೆದ ಎರಡು ವರ್ಷಗಳಿಂದ ಶೇಕಡಾ ಅರವತ್ತರಷ್ಟು ಹೆಚ್ಚು ಜನರು ಫೋನ್‌ಸೆಕ್ಸ್ ಬಳಸಲಾರಂಭಿಸಿದ್ದಾರೆ. ಫೋನ್‌ಸೆಕ್ಸ್ ಕರೆಗಳು ಅತ್ಯಂತ ದುಬಾರಿಯಾದರೂ ಜನರು ಅದನ್ನು ಕೇರ್ ಮಾಡದೆ ಗಂಟೆಗಟ್ಟಲೆ ಮಾತನಾಡುತ್ತಿದ್ದಾರೆ. ಜನರ ಈ ಸೆಕ್ಸ್‌ಬಾಕತನವನ್ನು ವ್ಯಾಪಾರವಾಗಿ ಪರಿವರ್ತಿಸಲು ಅವರ ಕಂಪನಿ ಪ್ರಯತ್ನಿಸುತ್ತಿದೆ.

ನಿಮ್ಮ ಕಾಲ್‌ಸೆಂಟರ್‌ನಿಂದ ಅಂತಹ ಕಾಲ್‌ಗಳಿಗೆ ಉತ್ತರಿಸಬೇಕಾಗುತ್ತದೆ. ನಿಮ್ಮ ಭಾರತೀಯ ಜನರಿಗೆ ಇದು ಸಾಧ್ಯವಾ? ಎಂದು ಪ್ರಶ್ನೆಯನ್ನು ಎಸೆದು ತನ್ನ ಮಾತನ್ನು ಮುಗಿಸಿದಳು.

ಮಾರ್ಕ್ ಉತ್ಸಾಹದಿಂದ ಉತ್ತರಿಸಿದ – "ಜಗತ್ತಿಗೇ ಕಾಮಶಾಸ್ತ್ರವನ್ನು ಕೊಟ್ಟ ಭಾರತೀಯರ ಸೆಕ್ಸ್ ಪರಿಣತಿಯ ಬಗ್ಗೆ ನೀವು ಪ್ರಶ್ನೆ ಮಾಡುವುದೇ ಬೇಕಿಲ್ಲ".

ಕ್ಯಾಥರೀನ್ ಮಾತನ್ನು ಮುಂದುವರೆಸಿದಳು. "ಹಾಗಂತ ನಾವು ಭಾರತೀಯ ಜನರ ಸೆಕ್ಸ್ ಪರಿಣತಿಯನ್ನು ಬಯಸುತ್ತಿಲ್ಲ. ನಮ್ಮ ಪಡ್ಡೆ ಹುಡುಗರನ್ನು ಉದ್ರೇಕಕ್ಕೆ ಒಳಪಡಿಸಬಲ್ಲ ಇಂಗ್ಲೆಂಡಿನಲ್ಲಿ ಪ್ರಚಲಿತವಿರುವ ಸೆಕ್ಸ್ ವಿಷಯಗಳನ್ನು ಮಾತನಾಡಬೇಕು. ಅದಕ್ಕೆ ಬೇಕಾದ ಟ್ರೇನಿಂಗ್ ಕೊಡಲು ನಾವು ಸಿದ್ಧ. ಜೊತೆಗೆ ಇಲ್ಲಿ ಸಾಮಾನ್ಯವಾಗಿ ನಮ್ಮ ಹುಡುಗರು ಓದುವ ಸೆಕ್ಸ್ ಪುಸ್ತಕಗಳನ್ನು, ಬ್ಲೂ ಫಿಲಂಗಳನ್ನು, ಸೆಕ್ಸ್ ಆಟಿಕೆಗಳನ್ನು ಅಲ್ಲಿಗೆ ಕಳುಹಿಸಿ ಕೊಡುತ್ತೇವೆ. ಅವುಗಳನ್ನು ಅವರು ಕರಗತ ಮಾಡಿಕೊಳ್ಳಬೇಕು" ಎಂದು ಹೇಳಿದಳು. "ನೋ ಪ್ರಾಬ್ಲಂ" ಎಂದು ಮಾರ್ಕ್ ಉತ್ತರಿಸಿದ. "ಹಾಗಿದ್ದರೆ ಒಂದೆರಡು ಸ್ಯಾಂಪಲ್ ಪರೀಕ್ಷೆಗಳನ್ನು ಮಾಡಿಯೇ ಬಿಡೋಣ. ಇಲ್ಲಿ ಮೂವರು ಎಳೆಯರಿದ್ದಾರೆ. ಮಾರ್ಟಿನ್ ಗಂಡು, ಡೆಬಿ ಹೆಣ್ಣು ಮತ್ತು ಸ್ಟುವರ್ಟ್ ಗೇ. ಮೂವರಿಗೂ ಸರಿಸಾಟಿಯಾಗಬಲ್ಲ ಕಾಲ್‌ಏಜೆಂಟ್‌ಗಳನ್ನು ನೀವು ಗುರುತಿಸಿ ಅವರಿಗೆ ಮಾತನಾಡಬೇಕಾದ ವಿವರಗಳನ್ನು ನೀಡಿ. ಸುಮಾರು ಹದಿನೈದು ನಿಮಿಷಗಳ ಕಾಲ ಅವರು ಮಾತನಾಡಬಹುದು. ಈ ಮಾತುಕತೆಯಿಂದಾಗಿ ಈ ಮೂವರೂ ಉದ್ರೇಕಗೊಂಡು ಸ್ಖಲನಗೊಳ್ಳಬೇಕು. ಅದು ನಿಮ್ಮ ಕಾಲ್‌ಏಜೆಂಟ್‌ಗಳ ಪರಿಣತಿಗೆ ಪರೀಕ್ಷೆ" ಎಂದು ಹೇಳಿದಳು. ಮೂವರು ಹುಡುಗರ ಕಡೆ ನೋಡಿ "ನೀವು ರೆಡಿಯಾ?" ಎಂದು ಕೇಳಿದ್ದಕ್ಕೆ, "ಖುಷಿಯಿಂದ ಕಾಯ್ತಾ ಇದೀವಿ" ಎಂದು ಹೇಳಿದರು.

ಮಾರ್ಕ್, ಸ್ಟೀವ್ ಮತ್ತು ನಾನು ಬೇರೆ ಒಂದು ರೂಮಿಗೆ ಹೋದೆವು. ನನಗೆ ವಿಚಿತ್ರ ಮುಜುಗರ ಶುರುವಾಗಿತ್ತು. ಆ ರೀತಿ ಅಶ್ಲೀಲವಾಗಿ ಮಾತನಾಡಲು ನಮ್ಮ ಹುಡುಗರು ಒಪ್ಪುತ್ತಾರೆಯೆ? ಎಂದು ಮಾರ್ಕ್ ಮತ್ತು ಸ್ಟೀವ್‌ನ ಮುಂದೆ ನನ್ನ ಸಂಶಯ ತೋಡಿಕೊಂಡೆ. ಮಾರ್ಕ್ ನನ್ನ ಸಂಶಯವನ್ನು ತಳ್ಳಿ ಹಾಕಿದ. ಇತರ ಕಾಲ್‌ಸೆಂಟರ್‌ಗಳ ಕರೆಯ ಮೂರರಷ್ಟು ಹಣ ಈ ಫೋನ್‌ಸೆಕ್ಸಿನಿಂದ ಸಿಗುತ್ತದೆ. ಇದೊಂದು ಸುವರ್ಣಾವಕಾಶ. ಕಳೆದುಕೊಳ್ಳುವಂತಿಲ್ಲ. ಎರಡು ಪ್ರಪೋಜಲ್‌ಗಳು ತಿರಸ್ಕೃತಗೊಂಡಿವೆಯೆಂದು ಹಪಹಪಿಸುತ್ತಿರುವ ಕಶ್ಯಪನನ್ನು ಖುಷಿಪಡಿಸಬಹುದಾದ ಅವಕಾಶ. ನಿಮ್ಮ ಹುಡುಗರು ನೀನು ತಿಳಿದುಕೊಂಡಂತೆ ಇದಕ್ಕೆಲ್ಲಾ ಮುಜುಗರ ಪಡುವಂತಹವರಲ್ಲ. ಅಷ್ಟಕ್ಕೂ ಬರೀ ಸೆಕ್ಸ್ ಬಗ್ಗೆ ಮಾತನಾಡುವುದಷ್ಟೇ ಇಲ್ಲಿ

ನಿರೀಕ್ಷಿಸುತ್ತಿರುವುದು. ಅವರೇನೂ ಅಪರಿಚಿತರ ಜೊತೆ ಹಾಸಿಗೆಯಲ್ಲಿ ಮಲಗಬೇಕಿಲ್ಲ – ಅಲ್ಲವೆ? ಸೇವೆಯೇ ಗುರಿಯಾಗಿಟ್ಟುಕೊಂಡ ನಮ್ಮ ಕಾಲ್‌ಸೆಂಟರ್ ಯಾವ ಬಗೆಯ ಸೇವೆಯೆಂದು ತಲೆಕೆಡಿಸಿಕೊಳ್ಳುವುದು ಬೇಕಿಲ್ಲ. ನಮ್ಮ ಗ್ರಾಹಕರಿಗೆ ಅವಶ್ಯಕವಾದ ಕೆಲಸವನ್ನು ನಾವು ಮಾಡಿಕೊಡುವುದು ವ್ಯಾಪಾರದ ಮೂಲತತ್ತ್ವ. ಅಷ್ಟಕ್ಕೂ ಜನರ ಏಕಾಂಗಿತನವನ್ನು ಈ ರೀತಿಯ ಫೋನ್‌ಸೆಕ್ಸ್‌ನಿಂದ ನಿವಾರಿಸುವುದು ಒಂದು ರೀತಿಯಲ್ಲಿ ಸಮಾಜಸೇವೆಯೂ ಆಗುತ್ತದೆ – ಎಂದು ನನಗೆ ತಿಳಿ ಹೇಳಿದ.

ಬೇರೆ ಬೇರೆ ಫೋನಿನಲ್ಲಿ ಮಾತನಾಡಿ ನಮ್ಮ ಹುಡುಗರಿಗೆ ದೂರವಾಣಿಯ ಕರೆಯ ಉದ್ದೇಶಗಳನ್ನು ಮನದಟ್ಟು ಮಾಡಿಕೊಟ್ಟೆವು. ನನಗೆ ಅಚ್ಚರಿಯಾಗುವಂತೆ ನಮ್ಮ ಕಾಲ್ ಸೆಂಟರ್ ಹುಡುಗರು ಖುಷಿಯಿಂದ ಮಾತನಾಡಲು ಒಪ್ಪಿಕೊಂಡರು. ಎರಡೇ ನಿಮಿಷಗಳಲ್ಲಿ ಬ್ರಿಟಿಷ್ ಹುಡುಗರ ನೀರು ಒಡೆಸುತ್ತೀವೆಂದು ಆತ್ಮವಿಶ್ವಾಸದಿಂದ ಹೇಳಿದರು. ಗಂಡು ಮತ್ತು ಹೆಣ್ಣಿಗೆ ಜೋಡಿ ಹುಡುಕುವುದು ಕಷ್ಟವಾಗಲಿಲ್ಲ. ಆದರೆ ಸಲಿಂಗಕಾಮಿ ಹುಡುಗನೊಂದಿಗೆ ಯಾರು ಮಾತನಾಡಬೇಕೆಂದು ನಿರ್ಧರಿಸಲಾಗಲಿಲ್ಲ. "ನನಗೆ ಅವಕಾಶ ಸಿಕ್ಕಿದ್ದರೆ ಬಾಯಿ ಚಪ್ಪರಿಸುತ್ತಾ ಮಾತನಾಡುತ್ತಿದ್ದೆ" ಎಂದು ಸ್ಟೀವ್ ಹೇಳಿದ. ಕೊನೆಗೆ ಬೆಂಗಳೂರಿನಲ್ಲಿರುವ ಮ್ಯಾನೇಜರ್ ಹುಡುಗನೊಬ್ಬನನ್ನು ಮಾತನಾಡಿಸಲು ಒಪ್ಪಿಸಿದ. "ನಾನು ಸಲಿಂಗ ಕಾಮಿಯಲ್ಲ" ಎಂದು ಹೇಳಿಯೇ ಆ ಹುಡುಗ ಮಾತನಾಡಲು ಒಪ್ಪಿದ. "ಸತ್ಯವನ್ನು ಒಪ್ಪಿಕೊಳ್ಳೋದಕ್ಕೆ ನಿಮ್ಮ ಸಮಾಜ ಇನ್ನೂ ಸಿದ್ಧವಿಲ್ಲ" ಎಂದು ಸ್ಟೀವ್ ನನಗೆ ಹೇಳಿದ. "ಶಟ್ ಅಪ್" ಎಂದು ಗದರಿಸಿದೆ. ನಕ್ಕ.

ಮಾರ್ಟಿನ್, ಡೆಬಿ ಮತ್ತು ಸ್ಟುವರ್ಟ್ ಒಂದೊಂದು ಕೋಣೆಗೆ ಹೋದರು. ಅವರು ಮಾತನಾಡಲು ಶುರು ಮಾಡಿದ ಮೇಲೆ ನಾವು ಮತ್ತೆ ಮೀಟಿಂಗ್ ಹಾಲಿಗೆ ಬಂದೆವು. ಅಲ್ಲಿ ನಮ್ಮ ಮಾತುಕತೆ ಮತ್ತೆ ಮುಂದುವರೆಯಿತು. ಈ ಬಾರಿ ಮಾಲ್ಕಂ ಮಾತನಾಡಲಾರಂಭಿಸಿದ. "ಶುರುವಿಗೆ ಬರೀ ನೂರು ಜನ ಕಾಲ್ ಏಜೆಂಟ್‌ಗಳಿಗೆ ಅವಕಾಶ ಕೊಡ್ತೀವಿ. ನೀವು ಇದರಲ್ಲಿ ಯಶಸ್ವಿಯಾದರೆ ಸುಮಾರು ಎರಡು ಸಾವಿರದಷ್ಟು ಜನರ ದೊಡ್ಡ ಕಾಲ್ ಸೆಂಟರ್ ವ್ಯಾಪಾರವನ್ನು ನೀವು ನಿರೀಕ್ಷಿಸಬಹುದು. ಸೆಕ್ಸ್ ಮಾರಾಟಕ್ಕೆ ಯಾವತ್ತೂ ಬರಗಾಲವಿಲ್ಲವೆಂಬುದು ನಿಮಗೆ ನೆನಪಿರಲಿ. ನಾವು ಈಗ ಇಲ್ಲಿ ನಡೆಸುತ್ತಿರುವ ಕಾಲ್ ಸೆಂಟರಿನಲ್ಲಿಯೇ ಸುಮಾರು ಒಂದು ಸಾವಿರ ಜನರು ಕೆಲಸ ಮಾಡುತ್ತಿದ್ದಾರೆ. ಅವರೆಲ್ಲರನ್ನೂ ಮನೆಗೆ ಕಳುಹಿಸಲು ನಾವು ಸಿದ್ಧರಾಗಿದ್ದೇವೆ" ಎಂದು ಹೇಳಿದ. "ಈ ರೀತಿಯ ಉದ್ಯೋಗಚ್ಯುತಿಯಿಂದಾಗಿ ನಿಮ್ಮ ಕೆಲಸಗಾರರಿಂದ ವಿರೋಧ ಬರಲಿಕ್ಕಿಲ್ಲವೆ?" ಎಂದು ಕೇಳಿದೆ. "ಬಂದೇ ಬರುತ್ತದೆ. ಆದರೆ ಭಾರತಕ್ಕೆ ಈ ಕೆಲಸವನ್ನು

ಒಪ್ಪಿಸುವುದರಿಂದ ಆಗುವ ಉಳಿತಾಯವನ್ನು ಗಮನಿಸಿದಾಗ ಇಂತಹ ಭಾವನಾತ್ಮಕ ವಿರೋಧಕ್ಕೆ ಮ್ಯಾನೇಜ್‌ಮೆಂಟ್ ತಲೆಕೆಡಿಸಿಕೊಳ್ಳುವುದು ದುಬಾರಿಯಾಗುತ್ತದೆ" ಎಂದು ಸಮಜಾಯಿಷಿ ನೀಡಿದ.

"ನಿಮ್ಮ ಕಾಲ್‌ಸೆಂಟರಿನ ವರ್ಷದ ರಜೆಗಳನ್ನು ನಾವು ನಿರ್ಧರಿಸುತ್ತೇವೆ. ನಿಮ್ಮ ಹಬ್ಬದ ದಿನಗಳಿಗೆ ನೀವು ರಜೆ ತೆಗೆದುಕೊಳ್ಳುವಂತಿಲ್ಲ. ನಿಮ್ಮ ದೀಪಾವಳಿ ನಮ್ಮ ಹುಡುಗರಿಗೆ ಗೊತ್ತಿಲ್ಲ. ಬೇಕಿದ್ದರೆ ನಮ್ಮ ಕ್ರಿಸ್‌ಮಸ್, ಗುಡ್‌ಫ್ರೈಡೆಗಳಿಗೆ ರಜೆ ತೆಗೆದುಕೊಂಡರೆ ನಮ್ಮ ಅಡ್ಡಿಯಿಲ್ಲ" ಎಂದು ಸಂದೀಪ್ ಹೇಳಿದ.

ಮಾಲ್ಕಂ ಮಾತು ಮುಂದುವರೆಸಿದ. "ನಿಮ್ಮ ಕಾಲ್‌ಸೆಂಟರಿನ ಏಜೆಂಟುಗಳು ತಮ್ಮ ಹೆಸರನ್ನು ಬದಲಾಯಿಸಿಕೊಳ್ಳಬೇಕು. ನಿಮ್ಮ ದೇಶದ ಹೆಸರನ್ನು ಹೇಳಿದರೆ ನಮ್ಮ ಹುಡುಗರಿಗೆ ಉದ್ರೇಕವಾಗಲಿಕ್ಕಿಲ್ಲ ಅಥವಾ ಮಾತನಾಡಲು ಆಸಕ್ತಿಯೂ ಮೂಡಲಿಕ್ಕಿಲ್ಲ. ಅದಕ್ಕೆ ಬದಲು ಜೆಫ್, ಕ್ರಿಸ್, ಯಾನ್, ಮಿಷೆಲ್ ಎಂದೆಲ್ಲಾ ಹೆಸರಿಟ್ಟುಕೊಳ್ಳಬೇಕು. ಅದೇ ಹೆಸರಿನಿಂದಲೇ ಕಾಲ್‌ಗಳನ್ನು ಉತ್ತರಿಸಬೇಕು" ಎಂದ. ಮಾರ್ಕ್ ಅದಕ್ಕೆ, "ಹೆಸರು ಯಾವುದಾದರೇನು? ನೋ ಪ್ರಾಬ್ಲಂ" ಎಂದು ಹೇಳಿದ. ಕ್ಯಾಥರೀನ್, "ನಮ್ಮ ಹುಡುಗರು ಮಾತನಾಡುವ ರೀತಿಯಲ್ಲಿ ಇಂಗ್ಲೀಷ್ ಉಚ್ಚಾರಣೆಯಿರಬೇಕು. ಇಲ್ಲಿ ಬಳಸುವ ಸ್ಲಾಂಗ್‌ಗಳು ಗೊತ್ತಿರಬೇಕು" ಎಂದು ಸೇರಿಸಿದಳು. ಸ್ಟೀವ್, "ನಮ್ಮಲ್ಲಿ ಅದಕ್ಕಾಗಿಯೇ ವಿಶೇಷ ತರಬೇತಿ ಸಂಸ್ಥೆಗಳಿವೆ" ಎಂದು ಉತ್ತರಿಸಿದ.

ಎಲ್ಲ ನಿಯಮಗಳ ಮಾತು-ಕತೆಯಾಗುವುದರೊಳಗೆ ಮೂವರು ಹುಡುಗರು ಕರೆ ಮುಗಿಸಿಕೊಂಡು ಬಂದರು. ಒಬ್ಬೊಬ್ಬರಾಗಿ ತಮ್ಮ ಅನುಭವ ಹೇಳಿಕೊಂಡರು. ಡೆಬಿ ತುಂಬಾ ಖುಷಿಯಾಗಿದ್ದಳು. ಬಲಗೈಯ ಎರಡು ಬೆರಳುಗಳನ್ನು 'ವಿ' ಆಕಾರದಲ್ಲಿ ತೋರಿಸಿ "ಎರಡು ಸಲ ಹೊರಬಂದೆ" ಎಂದು ಹೆಮ್ಮೆಯ ನಗೆಯನ್ನು ನಕ್ಕು ಹೇಳಿದಳು. "ಅವನು ನನ್ನ ಒಳ ಉಡುಪಿನಲ್ಲೆಲ್ಲಾ ಕೈ ಹಾಕಿದಂತಹ ಅನುಭವ ಕೊಡುವಂತೆ ಮಾತನಾಡಿದ. ಅವನು ನಾನು ಈವರೆಗೆ ಮಲಗಿದ ಎಲ್ಲಾ ಹುಡುಗರಿಗಿಂತಲೂ ಮಾತಿನಲ್ಲಿ ಚಾಣಾಕ್ಷ" ಎಂದು ಪ್ರಶಸ್ತಿ ಕೊಟ್ಟಳು. ಮಾರ್ಟಿನ್ ಕೂಡಾ ಖುಷಿಯಾಗಿದ್ದ. "ಅವಳು ವರ್ಜಿನ್ ಅಂತ ನಂಗನ್ನಿಸ್ತು. ನಾನೇ ಅವಳನ್ನ ಸೆಡ್ಯೂಸ್ ಮಾಡಿದೆ. ಅವಳ ಪ್ಯಾಂಟಿ ಒದ್ದೆಯಾಗಿರುವುದರಲ್ಲಿ ನನಗೆ ಅನುಮಾನವೇ ಇಲ್ಲ. ಶಿ ವಾಜ್ ವಂಡರ್‌ಫುಲ್" ಎಂದು ವಿವರಣೆ ಕೊಟ್ಟ. ಸ್ಟುವರ್ಟ್ ಮಾತ್ರ ಸಂತೃಪ್ತಿ ಹೊಂದಿರಲಿಲ್ಲ. "ಅವನು ಗೇ ಅಲ್ಲವೇ ಅಲ್ಲ. ಸಲಿಂಗಕಾಮದ ಬೇಸಿಕ್ಸ್ ಕೂಡಾ ಅವನಿಗೆ ಗೊತ್ತಿರಲಿಲ್ಲ. ಗಂಡು ಅನ್ನೋದು ಬಿಟ್ರೆ ಅವನು ತುಂಬಾ ಬೋರಿಂಗ್. ಐ ಹೇಟ್ ಸ್ಟ್ರೇಟ್ಸ್" ಎಂದು ತನ್ನ ಕಿವಿಯ ರಿಂಗನ್ನು ಅಲ್ಲಾಡಿಸಿದ. ಕ್ಯಾಥರೀನ್ ಮೂವರಿಗೂ ಥ್ಯಾಂಕ್ಸ್ ಹೇಳಿ ಅವರನ್ನು ಕಳುಹಿಸಿದಳು.

ಸಲಿಂಗಕಾಮಿಯ ಅತೃಪ್ತಿಯ ಬಗ್ಗೆ ಸ್ಟೀವ್ ಸಮಜಾಯಿಷಿ ಕೊಡಲಾರಂಭಿಸಿದ. ಭಾರತ ಸರಕಾರವಿನ್ನೂ ಸಲಿಂಗಕಾಮವನ್ನು ಒಪ್ಪಿಕೊಂಡಿಲ್ಲ. ಆದ್ದರಿಂದ ಸಲಿಂಗಕಾಮಿ ಹುಡುಗರನ್ನು ಹುಡುಕುವುದು ಕಷ್ಟ. ಆದರೆ ಅಲ್ಲಿ ಇಲ್ಲವೆಂದೇನೂ ಅಲ್ಲ. ಸ್ವಲ್ಪ ಕಾನೂನುಬಾಹಿರವಾಗಿ ಹುಡುಕಿದರೆ ಸಿಕ್ಕೇ ಸಿಗುತ್ತಾರೆ. ಅದೊಂದು ವಿಷಯವಾಗಿ ನೀವ್ಯಾರೂ ನಿರಾಸೆ ಹೊಂದಬೇಕಿಲ್ಲವೆಂದು ಹೇಳಿದ. ಅಷ್ಟಕ್ಕೂ ಸಲಿಂಗಕಾಮಿ ಹುಡುಗರು ನಮಗೆ ಸಿಗದಿದ್ದರೆ, 'ಸ್ಟ್ರೇಟ್' ಹುಡುಗರನ್ನೇ ಆಯ್ಕೆ ಮಾಡಿ ಅವರಿಗೆ ಸಲಿಂಗಕಾಮಿಗಳನ್ನು ಖುಷಿಪಡಿಸಲು ಬೇಕಾದ ಎಲ್ಲಾ ತರಬೇತಿಗಳನ್ನು ಕೊಡುತ್ತೇವೆ. ಕರೆ ಮಾಡಿದವರಿಗೆ ಅವರು 'ಸ್ಟ್ರೇಟ್ಸ್' ಎಂದು ಗೊತ್ತೂ ಆಗದಂತೆ ಅವರು ಮಾತನಾಡಬಲ್ಲರು– ಎಂದು ಹೇಳಿದ.

ನಾವು ವಾಪಾಸು ಹೊರಡಲು ಸಿದ್ಧರಾದೆವು. ಮಾತುಕತೆ ಚೆನ್ನಾಗಿಯೇ ನಡೆದಿದ್ದರಿಂದ ಬಿಜಿನೆಸ್ ಸಿಗುವ ಸಾಧ್ಯತೆಗಳಿವೆಯೆಂದು ನಮಗನ್ನಿಸಿತ್ತು. ಕ್ಯಾಥರೀನ್ ರಿಸೆಪ್ಷನ್‌ವರೆಗೆ ಬಂದು ನಮ್ಮನ್ನು ಬೀಳ್ಕೊಟ್ಟಳು. ಹೋಗುವಾಗ ಕೆಲವು ಪೇಪರುಗಳನ್ನು ಮಾರ್ಕ್ ಕೈಯಲ್ಲಿ ಕೊಟ್ಟು ಹೋದಳು. ಅವಳು ಹೋದ ನಂತರ ಮಾರ್ಕ್ ಆ ಪೇಪರುಗಳನ್ನು ನೋಡಿದ. ಇಂಟರ್‌ನೆಟ್ ಸೈಟೊಂದರಿಂದ ಆ ದಿನ ಬೆಳಗಿನಿಂದ ನಾವು ಇಲ್ಲಿಗೆ ಬರುವವರೆಗೆ ನಾವು ಬರುವ ರಸ್ತೆಯಲ್ಲಿ ಟ್ರಾಫಿಕ್ ಕಂಡೀಷನ್ ಯಾವ ತರಹವಿತ್ತೆಂದು ಹೇಳುವ ರಿಪೋರ್ಟ್ ಅದಾಗಿತ್ತು. ಯಾವ ಸಂದರ್ಭದಲ್ಲಿಯೂ ಟ್ರಾಫಿಕ್‌ಜಾಂ ಆಗಿರಲಿಲ್ಲವೆಂಬುದನ್ನು ಅದು ಸಾರಿ ಹೇಳುತ್ತಿತ್ತು. ರಿಪೋರ್ಟಿನ ಕೊನೆಯಲ್ಲಿ, "ಮಂಗಳನಲ್ಲಿ ಮನೆ ಮಾಡುವ ತಂತ್ರಜ್ಞಾನದ ಯುಗದಲ್ಲಿ ನಂಬುವಂತಹ ಸುಳ್ಳು ಹೇಳಿ" ಎಂದು ಕ್ಯಾಥರೀನ್ ಕೈಬರಹದಲ್ಲಿ ಬರೆದ ವಾಕ್ಯವಿತ್ತು. ಸ್ಟೀವ್ ಮತ್ತು ನಾನು ಅದನ್ನು ನೋಡಿ ನಕ್ಕೆವು. ಮಾರ್ಕ್‌ಗೆ ಅಪಮಾನವಾದಂತಾಯ್ತು. "ಬ್ಲಡಿ ಬಿಚ್" ಎಂದು ಬೈಯ್ದ.

ಸ್ಟೀವ್ ಸಿಗರೇಟು ಸೇದಲು ಹೋದ. ಮಾರ್ಕ್ ಶೌಚಾಲಯದ ಕಡೆಗೆ ಹೋದ. ನಾನು ಇಬ್ಬರಿಗೂ ಕಾಯುತ್ತಾ ಅಲ್ಲಿಯ ಸೋಫಾದಲ್ಲಿ ಕುಳಿತೆ. ಆಗ ತುಂಬು ಗರ್ಭಿಣಿಯೊಬ್ಬಳು ಮೆಟ್ಟಿಲಿಳಿಯುತ್ತಾ ಬಂದಳು. ನನ್ನ ಹತ್ತಿರ ಬಂದು "ಹಲೋ..." ಎಂದು ನಕ್ಕಳು. ನನಗೆ ಅವಳ ಪರಿಚಯವಿರಲಿಲ್ಲವಾದ್ದರಿಂದ ಸ್ವಲ್ಪ ಅನುಮಾನದಿಂದಲೇ "ಹಲೋ..." ಎಂದೆ. "ನಾನು ಬಾರ್ಬರ ಅಂತ. ಈ ಕಾಲ್‌ಸೆಂಟರಿನಲ್ಲಿ ಕೆಲಸ ಮಾಡುತ್ತಿದ್ದೇನೆ. ನಿಮ್ಮೊಡನೆ ಮಾತನಾಡಬೇಕಿತ್ತು" ಎಂದು ನನ್ನ ಕೈ ಕುಲುಕಿದಳು. ಇಂತಹ ತುಂಬು ಗರ್ಭಿಣಿ ಫೋನ್‌ಸೆಕ್ಸ್ ಕೆಲಸ ಮಾಡುತ್ತಾಳೆಂಬ ವಿಚಾರ ಅಚ್ಚರಿ ತರಿಸಿತು. "ಮಾತಾಡಿ..." ಎಂದೆ. "ಇಲ್ಲಿ ಬೇಡ. ಆ ಕೋಣೆಗೆ ಹೋಗೋಣ ಬನ್ನಿ" ಎಂದು ಕರೆದು, ತಾನೇ ಮುಂದಾಗಿ ಕೋಣೆಯ ಕಡೆಗೆ ಹೊರಟಳು.

ಕೋಣೆಯ ಬಾಗಿಲನ್ನು ನನಗಾಗಿ ತೆಗೆದು ನಿಂತಳು. ನಾನು ಒಳಗೆ ಹೋದ ತಕ್ಷಣ ಬಾಗಿಲು ಹಾಕಿದಳು. "ನಿಮ್ಮ ಕೈಯನ್ನು ಹಿಡಿದುಕೊಳ್ಳಬಹುದಾ?" ಎಂದು ಕೇಳಿ, ನನ್ನ ಸಂಕೋಚವನ್ನೂ ಕೇರ್ ಮಾಡದೆ ಕೈಯನ್ನು ತೆಗೆದುಕೊಂಡು, ತನ್ನ ಸ್ಕರ್ಟನ್ನು ಸಡಿಲಿಸಿ, ತನ್ನ ತುಂಬು ಹೊಟ್ಟೆಯ ಮೇಲೆ ನನ್ನ ಕೈಯಿಂದ ಸವರಿಸಿದಳು. "ಇನ್ನೊಂದು ತಿಂಗಳಿಗೆ ಹೊರಬರ್ತಾನೆ" ಎಂದಳು. ಕೈಯನ್ನು ಹಿಂದಕ್ಕೆ ತೆಗೆದುಕೊಳ್ಳುತ್ತಾ "ಕಂಗ್ರಾಟ್ಸ್..." ಎಂದೆ. ಸ್ಕರ್ಟನ್ನು ಮತ್ತೆ ಕಟ್ಟಿಕೊಳ್ಳುತ್ತಾ, "ಇನ್ನು ಒಂದು ತಿಂಗಳಿಗೆ ನನ್ನನ್ನು ಕೆಲಸದಿಂದ ಹೊರ ಹಾಕ್ತಿದಾರೆ. ಎಲ್ಲಾ ಕಾಲ್‌ಸೆಂಟರ್ ವಹಿವಾಟನ್ನು ನಿಮ್ಮ ಭಾರತೀಯರಿಗೆ ಒಪ್ಪಿಸಿದ ಮೇಲೆ ನಮ್ಮ ಮುಲಾಜ್ಯಾಕೆ ಹೇಳು" ಎಂದಳು. ವಿಷಯ ಎತ್ತ ತಿರುಗುತ್ತಿದೆ ಎಂದು ಅರ್ಥವಾಯ್ತು. "ಕಡಿಮೆ ಕೂಲಿಗೆ ಕೆಲಸ ಮಾಡಲು ನಾಚಿಕೆ ಇಲ್ಲದಂತೆ ಒಪ್ಪಿಕೊಳ್ಳುತ್ತಿದ್ದೀರ" ಎಂದು ಆಪಾದನೆ ಹೊರಿಸಿದಳು. ನನಗೆ ಅಲ್ಲಿ ನಿಲ್ಲಲು ಸಾಧ್ಯವಾಗಲಿಲ್ಲ. "ಎಕ್ಸ್‌ಕ್ಯೂಸ್ ಮಿ" ಎಂದು ಹೇಳಿ ಆ ರೂಮಿಂದ ಅವಸರ ಅವಸರವಾಗಿ ಹೊರಬಂದೆ. ಬಾರ್ಬರ ಕೋಣೆಯ ಬಾಗಿಲನ್ನು ತೆಗೆದು ಬಾಗಿಲಲ್ಲಿ ನಿಂತು ಕೂಗಲಾರಂಭಿಸಿದಳು. "ಯು ಬ್ಲಡಿ ಇಂಡಿಯನ್ಸ್... ನಮ್ಮ ದೇಶ ಬಿಟ್ಟು ತೊಲಗಿ... ಜುಜುಬಿ ಕೂಲಿಗೆ ಕೆಲಸ ಮಾಡಿ ನಮ್ಮ ಅನ್ನ ಕಿತ್ತುಗೊಳ್ಳಬೇಡಿ... ನಮ್ಮ ಮಕ್ಕಳನ್ನು ಉಪವಾಸ ಕೆಡವಬೇಡಿ..." ಎಂದು ಕಿರುಚಿದಳು.

ನನ್ನ ಮೈಯಲ್ಲಿ ನಡುಕ ಶುರುವಾಗಿತ್ತು. ಓಡು ನಡಿಗೆಯಲ್ಲಿ ಬಂದು ಸ್ಟೀವ್‌ನ ಕಾರಿನಲ್ಲಿ ಕುಳಿತೆ. ಸಿಗರೇಟು ಸೇದುತ್ತಾ ಹೊರನಿಂತಿದ್ದ ಸ್ಟೀವ್ ಅದನ್ನು ಕಾಲಲ್ಲಿ ಹೊಸಕಿ ಹಾಕಿ, ಕಾರಿನಲ್ಲಿ ಬಂದು ಕುಳಿತ. ಸ್ಟಿಯರಿಂಗ್ ವೀಲ್ ಹಿಡಿದು ಕೂತು "ಏನಾಯ್ತು?" ಎಂದು ಕೇಳಿದ. ನಡೆದ ಘಟನೆಯನ್ನು ವಿವರಿಸಿದೆ. ನಕ್ಕುಬಿಟ್ಟ. "ಕಾಲ ಚಕ್ರ ತಿರುಗುತ್ತೆ ಅನ್ನೋದು ಸುಳ್ಳಲ್ಲ ನೋಡು. ನೂರು ವರ್ಷಗಳ ಕೆಳಗೆ ನೀವು 'ಬ್ರಿಟಿಷರೆ ಭಾರತವನ್ನು ಬಿಟ್ಟು ತೊಲಗಿ' ಎಂದು ಕೂಗಾಡಿದ್ದಿರಂತೆ. ಈಗ ನಮ್ಮವರ ಸರದಿ" ಎಂದ. ಸುಮ್ಮನಿದ್ದೆ. "ವ್ಯಾಪಾರ ಪ್ರಪಂಚದಲ್ಲಿ ಸೆಂಟಿಮೆಂಟ್‌ಗಳನ್ನು ತರಲೇಬಾರದು. ಗ್ರಾಹಕ ಮತ್ತು ವ್ಯಾಪಾರಿ ಮಾತ್ರ ಮುಖ್ಯ" ಎಂದು ಗೀತೆಯನ್ನು ಬೋಧಿಸಿದ ಕೃಷ್ಣನಂತೆ ಹೇಳಿದ. ನಾನಿನ್ನೂ ಖಿನ್ನನಾಗಿ ಕುಳಿತಿದ್ದೆ. ನನ್ನ ತಲೆಯ ಕೂದಲಿನಲ್ಲಿ ಕೈಯಾಡಿಸಿದ ಸ್ಟೀವ್, ನನ್ನನ್ನು ತನ್ನ ಎಡಗೈಯಿಂದ ಬರಸೆಳೆದು ಬೆನ್ನು ಸವರಿ, ತುಟಿಗೆ ತುಟಿ ಒತ್ತಿ ಒದ್ದೆ ಮಾಡಿ, "ಬೇಜಾರು ಮಾಡ್ಕೋಬೇಡ. ನಾನಿದೀನಿ" ಎಂದು ಪಿಸುಗುಟ್ಟಿದ. ಸಿಗರೇಟಿನ ವಾಸನೆ ಗಪ್ಪೆಂದು ಮೂಗಿಗೆ ಬಡಿಯಿತು. ಮೈ ಮುಳ್ಳು ಬಂತು. "ಪ್ಲೀಜ್ ಸ್ಟೀವ್, ನನಗೆ ಇದೆಲ್ಲಾ ಸೇರಲ್ಲ" ಎಂದು ಅವನನ್ನು ದೂರ ತಳ್ಳಿದೆ. "ಐ ಆಂ ಸಾರಿ. ನನಗೆ ಆ ಬಗೆಯ ಉದ್ದೇಶವಿರಲಿಲ್ಲ" ಎಂದು ತಪ್ಪೊಪ್ಪಿಗೆಯ ಧ್ವನಿಯಲ್ಲಿ ಹೇಳಿದ.

ಭಾರತದಿಂದ ಫೋನ್ ಕಾಲ್ ಬಂತು. ಸ್ಟೀವ್‌ನ ಮೊಬೈಲನ್ನು ಕಾರಿನ ಸ್ಪೀಕರಿಗೆ ಅಳವಡಿಸಿರುವುದರಿಂದ ಮಾತುಗಳು ನನಗೂ ಕೇಳಿಸುತ್ತಿದ್ದವು. ಬೆಂಗಳೂರಿನ ನಮ್ಮ ಹುಡುಗರು ಮಾತನಾಡಲು ಪ್ರಾರಂಭಿಸಿದರು.

"ಮೀಟಿಂಗ್ ಹೇಗಾಯ್ತು ಸ್ಟೀವ್?"

"ವಂಡರ್‌ಫುಲ್! ಪ್ರಾಜೆಕ್ಟ್ ಸಿಗುವುದರಲ್ಲಿ ಅನುಮಾನವೇ ಇಲ್ಲ".

"ಬ್ರಿಟಿಷ್ ಹುಡುಗರನ್ನು ಹೇಗೆ ನೀರೊಡೆಸಿದೆವು ನೋಡಿದೆಯಲ್ಲ?"

"ಆವ್‌ಸಮ್! ನನಗೂ ನಿಮ್ಮ ಜೋಡಿ ಫೋನ್‌ಸೆಕ್ಸ್ ಮಾಡಬೇಕೆಂದು ಆಸೆಯಾಗ್ತಿದೆ".

"ಯು ನಾಟಿ..." ಜೋರಾಗಿ ನಕ್ಕರು. ಸ್ಟೀವ್ ನಾನೂ ಕಾರಿನಲ್ಲಿರುವುದನ್ನು ತಿಳಿಸಿದ. ನನಗೆ ಹಲೋ ಹೇಳಿದ ಹುಡುಗರು – "ಈ ದಿನ ನಮ್ಮ ಅತ್ಯಂತ ಖುಷಿಯ ದಿನ ಅಲ್ವಾ?" ಎಂದು ಕೇಳಿದರು.

"...ಹೌ....ದು...."

ನನಗೆ ಸುಳ್ಳು ಹೇಳಲು ಬರುವುದಿಲ್ಲ. ನಾಲಿಗೆ ತೊದಲುತ್ತದೆ, ಮೈ ನಡುಗುತ್ತದೆ, ಮನಸು ಅಳುಕುತ್ತದೆ. ಆದ್ದರಿಂದ ನಾನು ಒಳ್ಳೆಯ ಸೇಲ್ಸ್‌ಮ್ಯಾನ್ ಅಲ್ಲ!

1ನೇ ಫೆಬ್ರವರಿ 2004

ಹೊಟ್ಟೆಯೊಳಗಿನ ಗುಟ್ಟು

ಮಧ್ಯಾಹ್ನ ಒಂದು ಗಂಟೆ ದಾಟಿದರೂ ಕಾಗಿಪಿಂಡ ಆಗಲಿಲ್ಲ. ಸುತ್ತಮುತ್ತಲ ಮರಗಳಲ್ಲಿ ನೂರಾರು ಕಾಗೆಗಳು "ಕಾವ್, ಕಾವ್" ಎನ್ನುತ್ತಿದ್ದವಾಗಲಿ, ಒಂದೂ ಕಾಗೆ ಹಾರಿ ಬಂದು ಪಿಂಡವನ್ನು ಮುಟ್ಟಲಿಲ್ಲ. "ನಿಮ್ಮಮ್ಮನ ಮನಸ್ಸಿನಾಗೆ ಏನೋ ಉಳಕೊಂಡದೆ. ಅದನ್ನ ನಡೆಸಿಕೊಡ್ತೀವಿ ಅಂತ ಯಾರಾದರೂ ಹೇಳೋ ತನಕ ಕಾಗಿಪಿಂಡ ಆಗಂಗಿಲ್ಲ. ಅವುಗಳ ಕಣ್ಣಿಗೆ ಪಿಂಡ ಬೆಂಕಿ ಉಂಡಿ ಹಂಗೆ ಕಾಣಿಸ್ತದೆ" ಅಂತ ಪುರೋಹಿತರು ಕೈಚೆಲ್ಲಿ ಕುಳಿತು ಬಿಟ್ಟರು. ಹಂಪಿಯ ರಣರಣ ಬಿಸಿಲಿನಲ್ಲಿ ಎಲ್ಲರೂ ಸುಸ್ತು ಹೊಡೆದಿದ್ದರು. ಪಕ್ಕದಲ್ಲಿಯೇ ಸಣ್ಣಗೆ ಹರಿಯುತ್ತಿದ್ದ ತುಂಗಭದ್ರೆಯೂ ಅಲ್ಲಿದ್ದವರ ತಾಪವನ್ನು ತಣಿಸುವಷ್ಟು ಶಕ್ತಿಯುತವಾಗಿರಲಿಲ್ಲ.

ಕೇಶವನಿಗೆ ಅಮ್ಮನ ಮನಸ್ಸಿನಲ್ಲಿ ಅದೇನಿದೆಯೋ ಎಂದು ಅರ್ಥವಾಗದಂತಾಯ್ತು. ಬೆಳಿಗ್ಗೆಯಿಂದ ಒಂದು ಲೋಟ ಕಾಫಿಯನ್ನೂ ಕುಡಿಯದ ಅವನು ಸುಸ್ತು ಹೊಡೆದು ಹೋಗಿದ್ದ. ಅವನೇ ಮೊದಲಿಗೆ ಪಿಂಡಕ್ಕೆ ಕೈ ಮುಗಿದು, "ನಿನ್ನ ಮೊಮ್ಮಕ್ಕಳನ್ನೆಲ್ಲಾ ಛಂದಾಗಿ ನೋಡಿಕೊಳ್ತೀವಿ. ಪ್ರತೀ ವರ್ಷ ತಪ್ಪದಂಗೆ ಶ್ರಾದ್ಧ ಮಾಡ್ತೀನಿ" ಅಂತ ಬೇಡಿಕೊಂಡ. ಕಾಗೆಗಳು ಬಂದುಬಿಡುತ್ತವೇನೋ ಅಂತ ಆಸೆಯಿಂದ ಮರದ ಕಡೆ ನೋಡಿದ. ಊಹೂಂ, ನಾಟಕ ನೋಡುವ ಪ್ರೇಕ್ಷಕರಂತೆ ತೆಪ್ಪಗೆ ಮರದಲ್ಲಿ ಕುಳಿತುಕೊಂಡಿದ್ದವು. ಗಂಡನನ್ನು ಎರಡು ವರ್ಷಗಳ ಕೆಳಗೆ ಕಳೆದುಕೊಂಡು, ಸಾಕಷ್ಟು ದಿನ ಹಾಸಿಗೆ ಹಿಡಿದು ಒದ್ದಾಡಿ, ಈಗ ನೆಮ್ಮದಿಯಿಂದ ಕಣ್ಣು ಮುಚ್ಚಿರುವ ಅಮ್ಮನ ಮನಸ್ಸಿನಲ್ಲಿರುವ ಬಯಕೆಯಾದರೂ ಏನು? ಬದುಕಿದ್ದಾಗ ಏನೊಂದೂ ಬೇಡಿಕೆಯನ್ನು ಮುಂದಿಕ್ಕದ ಅಮ್ಮನಿಗೆ ಈಗ ಸತ್ತ ಮೇಲೆ ಅದೇನು ಮನಸ್ಸಿನಲ್ಲಿ ಉಳಿದುಬಿಟ್ಟಿದೆ? ಪದ್ಮಕ್ಕ ಮಂಟಪದಲ್ಲಿ ಕುಳಿತೇ,

"ಅಕ್ಕನ್ನ ವರ್ಷಾವರ್ಷಾ ತವರ ಮನಿಗೆ ಕರೆಸಿ ಒಳ್ಳೆ ಸೀರಿ ಕುಬುಸ ಕೊಡ್ತೀನಿ ಅಂತ ಬೇಡಿಕೋ..." ಅಂತ ಅಪ್ಪಣೆಯಿತ್ತಳು. ಕೇಶವನಿಗೆ ಪದ್ಮಕ್ಕನ ಮಾತು ಕಿರಿಕಿರಿಯೆನ್ನಿಸಿತಾದರೂ ಅದನ್ನೂ ಮನಸ್ಸಿನಲ್ಲಿ ಹೇಳಿಕೊಂಡ. ಕಾಗೆಗಳು "ಕಾವ್, ಕಾವ್" ಎಂದು ಇವನನ್ನು ರೇಗಿಸಿದವು. ಉಳಿದ ದಿನಗಳಲ್ಲಿ ನಮ್ಮಿಂದ ಹಚಾ-ಹುಚಾ ಎಂದು ಅಸಡ್ಡೆಗೆ ಒಳಗಾಗುವ ಈ ಕಾಗೆಗಳು, ಈ ದಿನ ನಮ್ಮ ಊಟವನ್ನೇ ತಡೆದು ನಿಲ್ಲಿಸುವಷ್ಟು ಶಕ್ತಿಯುತವಾಗಿಬಿಟ್ಟವಲ್ಲ ಅಂತ ಕೇಶವ ಅಚ್ಚರಿಗೊಂಡ. ಹಾಸಿಗೆ ಹಿಡಿದು ಹಳ್ಳಿಯಲ್ಲಿ ಜೀವ ಸವೆಸಿದ ತನ್ನಮ್ಮನನ್ನು ಬೆಂಗಳೂರಿಗೆ ಕರೆಸಿಕೊಳ್ಳಲಾಗದ ತನ್ನ ಅಸಹಾಯಕತೆಯನ್ನು ನೆನೆದು, ಅದಕ್ಕಾಗಿಯೇ ಅಮ್ಮ ಮುನಿಸು ತೋರುತ್ತಿದ್ದಾಳೇನೋ ಎಂದು ಕಸಿವಿಸಿಯಾಯ್ತು. ಆದರೆ ಈಗ ಅದಕ್ಕೆ ಪರಿಹಾರವಾಗಿ ಏನಂತ ಬೇಡಿಕೊಳ್ಳುವುದೆಂದು ತೋಚದಂತಾಯ್ತು. ಮತ್ತೊಂದಿಷ್ಟು ಹೊತ್ತು ಪಿಂಡ ಕಂಬದ ಮುಂದೆ ನಿಂತಿದ್ದ ಕೇಶವ, ವೈಶಾಖದ ಬಿಸಿಲಿಗೆ ಕಾಲುಗಳು ಸುಡಲಾರಂಭಿಸಿದಾಗ ಮಂಟಪಕ್ಕೆ ಓಡಿ ಬಂದ.

ಸೆರಗನ್ನು ಸೊಂಟಕ್ಕೆ ಸಿಕ್ಕಿಸಿದ ಪದ್ಮಕ್ಕ, "ಅಮ್ಮನ ಮನಸ್ಸು ನಂಗೆ ಗೊತ್ತು" ಅನ್ನೊ ಧಾಟಿಯಲ್ಲಿ ತನ್ನೆರಡು ಮಕ್ಕಳನ್ನು, ಕೇಶವನ ಮಗನನ್ನು ಕರೆದುಕೊಂಡು ಪಿಂಡ ಕಂಬದ ಮುಂದೆ ಹೋದಳು. ಆಚಾರ್ಯರ ಮುಂದೆ ಕೈಯೊಡ್ಡಿ ಎಳ್ಳು, ನೀರು ಹಾಕಿಸಿಕೊಂಡಳು. ಮಕ್ಕಳು ಕಾಲು ಸುಡುತ್ತವೆಂದು ಅಳಲಾರಂಭಿಸಿದಾಗ ಗದರಿಸಿದಳು. ಕಂಬದ ಮುಂದೆ ನಿಂತು, ಎಲ್ಲರಿಗೂ ಕೇಳುವಂತೆ ಗಟ್ಟಿಯಾಗಿ, "ಅಮ್ಮ, ಮನಸ್ಸಿನಾಗೆ ಯಾವ ಚಿಂತೀನೂ ಇಟ್ಟುಗೋಬೇಡ. ನಿನ್ನ ಮಗ ಕೇಶವನ್ನ ನನ್ನ ಮಗ ಅನ್ನೋ ಹಂಗೆ ನೋಡ್ಕೋತೀನಿ. ಮೊಮ್ಮಕ್ಕಳ ಆರೋಗ್ಯ ಛಂದಾಗಿ ನೋಡ್ಕೋಳ್ತೀನಿ" ಅಂತ ಹೇಳಿ, ಪಿಂಡಕ್ಕೆ ಎಳ್ಳು ನೀರು ಬಿಟ್ಟು, ಮರದ ಮೇಲಿದ್ದ ಕಾಗೆಗಳಿಗೆ ಕೈ ಮುಗಿದಳು. ಕಾಗೆಗಳು ಕೇರ್ ಮಾಡಲಿಲ್ಲ. ಮಂಟಪದಲ್ಲಿ ಕುಳಿತಿದ್ದ ಕೇಶವನ ಹೆಂಡತಿ ಸರೋಜಳ ಮುಖದಲ್ಲಿ ನಗು ತೇಲಿ ಹೋಯ್ತು.

ಕೇಶವನಿಗೆ ಸರೋಜ ನಕ್ಕಿದ್ದು ಸರಿ ಬರಲಿಲ್ಲ. ಅವಳಿಂದಲೇ ಅಮ್ಮ ನನ್ನ ಮನೆಗೆ ಬರದಂಗೆ ಆಗಿದ್ದು ಅಂತ ಸಿಟ್ಟು ಬಂತು. ಕಣ್ಣ ಸನ್ನೆಯಿಂದಲೇ ಅವಳಿಗೆ ಪಿಂಡಕ್ಕೆ ಬೇಡಿಕೊಳ್ಳಲು ಅಪ್ಪಣೆ ಕೊಟ್ಟ. ಅವಳು ಸಾಧ್ಯವಿಲ್ಲವೆಂಬಂತೆ ತಲೆಯಲ್ಲಾಡಿಸಿದಳು. ಕೇಶವನಿಗೆ ಸಹಿಸಲಾಗಲಿಲ್ಲ. "ಸತ್ತ ಮೇಲೂ ಸಾಧಿಸಬೇಡ. ಹೋಗು, ಅಮ್ಮಗೆ ತಪ್ಪಾಯ್ತು ಅಂತ ಕೇಳ್ಕೋ ಹೋಗು" ಅಂತ ಎಲ್ಲರಿಗೂ ಕೇಳುವಂತೆ ಹೇಳಿದ. ಸರೋಜಳಿಗೆ ಅವಮಾನವಾದಂತಾಯ್ತು. ಮಿಸುಕಾಡದೆ ಕುಳಿತುಬಿಟ್ಟಳು. ಮಂಟಪಕ್ಕೆ ವಾಪಾಸಾದ ಪದ್ಮ, "ಹೋಗರಿ ವೈನಿ, ಬೇಡ್ಕೋ ಹೋಗ್ರಿ..." ಎಂದು ಒತ್ತಾಯಿಸಿದಳು. ಸರೋಜಳ ಕಡೆಗೇ ಎಲ್ಲರೂ ನೋಡಲಾರಂಭಿಸಿದಾಗ ಅವಳು

ಕುಳಿತಲ್ಲೇ ಬೆವತಳು. "ಹೋಗವ್ವಾ ಸರೋಜ, ಹಠ ಮಾಡಬೇಡ..." ಅಂತ ಅಲ್ಲಿದ್ದವರೆಲ್ಲಾ ಹೇಳಲಾರಂಭಿಸಿದರು. ನಿರ್ವಾಹವಿಲ್ಲದೆ ಎದ್ದು ಪಿಂಡ ಕಂಬದ ಬಳಿ ಹೋದಳು. ಎಳ್ಳು, ನೀರು ಕೈಯಲ್ಲಿ ಹಿಡಿದುಕೊಂಡು ಕಣ್ಣು ಮುಚ್ಚಿ ನಿಂತಾಗ ಒಂಥರಾ ಅಂಜಿಕೆಯಾಗಲಾರಂಭಿಸಿತು. ಬದುಕಿದ್ದಾಗ ಮುಲಾಜಿಲ್ಲದೆ ಎದುರು ಮಾತನಾಡುತ್ತಿದ್ದ ಸರೋಜಳಿಗೆ ಈಗ ಸತ್ತ ಅತ್ತೆಯ ಆತ್ಮ ವಿಚಿತ್ರ ಹೆದರಿಕೆಯನ್ನು ಹುಟ್ಟಿಸಿತು. ಮನಸ್ಸಿನಲ್ಲಿಯೇ "ತಪ್ಪಾಯ್ತು, ತಪ್ಪಾಯ್ತು, ತಪ್ಪಾಯ್ತು" ಅಂತ ಮೂರು ಸಲ ಹೇಳಿ ಎಳ್ಳು-ನೀರು ಪಿಂಡಕ್ಕೆ ಹಾಕಿದಳು. ಕಾಗೆಗಳು ಯಥಾಪ್ರಕಾರ ಬರಲಿಲ್ಲ. ಮಂಟಪದಲ್ಲಿ ಕುಳಿತಿದ್ದ ಪದ್ಮ, "ಅಂತೂ ನಿನ್ನ ಹೆಂಡ್ತಿ ತಪ್ಪು ಒಪ್ಪಿಗೊಳ್ಳಲಿಲ್ಲ ನೋಡು" ಎಂದು ಕೇಶವನಿಗೆ ಪಿಸುಗುಟ್ಟಿದಳು. ಸರೋಜ ಮತ್ತೆ ಮಂಟಪಕ್ಕೆ ವಾಪಾಸಾದಾಗ ಅವಮಾನ ಮತ್ತು ಅಸಹಾಯಕತೆಯಿಂದ ಕಣ್ಣುಗಳು ತೇವಗೊಂಡಿದ್ದವು.

ಒಬ್ಬೊಬ್ಬರಾಗಿ ಎದ್ದು ಪಿಂಡಕ್ಕೆ ಎಳ್ಳು-ನೀರು ಬಿಡಲಾರಂಭಿಸಿದರು. ದೂರದ ಬಂಧುಗಳು, ಅಕ್ಕ-ಪಕ್ಕದ ಮನೆಯವರು, ಅಮ್ಮನ ಸ್ನೇಹಿತರು – ಎಲ್ಲರೂ ಒಂದು ಕೈ ನೋಡಿದರು. ಕಾಗಿಪಿಂಡ ಆಗಲಿಲ್ಲ. ಗೋಪಿಕಕ್ಕ ಮಾತ್ರ ತಾನಾಗಿಯೇ ಹೋಗಲು ಮನಸ್ಸಿಲ್ಲದೆ ಸುಮ್ಮಗೆ ಕಂಬಕ್ಕೊರಗಿ ಕುಳಿತಿದ್ದ. ಆಚಾರ್ಯರು ಅವರನ್ನೂ ಬಿಡಲಿಲ್ಲ. "ಯಜಮಾನರೆ, ನೀವೂ ಒಂದು ಪ್ರಯತ್ನ ಮಾಡರಿ. ಸತ್ತ ಆತ್ಮದ ಮನಸ್ಸಿನಾಗೆ ಏನಿರ್ತದೆ ಅಂತ ಬಲ್ಲೋರು ಯಾರು?" ಎಂದರು. ಚಿಕ್ಕಪ್ಪ ಎದ್ದಾಗ ಕೇಶವ ಕುಳಿತಲ್ಲಿಯೇ ಮಿಸುಕಾಡಿದ. ಆಸ್ತಿ ಪಾಲಾಗುವ ಸಮಯದಲ್ಲಿ ನೀರಿನ ಹಂಡೆ ಯಾರಿಗೆ ಸೇರಬೇಕೆಂದು ಜಗಳ ಮಾಡಿ ವೈನಿಯೆಂಬ ಗೌರವವೂ ಇಲ್ಲದೆ ಅಮ್ಮನ ಕೆನ್ನೆಗೆ ಬಿಗಿದಿದ್ದ ಈ ಗೋಪಿಕಕ್ಕನಿಂದ ಅದ್ಯಾವ ಆಸೆಯನ್ನು ತೀರಿಸಲಾದೀತು? "ಹೆಂಗಸಿನ ಮೇಲೆ ಕೈ ಮಾಡಿದಿಯೇನೋ ಚಾಂಡಾಲ. ನಿನ್ನ ಕೈಗೆ ಹುಳ ಬೀಳಲಿ" ಅಂತ ಅಮ್ಮ ಶಪಿಸಿದ್ದಳು. ಗೋಪಿಕಕ್ಕ ಪಿಂಡ ಕಂಬದ ಮುಂದೆ ನಿಂತು ಮನಸ್ಸಿನಲ್ಲಿ ಧ್ಯಾನಿಸಿಕೊಳ್ಳುವಾಗ, ಕೇಶವ ಕುಳಿತಲ್ಲಿಂದಲೇ, "ಅಮ್ಮಾ, ದಯಮಾಡಿ ಬರಬೇಡ. ನಿಂಗೆ ಅವಮಾನ ಮಾಡಿದ ಈ ಚಾಂಡಾಲನ ಮಾತಿಗೆ ಮರುಳಾಗಿ ನಮಗೆ ಅವಮಾನ ಮಾಡಬೇಡ" ಅಂತ ಬೇಡಿಕೊಳ್ಳಲಾರಂಭಿಸಿದ. ಪುಣ್ಯಕ್ಕೆ ಕಾಗೆ ಬರಲಿಲ್ಲ. ಗೋಪಿಕಕ್ಕ ವಾಪಾಸಾದ. ಕೇಶವ ನೆಮ್ಮದಿಯ ನಿಟ್ಟುಸಿರು ಬಿಟ್ಟ.

ಪಿಂಡಕ್ಕೆ ಬೇಡಿಕೊಳ್ಳುವವರು ಇನ್ನಾರೂ ಉಳಿಯಲಿಲ್ಲ. ಹೊತ್ತು ಎರಡು ಗಂಟೆ ಮೀರಿದ್ದರಿಂದ ಮಕ್ಕಳು ಹಸಿವೆಯೆಂದು ಅಳಲಾರಂಭಿಸಿದವು. "ಹೋಗಲಿ ಬಿಡರಿ ಆಚಾರ್ಯರೆ, ಯಾಕೋ ಅಮ್ಮನ ಮನಸ್ಸಿಗೆ ನಾವು ಮಾಡಿದ್ದು ಸರಿ ಬಂದಿಲ್ಲ ಅಂತ ಕಾಣ್ತದೆ" ಎಂದು ಸೋತು ಹೇಳಿದ. ಆಚಾರ್ಯರು ಒಪ್ಪಿಕೊಳ್ಳಲಿಲ್ಲ. "ಹಂಗಂದರೆ ಹೆಂಗಪ್ಪ, ಈವತ್ತೊಂದು ದಿನ ಊಟ ತಡ ಆದರೆ ಏನೂ ಆಗಂಗಿಲ್ಲ.

ಕಾಗಿಪಿಂಡ ಆಗಿಲ್ಲ ಅನ್ನೋದು ಮನಸ್ಸಿನಾಗೆ ಕಡೇ ತನಕ ಉಳಕೊಂಡುಬಿಡ್ತದೆ. ಇನ್ನೂ ಯಾರಾದ್ರೂ ಬೇಡಿಕೊಳ್ಳದವರು ಉಳಕೊಂಡಿದ್ರೆ ನೋಡ್ರಿ" ಎಂದರು. ಪದ್ಮಕ್ಕ, "ಎಲ್ಲಾರ್ದೂ ಆಯ್ತು ನೋಡ್ರಿ. ಇನ್ನು ಉಳಿಕೊಂಡಿರೋದು ನಮ್ಮನಿ ಆಳು ನರಸಕ್ಕ ಒಬ್ಬಾಕಿನೇ..." ಎಂದು ನಗೆಚಾಟಿಕೆ ಹಾರಿಸಿದಳು. ನರಸಕ್ಕ ಕೈಯಲ್ಲಿ ಕೋಲು ಹಿಡಿದುಕೊಂಡು, ಕೋತಿಗಳು ಬಂದು ಕಾಗಿಪಿಂಡವನ್ನು ತಿನ್ನದಂತೆ ನೋಡಿಕೊಳ್ಳುತ್ತಿದ್ದಳು. ಕೇಶವ ಪದ್ಮಕ್ಕಳ ಮಾತನ್ನೇ ಗಂಭೀರವಾಗಿ ತೆಗೆದುಕೊಂಡು, "ನರಸಕ್ಕಾ, ನೀನೂ ಬೇಡಿಕೋ ಬಾರವ್ವ" ಎಂದು ಕೂಗಿ ಕರೆದ. ಯಾತಕ್ಕೆ ಕರೆದನೆಂದು ಗೊತ್ತಾಗದ ನರಸಕ್ಕ, ಕೈಯಲ್ಲಿ ಕೋಲು ಹಿಡಿದುಕೊಂಡೇ ಮಂಟಪಕ್ಕೆ ಬಂದು "ಏನು ಕೇಶವಣ್ಣ" ಎಂದಳು. ಪದ್ಮಗೆ ಸರಿ ಬರಲಿಲ್ಲ. "ಕೇಶವ, ನೀನು ಅತಿರೇಕ ಮಾಡಬೇಡ" ಎಂದು ಸಿಡುಕಿದಳು. ಕೇಶವ ಪಟ್ಟು ಬಿಡಲಿಲ್ಲ. "ನಲವತ್ತು ವರ್ಷದಿಂದ ನಮ್ಮನಿ ಕೆಲಸ ಮಾಡಾಳೆ. ಅಮ್ಮ ಹಾಸಿಗಿ ಹಿಡಿದಾಗ ಹೇಲು-ಉಚ್ಚೆ ಕೂಡಾ ಬಳದಾಳೆ. ಆಕೀನೂ ಒಂದು ಸರ್ತಿ ಬೇಡಕೊಂಡರೆ ನಿನ್ನ ಗಂಟೇನು ಹೋಗ್ತದೆ ಬಿಡು" ಎಂದು ವಾದಿಸಿ, ನರಸಕ್ಕಗೆ ಪಿಂಡಕ್ಕೆ ಬೇಡಿಕೊಳ್ಳಲು ಹೇಳಿದ. "ಅಯ್, ನೀವೆಲ್ಲಾ ಬೇಡ್ಕೊಳ್ರಪ್ಪ. ನಂದೇನೈತೆ" ಎಂದು ನರಸಕ್ಕ ಹಿಂಜರಿದಳು. ಆಚಾರ್ಯರು, "ಅವರದೆಲ್ಲಾ ಆಗ್ಯದೆ, ನೀನೂ ಒಂದು ಕೈ ನೋಡುವಿಯಂತೆ ಬಾರವ್ವ. ಸತ್ತವರ ಮನಸ್ಸಿನಾಗೆ ಏನಿರ್ತದೆ ಅಂತ ಬಲ್ಲವರು ಯಾರು?" ಎಂದು ಕರೆದು ಕೈಗೆ ಎಳ್ಳು-ನೀರು ಹಾಕಿದರು. ನರಸಕ್ಕ ಅಳುಕುತ್ತಲೇ ಪಿಂಡ ಕಂಬದ ಮುಂದೆ ನಿಂತು, ಕೈ ಮುಗಿದು, ಒಂದೆರಡು ಕ್ಷಣ ಬೇಡಿಕೊಂಡು, ಎಳ್ಳು ನೀರು ಪಿಂಡದ ಮೇಲೆ ಹಾಕಿದಳು. ಯಾವ ಮಾಯದಲ್ಲಿಯೋ ಎಂಬಂತೆ ಸುಂಯ್ ಎಂದು ಹಾರಿ ಬಂದ ಕಾಗೆ ಪಿಂಡವನ್ನು ಕಚ್ಚಿಕೊಂಡು ಹೋಯ್ತು. ಮಂಟಪದಲ್ಲಿದ್ದವರೆಲ್ಲಾ "ಹೋ..." ಎಂದು ಉದ್ಗಾರವನ್ನೆತ್ತಿ ಎದ್ದು ನಿಂತರು. ಎಲ್ಲರೂ ಆಕಾಶದಲ್ಲಿ ಹಾರುತ್ತಿರುವ ಕಾಗೆಗೆ ಕೈ ಮುಗಿದರು. ಪದ್ಮಕ್ಕ ಕಣ್ಣಲ್ಲಿ ನೀರು ತುಂಬಿಕೊಂಡು "ಭೇಷಿದ್ದೀಯೇನಮ್ಮಾ?" ಎಂದು ಕಾಗೆಗೆ ಕೇಳಿದಳು. ಕೇಶವನ ಕಣ್ಣುಗಳೂ ತೇವಗೊಂಡವು. ಬದುಕಿದ್ದಾಗ ನಡೆದಾಡಲೂ ಕಷ್ಟಪಡುತ್ತಿದ್ದ ದಢೂತಿ ದೇಹದ ಅಮ್ಮ, ಈಗ ಹಾಯಾಗಿ ಆಕಾಶದಲ್ಲಿ ಹಾರಿಕೊಂಡಿರುವುದು ಕಂಡು ಖುಷಿಯಾಯ್ತು. ನರಸಕ್ಕ ಎರಡೂ ಕೈಗಳಿಂದ ಆಕಾಶದಲ್ಲಿ ಹಾರುವ ಕಾಗೆಗೆ ಆಶೀರ್ವಾದ ಮಾಡಿದಳು. ಕಾಗೆ ಕಪ್ಪು ಚುಕ್ಕೆಯಾಗಿ ಮರೆಯಾಗುವವರೆಗೆ ಯಾರೂ ಕಣ್ಣು ಕೀಳಲಿಲ್ಲ.

ಪೂರ್ವೋಕ್ತದ ಊಟ ಮುಗಿವ ಹೊತ್ತಿಗೆ ಮೂರಾಯ್ತು. ಬ್ರಾಹ್ಮಣರು ಉಂಡ ಎಲೆಗಳನ್ನು ಒಂದಗುಳು ಬಿಡದಂತೆ ಎಂಜಲುಗೋಮೆ ಮಾಡಿ, ಸಣ್ಣಂಗೋಸ್ತ್ರದಲ್ಲಿ ಕೇಶವ ಕಟ್ಟಿಕೊಂಡ. ಅದನ್ನು ನದಿಯಲ್ಲಿ ಕಲಸಿದ ನಂತರವೇ ಉಳಿದವರ ಊಟ. ತಲಬಾಗಿಲಿನಿಂದ ಹೊರಬಂದ ಕೇಶವ, ನಾಲ್ಕು ಹೆಜ್ಜೆ ನದಿಯ ಕಡೆಗೆ ಇಟ್ಟಿದ್ದೇ ಬೊಬ್ಬೆ ಹಾಕಿ ಹಿಂದಕ್ಕೋಡಿ ಬಂದ. ನೆಲ ಕಾದ ಹೆಂಚಾಗಿತ್ತು. ನದಿ ತೀರಕ್ಕೆ ಏನಿಲ್ಲವೆಂದರೂ ಅರ್ಧ ಕಿಲೋಮೀಟರ್ ನಡೆಯಬೇಕು. ಈ ಹತ್ತು ಹೆಜ್ಜೆಗೇ ಕೇಶವನ ಕಾಲುಗಳು ಕೆಂಪಗಾಗಿ ಹೋಗಿದ್ದವು. ಮಡಿ ನೀರನ್ನೇ ಕಾಲಿಗೆ ಸುರಿದುಕೊಂಡು "ಹಾ..." ಎಂದು ಸುಧಾರಿಸಿಕೊಳ್ಳತೊಡಗಿದ. ಬ್ರಾಹ್ಮಣರ ಎಂಜಲನ್ನು ಅಲ್ಲಿ ಇಲ್ಲಿ ಚೆಲ್ಲುವಂತೆಯೂ ಇಲ್ಲ. ಮಡಿ ನೀರನ್ನು ಹಾಕುತ್ತಾ ಅದರ ಮೇಲೆ ಕಾಲಿಟ್ಟುಕೊಂಡು ಹೋಗಬಹುದಾದರೂ, ಎಷ್ಟಂತ ನೀರನ್ನು ಅವನೊಬ್ಬನೇ ಹಿಡಿದುಕೊಂಡು ಹೋಗಲು ಸಾಧ್ಯ?

"ಎಲ್ಲಾರ್ದೂ ಊಟ ಆದ ಮೇಲೆ ಸಾಯಂಕಾಲ ನದಿ ಕಡೀಗೆ ಹೋಗಿ ಹಾಕಿ ಬಂದರೆ ಆಗಂಗಿಲ್ಲೇನ್ರಿ ಆಚಾರ್ಯರೆ?" ಎಂದು ಪದ್ಮಕ್ಕ ಕೇಳಿದಳು. ಊಟ ಮುಗಿಸಿ ಎಲೆ–ಅಡಿಕೆ ಮೆಲ್ಲುತ್ತಾ ಬೀಸಣಿಕೆಯಿಂದ ಬೀಸಿಕೊಳ್ಳುತ್ತಿದ್ದ ಆಚಾರ್ಯರು, "ಅದು ಹೆಂಗಮ್ಮಾ ಆಗ್ತದೆ? ರೂಢಿನ್ನ ಮುರೀಬೇಕಂತ ಮಾಡೀರೇನು? ಅಮ್ಮನ ಸಲುವಾಗಿ ಅಷ್ಟೂ ಕಾಲು ಸುಡಿಸಿಕೊಳ್ಳಲ್ಲ ಅಂದರೆ ಹೆಂಗೆ?" ಎಂದು ವಿವರಣೆಯಿತ್ತರು. ಪದ್ಮಕ್ಕ ಕೇಶವನ ಕಡೆ ತಿರುಗಿ "ಹಂಗೇ ಓಡಿ ಹೋಗಿ ಹಾಕಿ ಬಂದುಬಿಡೋ..." ಎಂದು ಬೇಡಿಕೊಂಡಳು. ಕೇಶವ ತನ್ನಿಂದ ಸಾಧ್ಯವಿಲ್ಲ ಎನ್ನುವಂತೆ ಕೈಯಾಡಿಸಿದ. "ಬೆಂಗಳೂರು ಸೇರಿಕೊಂಡು ಸುಕುಮಾರ ಆಗಿ ಬಿಟ್ಟಿ ನೋಡು" ಎಂದು ಪುಕ್ಕಟೆ ವಿಮರ್ಶೆ ಮಾಡಿದಳು. "ಬಳ್ಳಾರಿನಾಗೆ ಇರಾಕಿ ನೀನು ನಡೆದು ತೋರ್ಸು ಬಾ" ಎಂದು ಕೇಶವ ಸವಾಲು ಹಾಕಿದ. "ಸಿಟ್ಟು ಮಾತ್ರ ಸುಕುಮಾರ ಆಗ್ಲಿಲ್ಲ ನೋಡು" ಎಂದು ಸೋಲಿಲ್ಲದೆ ಎದುರುತ್ತರಿಸಿದಳು.

ಮೂಲೆಯಲ್ಲಿ ನರಸಕ್ಕ ಇವರ ಮಾತುಗಳನ್ನು ಕೇಳಿಸಿಕೊಳ್ಳುತ್ತಾ ಕುಳಿತಿದ್ದಳು. ಅಲ್ಲಿಯೇ ಹತ್ತಿರದಲ್ಲಿ ಊಟಕ್ಕೆ ಕತ್ತರಿಸಿದ ನಂತರ ಉಳಿದ ಬಾಳೆಯ ಎಲೆಯ ತುಂಡುಗಳನ್ನು ಎಸೆದಿದ್ದರು. ನರಸಕ್ಕ ಅವನ್ನೆಲ್ಲಾ ಒಟ್ಟು ಮಾಡಿಕೊಂಡಳು. ಕೇಶವನ ಹತ್ತಿರ ಬಂದು, "ಕೇಶವಣ್ಣ, ನಾನು ಕರಕೊಂಡು ಹೋಗ್ತೀನಿ ಬಾರಪ್ಪ" ಅಂತ ಹೇಳಿ ಒಂದು ತುಂಡು ಬಾಳೆಯ ಎಲೆಯನ್ನು ಅವನ ಮುಂದೆ ಹಾಸಿದಳು. ಕೇಶವ ತಲೆಯೆತ್ತಿ ನರಸಕ್ಕನನ್ನು ನೋಡಿದ. ಅಚಾರ್ಯರು "ನೋಡಿದ್ರೇನ್ರೀ ಆಕಿ ಶ್ಯಾಣಾತನ" ಎಂದು ಮೆಚ್ಚುಗೆ ವ್ಯಕ್ತಪಡಿಸಿದರು. ಕೇಶವ ಬಾಳೆಯ ಎಲೆಯ ಮೇಲೆ ಕಾಲೂರಿದ. ನರಸಕ್ಕ ಹತ್ತು ಹೆಜ್ಜೆ ಮುಂದಕ್ಕೆ ಮತ್ತೊಂದು ಬಾಳೆಯ ತುಂಡನ್ನು ಹಾಸಿ, ಅದು ಹಾರಿಹೋಗದಂತೆ ಸಣ್ಣ ಕಲ್ಲಿನ ತುಂಡನ್ನು ಅದರ ಮೇಲಿಟ್ಟಳು.

ಕೇಶವ ಓಡುತ್ತಾ ಹೋಗಿ ಮುಂದಿನ ಬಾಳೆಯ ಎಲೆಯ ಮೇಲೆ ಕಾಲಿಟ್ಟು ಸುಧಾರಿಸಿಕೊಳ್ಳತೊಡಗಿದ. ಕೆಂಪಗಾದ ಅವನ ಕಾಲುಗಳು ಬಾಳೆಯ ಎಲೆಯ ಮೇಲೆ ತಾವರೆ ಹೂಗಳನ್ನು ಜೋಡಿಸಿಟ್ಟಂತೆ ಕಾಣುತ್ತಿದ್ದವು. ನರಸಕ್ಕ ಹಿಂದಕ್ಕೆ ಓಡಿ ಹೋಗಿ, ಮುಂಚೆ ಹಾಸಿದ್ದ ಬಾಳೆಯ ಎಲೆಯನ್ನು ತೆಗೆದುಕೊಂಡಳು. ಅದರ ಮೇಲೆ ಕೇಶವನ ಕಾಲು ತಾಕಿದ ಕಡೆಯೆಲ್ಲಾ ಬಿಸಿಗೆ ಮುರುಟಿ ಹೋಗಿ, ಅವನ ಹೆಜ್ಜೆಯ ಗುರುತುಗಳನ್ನು ಮೂಡಿಸಿತ್ತು. ಮತ್ತೆ ಮುಂದಕ್ಕೆ ಓಡಿ ಹೋಗಿ, ಮತ್ತೊಂದು ಹತ್ತು ಹೆಜ್ಜೆ ದೂರದಲ್ಲಿ ಹೊಸ ಬಾಳೆಯ ಎಲೆಯ ತುಂಡನ್ನು ಹಾಸಿದಳು. ಕೇಶವ ಓಡಿ ಅದರ ಮೇಲೆ ಕಾಲೂರಿದ. ಪದ್ಮಕ್ಕ ಮತ್ತು ಆಚಾರ್ಯರು ನೋಡು ನೋಡುತ್ತಿರುವಂತೆಯೇ ಅವರಿಬ್ಬರೂ ನದಿಯ ದಿಕ್ಕಿನಲ್ಲಿ ಕಣ್ಮರೆಯಾದರು.

ನದಿಯ ನೀರಿನಲ್ಲಿ ಕಾಲಿಟ್ಟ ತಕ್ಷಣ ಕೇಶವ ಬಿಡುಗಡೆಯ ಆನಂದವನ್ನು ಅನುಭವಿಸಿದ. ತಣ್ಣನೆಯ ನೀರು ಕಾಲ ಮೇಲೆ ಹರಿದಾಡಿದಾಗ ನೆಮ್ಮದಿಯಾಯ್ತು. ಹಾಗೆಯೇ ಕಣ್ಣು ಮುಚ್ಚಿಕೊಂಡು ನದಿಯ ನೀರಿನ ಸ್ಪರ್ಶದ ಸುಖವನ್ನು ಅನುಭವಿಸುತ್ತಾ ನಿಂತ. "ಕೆಲಸ ಆದ ಮೇಲೆ ಕೂಗಪ್ಪ, ಅಲ್ಲೇ ಗಿಡದ ಕೆಳಾಗೆ ನಿಂತಿರ್ತೀನಿ" ಎಂದು ನರಸಕ್ಕ ದಂಡೆಯ ಮೇಲಿದ್ದ ಗಿಡದ ಕಡೆ ನಡೆದಳು.

ಕೇಶವ ಉಂಡ ಎಲೆ, ಎಂಜಲುಗಳನ್ನು ನೀರಲ್ಲಿ ಕಲಸಿದ ತಕ್ಷಣ ಮೀನುಗಳು ಓಡೋಡಿ ಬಂದು ತಿನ್ನಲಾರಂಭಿಸಿದವು. ಚಕಚಕನೆ ಈಜಾಡುವ ಮೀನುಗಳನ್ನು ಅಚ್ಚರಿಯಿಂದ ನೋಡಿದ. ಬಾಳೆ ಎಲೆ, ದೊನ್ನೆ, ದರ್ಬೆಗಳು ನೀರಿನಲ್ಲಿ ತೇಲುತ್ತಾ ಸಾಗಿ ಕಣ್ಮರೆಯಾದವು. ಮೀನುಗಳು ಒಂದಗುಳೂ ಬಿಡದಂತೆ ಭೋಜನ ಮಾಡಿದವು. ಕೇಶವ ನದಿಯಲ್ಲಿ ಮುಳುಗಿ ಸ್ನಾನ ಮಾಡಿದ. ಎಂಜಲೆಲೆಗಳನ್ನು ಕಟ್ಟಿಕೊಂಡು ಬಂದಿದ್ದ ಸಣ್ಣಂಗವಸ್ತ್ರವನ್ನು ನೀರಿನಲ್ಲಿ ತೊಳೆದು, ಕಲ್ಲಿನ ಮೇಲೆ ಕುಕ್ಕಿ ಒಗೆದು, ಹಿಂಡಿ, ಅದನ್ನು ತಲೆಯ ಮೇಲೆ ಹಾಕಿಕೊಂಡ. ತಣ್ಣನೆಯ ಬಟ್ಟೆ ತಲೆ, ಬೆನ್ನ ಮೇಲೆಲ್ಲಾ ಹರಡಿದಾಗ ಮೈಗೆ ತಂಪು ಹತ್ತಿತು.

ನರಸಕ್ಕನಿಗಾಗಿ ಕಣ್ಣಾಡಿಸಿದ. ದಂಡೆಯ ಮೇಲಿನ ಜಾಲಿ ಮರದ ಪೊದೆಯ ಬಳಿ ನರಸಕ್ಕ ನಿಂತಿದ್ದಳು. ಕೈ ಮಾಡಿ ಕರೆದ. ನರಸಕ್ಕ ಇವನೆಡೆಗೆ ನಡೆದು ಬರಲಾರಂಭಿಸಿದಳು. ಅವಳ ಬೆನ್ನು ತುಸು ಬಾಗಿತ್ತು. ಅಮ್ಮನಿಗಿಂತಲೂ ಒಂದೆರಡು ವರ್ಷ ದೊಡ್ಡವಳೇ ಇರಬೇಕು. ಯಾವತ್ತಿನಂತೆ ಅಮ್ಮನ ಹಳೆಯ ಸೀರೆಯನ್ನೇ ಉಟ್ಟಿದ್ದಳು. ಚಿಕ್ಕಂದಿನಲ್ಲಿ ಓಡು ನಡಿಗೆಯಲ್ಲಿಯೇ ನಡೆದಾಡುತ್ತಿದ್ದ ನರಸಕ್ಕ ಈಗ ನಿಧಾನಕ್ಕೆ ಹೆಜ್ಜೆ ಇಡುತ್ತಾ ಬರುತ್ತಿರುವುದನ್ನು ಕಂಡ ಕೇಶವ, "ನರಸಕ್ಕನಿಗೂ ಮುಪ್ಪು ಬಂತು" ಎಂದುಕೊಂಡ. ನೆಲದ ಮೇಲೆ ಕಣ್ಣಾಡಿಸಿದಾಗ ಅವಳ ಹೆಜ್ಜೆಯ ಗುರುತು, ಬೆರಳುಗಳ ಗುರುತು ಮೂಡಿದ್ದವು. "ನರಸಕ್ಕನದು ಚಿಕ್ಕ ಪಾದ"

ಎಂದುಕೊಳ್ಳುತ್ತಿರುವಾಗಲೇ ಏನೋ ಅರ್ಥವಾದಂತಾಗಿ "ಅಯ್ಯೋ..." ಎಂದು ಉದ್ಗಾರವನ್ನು ಮಾಡಿದ. ನರಸಕ್ಕ ಅವನ ಬಳಿ ಬಂದಿದ್ದಳು. "ಚಪ್ಪಲಿ ಹಾಕಿಕೊಂಡು ಬಂದಿಲ್ಲೇನು ನರಸಕ್ಕಾ?" ಎಂದು ನಂಬಲಾರದವನಂತೆ ಕೇಳಿದ. "ನಮ್ಮ ಜನ ಚಪ್ಪಲಿ-ಗಿಪ್ಪಲಿ ಎಲ್ಲಿ ಹಾಕ್ತೀವಿ ಕೇಶವಣ್ಣ? ಬಿಸಿಲು ಅಭ್ಯಾಸ ಆಗಿರ್ತದೆ" ಎಂದು ನಕ್ಕುಬಿಟ್ಟಳು. ಕೇಶವನಿಗೆ ಹೃದಯ ಹಿಂಡಿದಂತಾಯ್ತು. "ನಾನು ಕೊಡಿಸ್ತೀನಿ. ಒಂದು ಜೊತಿ ಚಪ್ಪಲಿ ತೊಗೋ" ಎಂದ. "ಅಭ್ಯಾಸ ಇಲ್ಲ ಬಿಡು ಕೇಶವಣ್ಣ. ಹಾಕಿಕೊಂಡರೆ ಎಲ್ಲೆಲ್ಲೋ ಮರೆತು ಬಿಟ್ಟು ಕಳಕೊಂಡುಬಿಡ್ತೀವಿ. ಹಂಗೆ ಕೊಡಿಸಬೇಕು ಅಂತ ಮನಸ್ಸಿನಾಗೆ ಇದ್ದರೆ, ನನ್ನ ಮೊಮ್ಮಗಗೊಂದು ಚಣ್ಣ ಕೊಡಿಸು. ಈಗಿರೋದು ಮುಕುಳಿ ಮೇಲೆ ಹರದು ಹೋಗ್ಯದೆ" ಎಂದು ಬೇಡಿದಳು.

ಮತ್ತೆ ಬಾಳೆ ಎಲೆಯ ಮೇಲೆ ಕಾಲಿಡುತ್ತಾ ಮುಂದೆ ಸಾಗಿದರು. ಅರ್ಧ ದಾರಿಗೆ ಬರುವುದರೊಳಗೆ ತಲೆಯ ಮೇಲೆ ಹಾಕಿಕೊಂಡಿದ್ದ ಸಣ್ಣಂಗವಸ್ತ್ರ ಒಣಗಿ ಹೋಗಿತ್ತು. ಒಂದು ಕಡೆ ಮರದ ನೆರಳು ಬಂದಾಗ, ಅಲ್ಲಿ ನಿಂತ ಕೇಶವ, "ನರಸಕ್ಕಾ, ಬೆಳಿಗ್ಗೆ ಪಿಂಡದ ಮುಂದೆ ಏನಂತ ಬೇಡಿಕೊಂಡಿ?" ಎಂದು ಕೇಳಿದ. ನರಸಕ್ಕ ಆ ಪ್ರಶ್ನೆಗೆ ಉತ್ತರಿಸಲು ಇಷ್ಟಪಡದೆ "ನಲವತ್ತು ವರ್ಷ ನಿಮ್ಮಮ್ಮನ ಜೋಡಿ ಬದುಕು ಮಾಡೀನಿ. ಇಬ್ಬರ ಮಧ್ಯೆ ಹೇಳ್ಕೊಳ್ಳೋ ಮಾತು ಇದ್ದೇ ಇರ್ತವಲ್ಲೇನಪ್ಪ" ಎಂದು ಮುಂದಿನ ಬಾಳೆಯ ಎಲೆಯ ತುಂಡನ್ನು ಹಾಸಿದಳು.

ಎಲ್ಲರ ಊಟ ಮುಗಿದಾಗ ಸಾಯಂಕಾಲ ನಾಲ್ಕು ಗಂಟೆ. ರವೆ ಉಂಡಿ, ಉದ್ದಿನ ವಡೆಯ ರುಚಿಕಟ್ಟಾದ ಊಟ ಎಲ್ಲರ ಹೊಟ್ಟೆಯನ್ನು ಭಾರವಾಗಿಸಿತ್ತು. ಛತ್ರದಲ್ಲಿ ಚೂರು ಜಾಗ ಸಿಕ್ಕರೂ ಸಾಕು, ಅಲ್ಲಿಯೇ ನೆಲದ ಮೇಲೆ ಒರಗಿಕೊಂಡರು. ಬಿಸಿಲಿನ ಬೇಗೆಗೆ ದಣಿದಿದ್ದರಿಂದ ತುಂಗಭದ್ರೆಯ ಮೇಲಿಂದ ಬೀಸಿದ ತಣ್ಣನೆಯ ಗಾಳಿಗೆ ಗೊರಕೆ ಹೊಡೆಯಲಾರಂಭಿಸಿದರು. ಕೇಶವ ಜಗಲಿಯಲ್ಲಿಯೇ ಮಲಗಿಕೊಂಡಿದ್ದ. ಮಧ್ಯಾಹ್ನದ ಕನಸಿನಲ್ಲಿ ಅವನಮ್ಮ, ಅಪ್ಪ ಇಬ್ಬರೂ ಏನೇನೋ ಅಸ್ಪಷ್ಟ ಮಾತುಗಳಿಗಿಳಿದಿದ್ದರು. ಅವರ ಮಾತಿನ ಮಧ್ಯೆ ನರಸಕ್ಕನ ಧ್ವನಿ ಕೇಳಿಸಿತು. ನಿದ್ದೆಯಲ್ಲೋ, ವಾಸ್ತವದಲ್ಲೋ ಗೊತ್ತಾಗಲಿಲ್ಲ. ಮತ್ತೊಮ್ಮೆ "ಕೇಶವಣ್ಣ..." ಎಂಬ ಧ್ವನಿ ಕೇಳಿ ಕಣ್ಣು ಬಿಟ್ಟ. ಜಗಲಿಯ ಕೆಳಗೆ ನರಸಕ್ಕ ನಿಂತಿದ್ದು ಕಾಣಿಸಿತು. ನಿದ್ದೆ ಕೆಡಿಸಿಬಿಟ್ಟಳಲ್ಲ ಅಂತ ಸ್ವಲ್ಪ ಕಿರಿಕಿರಿಯಾಯ್ತು. ಕಣ್ಣುಜ್ಜಿಕೊಂಡು ಗಡಿಯಾರ ನೋಡಿದ. ಐದು ಗಂಟೆಯಾಗಿತ್ತು. "ಏನು ನರಸಕ್ಕ..." ಎಂದು ಕೇಳಿದ.

"ಹೊತ್ತು ಭಾಳ ಆಗ್ಯೆತಪ್ಪ. ನಂಗಿನ್ನೂ ಯಾರೂ ಉಂಬಾಕೆ ಇಕ್ಕಿಲ್ಲ."

"ಇನ್ನೂ ಉಂಡಿಲ್ಲೇನು ನರಸಕ್ಕ? ಆಗಲೇ ಐದು ಗಂಟೆ ಆಯ್ತು. ತಡಿ, ಯಾರನ್ನಾದ್ರೂ ಎಬ್ಬುಸ್ತೀನಿ. ಮುಂಚೇನೇ ಹೇಳಬಾರದಾಗಿತ್ತೇನು?" ಎಂದು ಕೇಶವ ದಡಬಡಿಸಿ ಛತ್ರದ ಒಳಗೆ ಹೋದ. ಪದ್ಮಕ್ಕ ಗೊರಕೆ ಹೊಡೆಯುತ್ತಿದ್ದಳು. ಎಬ್ಬಿಸಿದ.

"ಇನ್ನೂ ಉಂಡಿಲ್ಲೇನೋ..." ಎಂದು ಪದ್ಮ ಕೂಡಾ ಮೇಲೆದ್ದಳು. ಬಾಳೆಯೆಲೆಯೊಂದನ್ನು ತಂದು ಜಗಲಿಯಲ್ಲಿ ಹಾಕಿ ನರಸಕ್ಕನನ್ನು ಕರೆದಳು. ಅನ್ನ, ಸಾರು ಸಾಕಷ್ಟಿತ್ತು. ಆದರೆ ಪಲ್ಯ, ಕೋಸಂಬರಿಗಳು ಇರಲಿಲ್ಲ. ಅನ್ನ ಬಡಿಸಿದ ಮೇಲೆ ಸ್ಟೀಲ್ ಪಾತ್ರೆಯಲ್ಲಿ ಸಾರನ್ನು ತಂದು, ಎಲೆಯ ಮುಂದಿಟ್ಟು ಸೌಟಿನಿಂದ ಗರಗರನೆ ತಿರುವಿದಳು. ಆದರೆ ಹಾಕಲಿಲ್ಲ.

"ಈಗ ಹೇಳು ನರಸಕ್ಕ, ಕಾಗಿ ಪಿಂಡ ಆಗಲಿಕ್ಕೆ ಅದೇನು ಬೇಡಿಕೊಂಡಿ ಅಂತ..." ಎಂದು ಹೇಳಿ, ಅದನ್ನು ಹೇಳದಿದ್ದರೆ ಸಾರು ಹಾಕುವುದಿಲ್ಲವೆನ್ನುವಂತೆ ಅದನ್ನು ಸೌಟಿನಿಂದ ಕಲಸುತ್ತಾ ಕುಳಿತಳು.

"ಹೊಟ್ಟೆಯಾಗಿನ ಗುಟ್ಟು ಬಿಡಮ್ಮ. ಅದನ್ನ ಹೆಂಗೆ ಹೇಳಲಿ..." ಎಂದು ನರಸಕ್ಕ ಮಾತನ್ನು ತೇಲಿಸಿದಳು.

"ನೀನು ಹೇಳಲ್ಲ ಅಂದರೆ ನಿಂಗೆ ಊಟ ಇಲ್ಲ. ಆಗಲೇ ತಡ ಆಗ್ಯದೆ. ಹೇಳು. ನಾನು, ಕೇಶವ ಬಿಟ್ಟರೆ ಇಲ್ಲಿ ಯಾರೂ ಇಲ್ಲ" ಎಂದು ಪುಸಲಾಯಿಸಿದಳು. ನರಸಕ್ಕ ಮಾತನಾಡದೆ ಸುಮ್ಮನೆ ಬಿಳಿಯನ್ನವನ್ನು ಕೆದಕುತ್ತಾ ಕುಳಿತಳು.

"ಹೇಳಲೇಬೇಕು. ಇಲ್ಲಾ ಅಂದರೆ ಅಮ್ಮನ ಮೇಲೆ ಆಣೆ..." ಎಂದು ಪ್ರಮಾಣದ ಬೆದರಿಕೆಯೊಡ್ಡಿದಳು. ಅಲ್ಲಿಯೇ ಕುಳಿತಿದ್ದ ಕೇಶವ, "ಸುಮ್ಮನೆ ಗೋಳಾಡಿಸಬೇಡ ಪದ್ಮಕ್ಕ. ಸಾರು ಬಡಸು..." ಅಂದ. ಪದ್ಮಕ್ಕ ಅದಕ್ಕೆ ಸಿಡುಕಿ, "ನೀನು ಸ್ವಲ್ಪ ಸುಮ್ಮನೆ ಕೂಡು. ನಾನು ನರಸಕ್ಕನ ಜೊತಿ ಮಾತಾಡ್ತಿರೋದು..." ಎಂದು ಬಾಯಿ ಬಡಿದಳು.

"ಅಮ್ಮನ ಮೇಲೆ ಆಣೆ ಇಟ್ಟೀನಿ. ಹೇಳದಿದ್ದರೆ ನಿಂಗೆ ಒಳ್ಳೇದು ಆಗಲ್ಲ..." ಎಂದು ಮತ್ತೊಮ್ಮೆ ಪುನರುಚ್ಚರಿಸಿದಳು.

"ಬಿಡ್ತು ಅನ್ನು ಪದ್ಮಕ್ಕ. ಸತ್ತವರ ಮೇಲೆ ಆಣೆ ಮಡಗಬಾರದು" ಎಂದು ನರಸಕ್ಕ ಬೇಡಿಕೊಂಡಳು.

"ಹಂಗಾರೆ ನನ್ನ ಮೇಲೆ ಆಣೆ. ನಿನ್ನ ಮೇಲೆ ಆಣೆ. ನಿನ್ನ ಮೊಮ್ಮಕ್ಕಳ ಮೇಲೆ ಆಣೆ. ಈಗಾರ ಹೇಳು..." ಎಂದಳು.

ನರಸಕ್ಕ ಮಾತನಾಡದೆ ತಲೆತಗ್ಗಿಸಿ ಕುಳಿತುಕೊಂಡುಬಿಟ್ಟಳು.

"ಹೇಳೇ... ಸುಮ್ಮನೆ ಸತಾಯಿಸಬೇಡ..." ಈ ಬಾರಿ ಪದ್ಮಕ್ಕ ಕೂಗಿದ್ದಳು. ಅವಳ ಮೈ ಸಣ್ಣಗೆ ನಡುಗುತ್ತಿತ್ತು. ಕಣ್ಣುಗಳು ತೇವಗೊಂಡಿದ್ದವು.

ನರಸಕ್ಕ ಬಿಟ್ಟ ಕಣ್ಣಿಂದ ಪದ್ಮಕ್ಕನನ್ನು ನೋಡಿದಳು.

ಪದ್ಮಕ್ಕ ಸಿಟ್ಟಿನಿಂದ ಸಾರಿನ ಪಾತ್ರೆಯನ್ನು ಜೋರಾಗಿ ಮೇಲೆತ್ತಿ ಕುಕ್ಕಿದಳು. ಅವಳು ಕುಕ್ಕಿದ ರಭಸಕ್ಕೆ ಸಾರು ತುಳುಕಾಡಿ ನೆಲದ ಮೇಲೆ ಚೆಲ್ಲಿ, ನರಸಕ್ಕನ ಮೈಗೆಲ್ಲಾ ಸಿಡಿಯಿತು. ಪದ್ಮ ಎದ್ದು ಛತ್ರದ ಒಳಗೆ ಓಡಿ ಹೋದಳು. ನರಸಕ್ಕ ತನ್ನ ಮೈ ಮೇಲೆ ಸಿಡಿದ ಸಾರನ್ನೆಲ್ಲಾ ಸೀರೆಯಿಂದ ಒರೆಸಿಕೊಂಡು ಒಂದು ತುತ್ತೂ ಬಾಯಿಗಿಡದೆ ಎದ್ದಳು. "ನಾನು ಬಡಸ್ತೀನಿ ನರಸಕ್ಕ. ಊಟ ಮಾಡು. ಹಂಗೇ ಹೋಗಬೇಡ. ಅಮ್ಮನ ಪ್ರಸಾದ ಅದು..." ಎಂದು ಕೇಶವ ತಡೆದ. ನರಸಕ್ಕ ಹಿಂತಿರುಗಿ ನೋಡದೆ ಕೈಯಿಂದ ಬೇಡವೆಂದು ತಿಳಿಸುತ್ತಾ ವಿರೂಪಾಕ್ಷ ದೇವಸ್ಥಾನದ ಕಡೆ ನಡೆದಳು. ಉಣ್ಣದೆ ಬಿಟ್ಟ ಎಲೆಗೆ ನೊಣಗಳು ಮುತ್ತಲಾರಂಭಿಸಿದವು.

ಕೇಶವ ಪದ್ಮಕ್ಕನನ್ನು ಹುಡುಕಿಕೊಂಡು ಹಿತ್ತಲಿಗೆ ಬಂದ. ಹುಣಸೆ ಮರದ ಬುಡದಲ್ಲಿ ಕುಳಿತ ಪದ್ಮಕ್ಕಳ ಕಣ್ಣಿಂದ ನೀರಿಳಿಯುತ್ತಿತ್ತು. "ನೀನು ಅತಿ ಮಾಡ್ತಿದ್ದಿ ಪದ್ಮಕ್ಕ. ಯಾಕೋ ಹೇಳಲಿಕ್ಕೆ ಒಲ್ಲೆ ಅಂತಾಳೆ. ಯಾಕೆ ಬಲವಂತ ಮಾಡ್ತಿ?" ಎಂದ.

"ನಿಂಗೆ ನನ್ನ ದುಃಖ ಅರ್ಥ ಆಗಂಗಿಲ್ಲ ಬಿಡು. ದೂರ ಬೆಂಗಳೂರಿನಾಗೆ ಕೂತಿರ್ತಿ. ಇಲ್ಲಿ ಅಮ್ಮ, ಅಮ್ಮ ಅಂತ ನಾನು ಮಾತು ಮಾತಿಗೆ ಊರಿಗೆ ಹೋಗಿ ಬಂದು ಮಾಡೀನಿ. ಅತ್ತಿ ಮನೆಯವರ ಏಟು–ಪೋಟು ಮಾತಿಗೆ ಬೆಲೆ ಕೊಡದೆ ಅಮ್ಮನ ಸಲುವಾಗಿ ಬಡದಾಡೀನಿ. ಆಕಿ ಆರೋಗ್ಯನ್ನ ದಿನಕ್ಕೊಂದು ಸಾರಿಯನ್ನಾ ಫೋನ್ ಮಾಡಿ ವಿಚಾರಿಸದಿದ್ರೆ ನಂಗೆ ನಿದ್ದಿ ಬರ್ತಿದ್ದಿಲ್ಲ. ಅಷ್ಟೆಲ್ಲಾ ಮಾಡಿದ್ದು ಅಮ್ಮಗೆ ನದರು ತಟ್ಟಲಿಲ್ಲ ನೋಡು. ನಾನು ಅಷ್ಟು ಬಗೆಯಿಂದ ಬೇಡಿಕೊಂಡರೂ ಬರಲಿಲ್ಲ. ಆ ನರಸಕ್ಕ ನಿಂತುಗೊಂಡು ಕೈ ಮುಗಿಯೋದೇ ತಡ, ಫುರ್ ಅಂತ ಹಾರಿ ಬಂದು ಪಿಂಡ ತಿಂದಳು. ಬಂಧು ಬಳಗದ ಮಧ್ಯೆ ನಂಗೆ ಎಷ್ಟು ಅವಮಾನ ಆಗ್ಯದೆ ಅಂತ ನಿಂಗೆ ಗೊತ್ತಾಗ್ತದೇನು?" ಎಂದಳು.

"ನರಸಕ್ಕ ಏನು ಹೊರಗಿನಾಕಿಯೇನು? ನಮ್ಮನಿಯಾಗೇ ವರ್ಷಾನುಗಟ್ಟಲೆ ಇದ್ದಾಕಿ" ಎಂದು ಸಮಜಾಯಿಷಿ ಕೊಟ್ಟ. "ಹೌದಪ್ಪ ಹೌದು. ಯಾರು ಇಲ್ಲ ಅಂದಾರೆ ಹೇಳು. ಅಮ್ಮನ ಕಣ್ಣ ಮುಂದೇ ಅಪ್ಪ ಇಟ್ಟುಗೊಂಡ ಸೂಳಿ ಆಕಿ ಅಂತ ನಂಗೂ ಗೊತ್ತದೇಳು" ಎಂದು ಪದ್ಮಕ್ಕ ಗುಡುಗಿದಳು.

ಸೂರ್ಯ ತುಂಗೆಯ ತೀರದಲ್ಲಿ ಮುಳುಗಿ ವಿರೂಪಾಕ್ಷನ ಗೋಪುರಕ್ಕೆ ಚಿನ್ನದ ಕವಚವನ್ನು ಹೊದಿಸಿದ್ದ. ದೇವಸ್ಥಾನದ ಮೂಲೆಯಲ್ಲಿ ಕುಳಿತ ಭಜನೆಯ

ಗುಂಪೊಂದು "ಮಾಡು ಸಿಕ್ಕದಲ್ಲ, ಮಾಡಿನ ಗೂಡು ಸಿಕ್ಕದಲ್ಲ..." ಎಂದು ರಾಗವಾಗಿ ಹೇಳುತ್ತಿದ್ದರು. ಜನರಿಗೆಲ್ಲಾ ಸೊಂಡಿಲೆತ್ತಿ ಆಶೀರ್ವಾದ ಮಾಡಿ ಮಾಡಿ ಸುಸ್ತಾದ ಆನೆ ನೆಲಕ್ಕೊರಗಿ ಈಗ ವಿರೂಪಾಕ್ಷನ ಆಶೀರ್ವಾದವನ್ನು ಬಯಸಿದಂತೆ ವಿರಾಮ ತೆಗೆದುಕೊಳ್ಳುತ್ತಿತ್ತು. ಹಂಪಿಯನ್ನು ಕಾಲ್ನಡಿಗೆಯಲ್ಲಿ ಸುತ್ತಿ ಬಂದಿದ್ದ ಪ್ರವಾಸಿಗರು ಅಲ್ಲಲ್ಲಿ ಗುಂಪುಗೂಡಿ ಖುಷಿ ಖುಷಿಯಿಂದ ಮಾತನಾಡಿಕೊಳ್ಳುತ್ತಿದ್ದರು.

ಬಾಳೆಹಣ್ಣಿನ ಚಿಪ್ಪನ್ನು ಕೈಯಲ್ಲಿ ಹಿಡಿದುಕೊಂಡು ಬಂದ ಕೇಶವ ನರಸಕ್ಕನಿಗಾಗಿ ಕಣ್ಣಾಡಿಸಿದ. ಗೋಪುರದ ನೆರಳು ತಲೆಕೆಳಗಾಗಿ ಬೀಳುವೆಡೆ ನರಸಕ್ಕ ಕುಳಿತಿದ್ದಳು. ಹಣ್ಣುಗಳನ್ನು ಅವಳ ಮುಂದಿಟ್ಟ ಕೇಶವ "ತಿನ್ನು" ಎಂದು ಹೇಳಿ ಸ್ವಲ್ಪ ದೂರಕ್ಕೆ ಸರಿದು ಕೂತ. ನರಸಕ್ಕ ಹಣ್ಣನ್ನು ಸುಲಿದು ತಿನ್ನಲಾರಂಭಿಸಿದಳು. ಮತ್ತೆ ಎದ್ದು ಹೋದ ಕೇಶವ ಎಳೆನೀರಿನೊಂದಿಗೆ ವಾಪಾಸಾದ. ಎಲ್ಲಾ ಹಣ್ಣುಗಳನ್ನು ತಿಂದ ಮೇಲೆ ನರಸಕ್ಕ ಎಳೆನೀರು ಕುಡಿದಳು. ಸಿಪ್ಪೆ ಮತ್ತು ಎಳೆನೀರಿನ ಬೊಡ್ಡೆಯನ್ನು ಒಯ್ದು ಕಸದ ಬುಟ್ಟಿಯಲ್ಲಿ ಹಾಕಿ ಬಂದಳು.

ಕೇಶವ ಮೌನ ಮುರಿದ. "ಯಾಕೆ ಹಠ ಮಾಡ್ತಿ ನರಸಕ್ಕ? ಸುಮ್ಮನೆ ರಸಕಸಿ ಆಯ್ತು ನೋಡು. ಏನಂತ ಬೇಡಿಕೊಂಡಿದ್ದಿ ಅಂತ ಹೇಳಿಬಿಟ್ಟಿದ್ರೆ ಆಗ್ತಿರಲಿಲ್ಲೇನು?" ಎಂದು ಹೇಳಿದ. ನರಸಕ್ಕ ಒಂದು ಕ್ಷಣ ಸುಮ್ಮನಿದ್ದು ನಿಧಾನಕ್ಕೆ ಉತ್ತರ ಕೊಟ್ಟಳು. "ಕೇಶವಣ್ಣ, ನಿಮ್ಮನಿಯಾಗೆ ಈಸು ವರ್ಸ ಬಾಳೇವು ಮಾಡಿದಾಕಿ ನಾನು. ನಿಮ್ಮಮ್ಮ, ಅಪ್ಪ ನನ್ನ ಏನು ಕೇಳಿದ್ರೂ ಇಲ್ಲ ಅನ್ನದಂಗೆ ಕೊಟ್ಟೇನಿ. ನಂದೂ ಅನ್ನೋದು ಒಂದೀಟೂ ಉಳಿಸಿಕೊಂಡಿಲ್ಲ. ಆದರೆ ಹೊಟ್ಟ್ಯಾಗಿನ ಗುಟ್ಟು ಮಾತ್ರ ಈವತ್ತಿಗೂ ನಂದು ಅನ್ನೋ ಹಂಗೆ ಜೋಪಾನ ಮಾಡೀನಿ. ನೀವಿಬ್ಬರೂ ಸೇರಿ ಅದೂ ಕಿತ್ತುಗೊಳ್ಳಾಕೆ ಬರಬ್ಯಾಡ್ರೋ ನಮ್ಮಪ್ಪ. ಕೈ ಜೋಡಿಸಿ ಬೇಡ್ಕೊಳ್ತೀನಿ" ಎಂದು ಎರಡೂ ಕೈ ಜೋಡಿಸಿದಳು.

ಭಜನೆ ಗುಂಪು 'ತುಪ್ಪದ ಬಿಂದಿಗೆ ತಿಪ್ಪೆಯ ಮೇಲೆ ಧೊಪ್ಪನೆ ಬಿತ್ತಲ್ಲಾ' ಎಂದು ಹೇಳುತ್ತಿತ್ತು.

19ನೇ ಜುಲೈ 2004

ಗುಳ್ಳೆ

ಈ ಘಟನೆಯನ್ನು ನನ್ನೊಳಗೆ ತುಂಬಾ ದಿನ ಬಚ್ಚಿಟ್ಟುಕೊಳ್ಳಲಾರೆ. ಇಷ್ಟು ದಿನವಾದರೂ ನನ್ನದು ತಪ್ಪೋ ಅಥವಾ ಸರಿಯೋ ನನಗೆ ನಿರ್ಧರಿಸಲಾಗುತ್ತಿಲ್ಲ. ನೀವು ನನ್ನನ್ನು ಒಪ್ಪಿಕೊಂಡರೂ ಸರಿ ಅಥವಾ ರಮೇಶನಿಗೆ ನಾನು ಅನ್ಯಾಯ ಮಾಡಿದೆನೆಂದರೂ ಸರಿ, ಯಥಾವತ್ತಾಗಿ ನಿಮ್ಮೊಡನೆ ನಡೆದ ಸಂಗತಿಗಳನ್ನು ತಿಳಿಸಿಬಿಟ್ಟು ನಿರಾಳವಾಗಿಬಿಡುತ್ತೇನೆ.

ಅದು 'ಡಾಟ್ ಕಾಂ' ಗುಳ್ಳೆ ಉಬ್ಬಿ ಮಿರಮಿರನೆ ಮಿಂಚುತ್ತಿದ್ದ ಕಾಲ. ಕಂಡು ಕೇಳಿರದ ಯಾವುಯಾವುದೋ ಕಂಪನಿಗಳು, ಎಂತೆಂತಹದೋ ವೆಬ್‌ಸೈಟ್ ಮಾಡಲು ಹಣ ಸುರಿಯುತ್ತಿದ್ದ ಹೊತ್ತು. ಯಾವುದೋ ಒಂದು ಸೈಟ್ ಮಾಡಿ ಬಿಟ್ಟು, ಕೋಟ್ಯಾಂತರ ರೂಪಾಯಿ ಸಂಪಾದಿಸಿ ಬಿಡುವ ಕನಸು ಹೊತ್ತ ಉದ್ದಿಮೆದಾರರು, ಏಂಜಲ್‌ಗಳು (ಹಣ ಹೂಡುವ ಶ್ರೀಮಂತ) ಲಕ್ಷ್ಮಿದೇವಿಯ ಕೈಯಿಂದ ಲಂಗು ಲಗಾಮಿಲ್ಲದೆ ಸುರಿಯುವ ಬಂಗಾರದ ಮಳೆಯಂತೆ ಹಣ ಕೊಡುವ ಕಾಲ.

ಆಗ, ಸಾಫ್ಟ್‌ವೇರ್ ಮಂದಿಗೆ ಡಿಮ್ಯಾಂಡಪ್ಪೋ ಡಿಮ್ಯಾಂಡು. ಕಂಪ್ಯೂಟರ್ ತಳ–ಬುಡ ಗೊತ್ತಿಲ್ಲದವ ಕೂಡಾ ಎರಡು ವಾರದ ಕೋರ್ಸ್ ಮಾಡಿ ಇಪ್ಪತ್ತು ಸಾವಿರದ ಸಂಬಳ ಗಿಟ್ಟಿಸುವ ಸುಖದ ಹೊತ್ತು. ಪ್ರಾಜೆಕ್ಟ್‌ಗೆ ಒಬ್ಬ ಹೊಸಬರು

ಬೇಕೆಂದು ಪತ್ರಿಕೆಗಳಲ್ಲಿ ಜಾಹೀರಾತು ಕೊಟ್ಟರೆ, ಬಂದ ಅಭ್ಯರ್ಥಿಯ ಸಂಬಳದ ನಿರೀಕ್ಷೆಗೆ ನಾವು ಬೆವರಿ 'ಬೆಬ್ಬೆಬ್ಬೆ' ಎನ್ನುವ ಪರಿಸ್ಥಿತಿ. ವರ್ಷಕ್ಕೆ ನೂರು ಪರ್ಸೆಂಟ್ ಸಂಬಳ ಹೆಚ್ಚಿಸಿದರೂ ರಾಜೀನಾಮೆ ಕೊಡುವಂತಹ ನೌಕರರ ಮೌಲ್ಯರಹಿತ ದಾಹ. ಅದನ್ನು ತಣಿಸುವಂತೆ ಅವರಿಗೆ ಹೆಚ್ಚಿನ ಸಂಬಳದಾಸೆ ತೋರಿಸಿ ಸೆಳೆದುಕೊಳ್ಳುತ್ತಿದ್ದ ಇತರ ಕಂಪನಿಗಳ ಮೌಲ್ಯರಹಿತ ಸ್ಪರ್ಧೆ.

ಅದೇ ಹೊತ್ತಿನಲ್ಲಿ ನನಗೆ ರಮೇಶ ಸಿಕ್ಕಿದ್ದು. ಯಾವುದೋ ಅತಿ ಮುಖ್ಯ ಪ್ರಾಜೆಕ್ಟ್‌ಗಾಗಿ ನಾನು ಡೇಟಬೇಸ್ ಅಡ್ಮಿನಿಸ್ಟ್ರೇಟರ್ ಇಲ್ಲದೆ ಒದ್ದಾಡುತ್ತಿದ್ದೆ. ಬರೀ ಅಂಕೆ–ಸಂಖ್ಯೆಗಳ ಜೊತೆ ಸರ್ಕಸ್ಸು ಮಾಡಬೇಕಿದ್ದ ಆ ಪ್ರಾಜೆಕ್ಟಿನಲ್ಲಿ ಅಂತಹವನೊಬ್ಬನ ಅವಶ್ಯಕತೆ ತುಂಬಾ ಇತ್ತು. ಸೂಜಿಯ ಕಣ್ಣಲ್ಲಿ ಆನೆ ತೂರಿಸುವಂತಹ ಶೆಡ್ಯೂಲನ್ನು (ತಪಸೀಲು) ಕಸ್ಟಮರ್ ನಮ್ಮ ಮುಂದಿಟ್ಟಿದ್ದರು. ಅದನ್ನು ನಿಭಾಯಿಸುವುದು ಹೇಗಪ್ಪಾ ಎಂದು ನನಗೆ ಸರಿಯಾಗಿ ರಾತ್ರಿ ನಿದ್ದೆಯೂ ಬರುತ್ತಿರಲಿಲ್ಲ.

ನನ್ನ ಬಾಸ್ ಸಂದೀಪನ ಮುಂದೆ ಹೋಗಿ ಗೋಳಾಡಿದೆ. ಬೇಕಾದ ನೌಕರ ಸಿಗುವುದಿಲ್ಲವೆಂದರೆ ತಕ್ಷಣ ಪ್ರಾಜೆಕ್ಟ್ ನಿಲ್ಲಿಸಿಬಿಡುತ್ತೀನೆಂದು ಹೇಳಿ ಸಾತ್ವಿಕ ಬೆದರಿಕೆಯನ್ನು ಹಾಕಿದೆ. ಸಂದೀಪ್ ನನ್ನಂತಹವರನ್ನು ಅದೆಷ್ಟು ಜನರನ್ನು ಕಂಡಿಲ್ಲ? ನನ್ನ ಸಮಸ್ಯೆಯ ಬಗ್ಗೆ ಒಂದೂ ಮಾತನಾಡದೆ "ಕಾಫಿ ಕುಡಿತೀಯಾ?" ಎಂದು ಕೇಳಿ, ತಾನೇ ಸ್ಟ್ರಾಂಗ್ ಆಗಿ ಕಾಫಿ ತಯಾರಿಸಿ, ನನ್ನ ಮಾಮೂಲಿ ಆಯ್ಕೆಯಾದ ಸಕ್ಕರೆಯಿಲ್ಲದ, ಹಾಲಿಲ್ಲದ ಕಾಫಿಯನ್ನು ತಂದು ನನ್ನ ಕೈಗಿಟ್ಟು, "ಐ ಥಿಂಕ್, ನಿಂಗೆ ಸ್ವಲ್ಪ ವಿಶ್ರಾಂತಿ ಬೇಕು" ಎಂದು ನನ್ನ ಪರವಾಗಿ ಒಳ್ಳೆಯ ಮಾತನಾಡಿದ. ಕಾಫಿ ಮುಗಿಯವವರೆಗೆ ಬೇರೆ ಯಾವುದಾವುದೋ ವಿಷಯಗಳ ಬಗ್ಗೆ ಮಾತಾಡಿ, ನಂತರ ಎಕ್ಸೆಲ್ ಶೀಟೊಂದನ್ನು ತೆರೆದು, ಅದಕ್ಕೆ ಶೋಧಕಗಳನ್ನು ಹಾಕಿ, ಸಮುದ್ರದಿಂದ ಮೀನನ್ನು ಹಿಡಿಯುವಂತೆ ರಮೇಶನನ್ನು ಹುಡುಕಿ "ಹಿಯರ್ ಯು ಆರ್" ಎಂದು ತೋರಿಸಿದ್ದ. ನಾನು ಅವನ ವಿವರಗಳನ್ನು ನೋಡಿ "ಓ.ಕೆ." ಎಂದಾಗ, ನನಗೆ ತುಂಬಾ ಕಿರಿಕಿರಿಯಾಗುವ ವ್ಯಂಗ್ಯ ನಗೆಯೊಂದನ್ನು ನಕ್ಕ.

ರಮೇಶ ರೂಮಿನೊಳಗೆ ಬಂದಾಗ "ಘಂ" ಎನ್ನುವ ಪರಿಮಳ ಬಂತು. ದಟ್ಟ ವಾಸನೆಯ ಸುಗಂಧವನ್ನು ಸ್ವಲ್ಪ ಹೆಚ್ಚಾಗಿಯೇ ಹಾಕಿಕೊಂಡಿರಬೇಕು. ಆ ಪರಿಮಳದ ಜೊತೆಯಲ್ಲಿ ಮುಖಕ್ಕೆ ಹಚ್ಚಿಕೊಳ್ಳುವ ಫೇರ್ ಅಂಡ್ ಲವ್ಲಿ ವಾಸನೆಯೂ ಸೇರಿಕೊಂಡಿತ್ತು. ಸಾವಿರಾರು ಜನರು ಕೆಲಸ ಮಾಡುವ ನನ್ನ ಕಂಪನಿಯಲ್ಲಿ ಅವನನ್ನು ಹಿಂದೆ ನೋಡಿದ ನೆನಪಾಗಲಿಲ್ಲ. ತೆಳುದೇಹದ ಅವನ ಬಣ್ಣ ಕಪ್ಪು. ಮುಖ ಮಾತ್ರ ಸ್ವಲ್ಪ ಬಿಳುಪು ಮಾಡಿಕೊಂಡಿದ್ದ. ಒಳ್ಳೆಯ ಬಟ್ಟೆಗಳನ್ನು ಅಚ್ಚುಕಟ್ಟಾಗಿ ಧರಿಸಿಕೊಂಡಿದ್ದ. ಅವನಿಗೆ ನನ್ನ ಕಿರು ಪರಿಚಯ ಮಾಡಿಕೊಟ್ಟು,

ಅವನ ಪರಿಚಯ ಕೇಳಿದೆ. ಹೇಳಿದ. ಇಂಗ್ಲೀಷ್ ಚೆನ್ನಾಗಿಲ್ಲವೆಂದು ಗೊತ್ತಾಯ್ತು. ಆದರೂ ಪರವಾಗಿಲ್ಲ. ಕಸ್ಟಮರ್ಸ್ ಜೊತೆ ನಾನೇ ಮಾತನಾಡುತ್ತೀನಾದ್ದರಿಂದ ಹೇಗೋ ನಿಭಾಯಿಸಿಕೊಂಡು ಹೋಗಬಹುದು. ಪ್ರಾಜೆಕ್ಟ್ ಬಗ್ಗೆ ರಂಜಕ ಭಾಷೆಯಲ್ಲಿ ಮಾತನಾಡಿ, ಅದರಲ್ಲಿ ಕೆಲಸ ಮಾಡಿದರೆ ಅವನಿಗದೆಷ್ಟು ವೃತ್ತಿಪರ ಲಾಭಗಳಿವೆಯೆಂದು ವಿವರಿಸಿ ಆಕರ್ಷಿಸಿದೆ. ಕೆಲಸ ಮಾಡಲು ಒಪ್ಪಿಕೊಂಡ. ನನಗೆ ಖುಷಿಯಾಯ್ತು. ಅವನಿಗೆ ನನ್ನ ಟೀಮಿನವರನ್ನೆಲ್ಲಾ ಪರಿಚಯಿಸಿ, ಟೀಮಿನ ಹಿರಿಯನಾದ ಕಲ್ಯಾಣನಿಗೆ ಅವನಿಗೆ ಕೊಡಬೇಕಾದ ಕೆಲಸಗಳ ಸ್ಥೂಲ ವಿವರಗಳನ್ನು ಕೊಟ್ಟೆ. ಆಗೊಮ್ಮೆ ಈಗೊಮ್ಮೆ ಅವನ ಬಳಿ ಹೋಗಿ "ಹೇಗಿದೆ ಕೆಲಸ?" ಎಂದು ಕೇಳಿ, ಕೃತಕ ನಗೆಯೊಂದನ್ನು ನಕ್ಕು, ಅವನ ಮೂಗು ಕಟ್ಟುವ ಪರಿಮಳಗಳ ವಾಸನೆಗೆ ಹೆಚ್ಚು ಹೊತ್ತು ನಿಲ್ಲಲಾಗದೆ ವಾಪಾಸಾಗುತ್ತಿದ್ದೆ.

ಸಂಜೆಯ ವೇಳೆಗೆ ಕಲ್ಯಾಣ್ ಭೇಟಿಯಾಗಲು ಬಂದ. ಮುಖದಲ್ಲಿ ತುಂಟ ನಗುವಿತ್ತು. "ರಾಜು, ಅವನಿಗೇನೂ ಬರಲ್ಲ" ಎಂದು ಅಪಶ್ರುತಿ ಹಾಡಿದ. ಹೊಸಬನೊಬ್ಬನನ್ನು ಗುಂಪಿನೊಳಗೆ ಸೇರಿಸಿಕೊಳ್ಳುವುದಕ್ಕೆ ಯಾವಾಗಲೂ ಸಮಸ್ಯೆಯೇ ಎಂದು ನನಗೆ ಗೊತ್ತಿದ್ದರಿಂದ, "ಕಲ್ಯಾಣ್, ಅವನು ಟೀಮಿಗೆ ಸೇರಿ ಇನ್ನೂ ನಾಲ್ಕು ಗಂಟೆಯೂ ಆಗಿಲ್ಲ. ಆಗಲೇ ನೀನು ಅವನ ಅಪ್ರೈಸಲ್ ಶುರು ಮಾಡಬೇಡ. ಎರಡು ವರ್ಷ ಇದೇ ಕೆಲಸ ಮಾಡಿದ್ದಾನವನು" ಎಂದು ಬೇಸರದ ಧ್ವನಿಯಲ್ಲಿ ಹೇಳಿದೆ. ಕಲ್ಯಾಣ್ ನನ್ನ ಮಾತನ್ನು ಸ್ವೀಕರಿಸಲು ಸಿದ್ಧನಿರಲಿಲ್ಲ. "ರಾಜು, ನಾನು ಯಾವುದೇ ವೃತ್ತಿಪರ ಅಸೂಯೆಯಿಂದ ಅವನ ಬಗ್ಗೆ ಈ ಮಾತುಗಳನ್ನು ಹೇಳುತ್ತಿಲ್ಲ. ನೀನು ನಂಬು ಇಲ್ಲವೆ ಬಿಡು, ಅವನಿಗೆ ಡೇಟಬೇಸ್ ಸ್ಟಾರ್ಟ್ ಮಾಡೋಕೂ ಗೊತ್ತಿಲ್ಲ, ಸ್ಟಾಪ್ ಮಾಡೋಕೂ ಗೊತ್ತಿಲ್ಲ. ಇನ್ನು ಅಡ್ಮಿನಿಸ್ಟ್ರೇಷನ್ ಹೇಗೆ ಮಾಡ್ತಾನೆ?" ಎಂದ. ಸಮಸ್ಯೆ ಗಂಭೀರದ್ದೆಂದು ಗೊತ್ತಾಯ್ತು. "ಸರಿ ಕಲ್ಯಾಣ್, ನಾನೇ ಅವನ ಜೊತೆ ಮಾತಾಡ್ತೀನಿ. ವಿಷಯ ತಿಳಿಸಿದ್ದಕ್ಕೆ ಥ್ಯಾಂಕ್ಸ್" ಎಂದು ಹೇಳಿದೆ. ಹೊರಟು ಹೋದ. ರಮೇಶನಿಗೆ ಕರೆ ಕಳುಹಿಸಿದೆ. "ಘಂ" ಎನ್ನುವ ಸುವಾಸನೆ ರೂಮಿನೊಳಗೆ ಬಂತು.

ಕೆಲಸ ಹೇಗೆ ನಡೆಯುತ್ತಿದೆ? ಎಲ್ಲಾ ಅನುಕೂಲವಾಗಿದೆಯಾ? ಎಂದು ಪರೋಕ್ಷವಾಗಿ ಕೇಳಿದೆ. "ತುಂಬಾ ಆರಾಮಾಗಿದೆ" ಎಂದು ಹೇಳಿದ. ಕಲ್ಯಾಣ್ ಹೇಳಿದ ಅನುಮಾನಗಳನ್ನು ತಿಳಿಸಿದೆ. ಸಿಟ್ಟು ಮಾಡಿಕೊಂಡ. "ನಂಗೆಲ್ಲಾ ಬರುತ್ತೆ. ಅವನೆಲ್ಲಾ ಸುಳ್ಳು ಹೇಳಿದಾನೆ" ಎಂದು ಆವೇಶದಲ್ಲಿ ಹೇಳಿದ. ನಾನು ಪರಿಸ್ಥಿತಿಯನ್ನು ಅರ್ಥ ಮಾಡಿಕೊಂಡು "ಹಾಗಿದ್ರೆ ನಂಗೇನೂ ಯೋಚನೆಯಿಲ್ಲ" ಎಂದು ಹೇಳಿ, ಅವನಿಗೆ ಕಾಫಿ ಮಾಡಿಕೊಟ್ಟು ಪರಿಸ್ಥಿತಿಯನ್ನು ತಿಳಿಯಾಗಿಸಿದೆ. ಕಾಫಿ ಕುಡಿಯುವಾಗ,

"ನೀನ್ಯಾಕೆ ಇಷ್ಟೊಂದು ಪರ್‌ಫ್ಯೂಮ್ (ಸುಗಂಧ) ಹಾಕಿಕೊಳ್ತೀಯ" ಎಂದು ನಕ್ಕು ಕೇಳಿದೆ. ನಾಚಿಕೊಂಡ. "ಆಫೀಸಿಗೆ ಹೊರಡುವಾಗ ನನ್ನ ಹೆಂಡತಿ ಹಾಕ್ತಾಳೆ. ಬೇಡ ಅಂದರೂ ಕೇಳಲ್ಲ" ಎಂದ. "ಫೇರ್ ಅಂಡ್ ಲವ್ಲಿ ಕೂಡಾ ಅವಳೇ ಹಚ್ಚುತ್ತಾಳಾ?" ಎಂದೆ. ಮುಖ ಬೆವರುವಷ್ಟು ನಾಚಿಕೊಂಡ. "ಮಗು ಇದೆಯಾ?" ಎಂದೆ. "ಹೂಂ. ನಾಲ್ಕು ತಿಂಗಳಿನ ಕೂಸು" ಎಂದ. ವೈಯಕ್ತಿಕವಾಗಿ ಮಾತನಾಡಿದ್ದರಿಂದ ಸ್ವಲ್ಪ ಗೆಳೆತನ ಬೆಳೆದಿತ್ತು. ಹಗೂರಕ್ಕೆ ಆಫೀಸಿನ ಕೆಲಸದ ಮಾತುಗಳನ್ನು ಶುರು ಮಾಡಿದೆ. "ರಮೇಶ, ಒಂದು ಕೆಲಸ ಮಾಡು. ಪ್ರಾಜೆಕ್ಟ್‌ನಲ್ಲಿ ಬರುವ ಎಲ್ಲಾ ಡೇಟಾಗಳ ರಿಲೇಷನ್ ನಂಗೆ ಸರಿಯಾಗಿ ಗೊತ್ತಿಲ್ಲ. ನೀನು ಅದರ ಒಂದು ಡಯಾಗ್ರಾಂ ಬರೆದು ನನಗೆ ಈ ದಿನದೊಳಗೆ ವಿವರಿಸಲಾಗುತ್ತದೆಯಾ?" ಎಂದು ಸವಾಲೆಸೆದೆ. ಸ್ವಲ್ಪ ಗಂಭೀರನಾದ. "ನಾಳೆ ತನಕ ಟೈಂ ಕೊಡ್ತೀಯಾ?" ಎಂದು ಬೇಡಿಕೊಂಡ. "ಸರಿ. ಬೆಳಿಗ್ಗೆ ಆಫೀಸಿಗೆ ಬಂದ ತಕ್ಷಣ ಅದೇ ಕೆಲಸ" ಎಂದು ಒಪ್ಪಿಕೊಂಡೆ.

ಆ ರಾತ್ರಿ ಸರಿಯಾಗಿ ಹನ್ನೊಂದು ಗಂಟೆಗೆ, ಅದೇ ತಾನೆ ನಿದ್ದೆ ಬಂದ ಹೊತ್ತಿನಲ್ಲಿ, ನನಗೆ ಆಫೀಸಿನ ಸೆಕ್ಯೂರಿಟಿಯಿಂದ ಫೋನ್ ಬಂತು. ನಿದ್ದೆ ಕೆಡಿಸಿದ್ದಕ್ಕಾಗಿ ಕಿರಿಕಿರಿಯಾಗಿ "ಏನ್ರಿ ಅದು" ಎಂದು ಗದರುವ ಧ್ವನಿಯಲ್ಲಿ ಕೇಳಿದೆ. "ನಿಮ್ಮ ಟೀಮಿನ ರಮೇಶ ಮನೆಗೆ ಹೋಗ್ತಾ ಇಲ್ಲ ಸಾರ್. ಮೀಟಿಂಗ್ ಹಾಲಿನಲ್ಲಿ ಚಿತ್ರ ಬರೀತಾ ಇದಾರೆ. ರಾತ್ರಿ ಮನೆಗೆ ಹೋಗೋದೇ ಇಲ್ಲ ಅಂತಿದಾರೆ" ಎಂದು ತಿಳಿಸಿದರು. ರಮೇಶನಿಗೇ ಫೋನ್ ಕೊಡಲು ಹೇಳಿದೆ. ಕಾಲ್ ಟ್ರಾನ್ಸ್‌ಫರ್ ಮಾಡಿದರು. ಆ ಕಡೆಯಿಂದ ರಮೇಶನ ಧ್ವನಿ ಬಂತು. ರಿಸೀವರಿಂದಲೇ ಸುವಾಸನೆ ಬಂದಂತಹ ವಿಚಿತ್ರ ಭ್ರಾಂತಿ ನನಗಾಗಿ ನಗು ಬಂತು.

"ಯಾಕೆ ರಮೇಶ, ಮನೆಗೆ ಹೋಗಲ್ವಾ? ಆಗಲೇ ಹನ್ನೊಂದಾಗಿದೆ" ಎಂದೆ.

"ನೀವು ಹೇಳಿದ ಡಯಾಗ್ರಾಂ ಮಾಡದೆ ಮನೆಗೆ ಹೋಗಬಾರದು ಎಂದು ನಿರ್ಧಾರ ಮಾಡಿದೀನಿ" ಎಂದ. ವಿಚಿತ್ರವೆನ್ನಿಸಿತು. ನಾನು ಹೇಳಿದ ಡಯಾಗ್ರಾಂ ಬರೆಯಲು ನುರಿತ ವ್ಯಕ್ತಿಗೆ ಅರ್ಧ ಗಂಟೆಗಿಂತಲೂ ಹೆಚ್ಚಿನ ಸಮಯ ಬೇಕಾಗುವುದಿಲ್ಲ. ಇವನೇಕೆ ರಾತ್ರಿಯೆಲ್ಲಾ ಅಲ್ಲಿರಬೇಕು? "ಈಗ ಎಷ್ಟು ಡಯಾಗ್ರಾಂ ಬರೆದಿರುವೆಯೋ ಅಷ್ಟೇ ಸಾಕು. ನಾಳೆ ಬೆಳಿಗ್ಗೆ ಮುಂದುವರೆಸುವಿಯಂತೆ. ಈಗ ಮಾತ್ರ ಮನೆಗೆ ಹೋಗು. ರಾತ್ರಿಯ ಹೊತ್ತು ಬೆಂಗಳೂರಲ್ಲಿ ತುಂಬಾ ಕ್ರೈಂ ನಡೆಯುತ್ತವೆ. ಬೇಗನೆ ಮನೆ ಸೇರಿಕೋ..." ಎಂದೆ. ಅವನು ಒಪ್ಪಿಕೊಳ್ಳಲಿಲ್ಲ. "ಪ್ಲೀಜ್ ರಾಜು. ಈ ರಾತ್ರಿ ಇಲ್ಲೇ ಇರ್ತೀನಿ" ಎಂದು ಗೋಗರೆದ. ಒಪ್ಪಿಕೊಂಡೆ. ಯಾಕೋ ಕಲ್ಯಾಣ್ ಹೇಳಿದ್ದು ನಿಜವಿರಬಹುದಾ ಎಂಬ ಅನುಮಾನವಾಗಲಾರಂಭಿಸಿತು. ಮತ್ತೊಮ್ಮೆ ಸೆಕ್ಯೂರಿಟಿಯವರಿಗೆ ಕರೆ ಮಾಡಿ ಅವನೇನಾದರೂ ಮನೆಗೆ ಹೋಗಬೇಕೆಂದು

ಹೇಳಿದರೆ ಯಾರಾದರೂ ಜೊತೆಯಲ್ಲಿ ಹೋಗಿ ಬಿಟ್ಟು ಬನ್ನಿ, ಒಬ್ಬನನ್ನೇ ಕಳುಹಿಸಬೇಡಿ ಎಂದು ವಿನಂತಿಸಿಕೊಂಡೆ.

ಮರುದಿನ ಬೆಳಿಗ್ಗೆ ಸ್ವಲ್ಪ ಬೇಗನೇ ಮನೆಯಿಂದ ಹೊರಟೆ. ಟ್ರಾಫಿಕ್ ಸ್ವಲ್ಪ ಕಡಿಮೆಯಿರುತ್ತದೆ ಎಂಬುವುದು ಒಂದು ನೆಪವಾದರೆ, ರಮೇಶ ಇನ್ನೂ ಅಲ್ಲೇ ಇದ್ದಾನೆಯೋ ಇಲ್ಲವೋ ಎಂಬ ಕುತೂಹಲ ನನ್ನನ್ನು ಕಾಡುತ್ತಿತ್ತು. ಸೆಕ್ಯೂರಿಟಿಗೆ ಫೋನಾಯಿಸಿ ಕಂಡುಕೊಳ್ಳಬಹುದಾಗಿತ್ತಾದರೂ, ನಾನೇ ಖುದ್ದಾಗಿ ನೋಡೋಣವೆಂದು ಕುತೂಹಲವನ್ನು ಹತ್ತಿಕ್ಕಿದ್ದೆ. ದಾರಿಯಲ್ಲಿ ಕಾರನ್ನು ನಡೆಯಿಸುವಾಗ, "ಭಗವಂತ, ಅವನು ಡಯಾಗ್ರಾಂ ಸರಿಯಾಗೇ ಬರೆದಿರಲಿ" ಎಂದು ಪ್ರಾರ್ಥಿಸಿದೆ. ಕಾರು ಆಫೀಸನ್ನು ಪ್ರವೇಶಿಸಿದ ತಕ್ಷಣ ಸೆಕ್ಯೂರಿಟಿಯವನು ಓಡಿ ಬಂದು ರಮೇಶ ಇನ್ನೂ ಮೀಟಿಂಗ್ ರೂಮಿನಲ್ಲೇ ಇರುವ ವಿಷಯ ತಿಳಿಸಿದ.

ಮೀಟಿಂಗ್ ಹಾಲಿನ ಬಾಗಿಲು ತೆಗೆದಿತ್ತು. ಒಳಗಿನ ದೃಶ್ಯವನ್ನು ನೋಡಿ ನನಗೆ ಸಣ್ಣಗೆ ಕಂಪನ ಶುರುವಾಯ್ತು. ಟೇಬಲಿಗೆ ತಲೆಯಿಟ್ಟು ರಮೇಶ ಮಲಗಿದ್ದ. ಅವನು ಓದಿರಬಹುದಾದ ಡೇಟಾಬೇಸಿಗೆ ಸಂಬಂಧಿಸಿದ ದಪ್ಪ ಪುಸ್ತಕವೊಂದು ನೆಲಕ್ಕೆ ತೆರೆದು ಬಿದ್ದಿತ್ತು. ಅಲ್ಲಿಯೇ ಹತ್ತಿರದಲ್ಲಿದ್ದ ಬಿಳಿಯ ಬೋರ್ಡಿನ ಮೇಲೆ ರಮೇಶ ಡಯಾಗ್ರಾಂ ಬರೆದಿದ್ದ. ಬರೆದಿದ್ದನೆನ್ನುವುದಕ್ಕಿಂತಾ ಗೀಚಿದ್ದನೆನ್ನುವುದೇ ಸರಿ. ಪ್ರಾಜೆಕ್ಟ್‌ನಲ್ಲಿ ಬರುವ ಬೇರೆ ಬೇರೆ ದತ್ತಾಂಶಗಳ ಆಯತಗಳನ್ನು ಬರೆದು, ಅವುಗಳು ಒಂದಕ್ಕೊಂದು ಹೇಗೆ ಸಂಬಂಧ ಹೊಂದಿವೆಯೆಂಬುದನ್ನು ಸರಳ ರೇಖೆಗಳಿಂದ ತೋರಿಸುವ ಡಯಾಗ್ರಾಂ ಬರೆಯಲು ನಾನು ಹೇಳಿದ್ದು. ರಮೇಶ ಹತ್ತಾರು ಆಯತಗಳನ್ನು ಬರೆದಿದ್ದನಾದರೂ, ಅವುಗಳನ್ನು ಒಂದಕ್ಕೊಂದು ಸೇರಿಸುವ ನೂರಾರು ಗೆರೆಗಳನ್ನು ಬರೆದಿದ್ದ. ಚಿತ್ರ ಒಂದು ಸಂಕೀರ್ಣ ಜೇಡರ ಬಲೆಯಂತೆ ಕಾಣುತ್ತಿತ್ತು. ನನ್ನಂತಹ ಅನುಭವಿ ಉದ್ಯೋಗಿಗಳು ಆ ಬಗೆಯ ಸಾವಿರಾರು ಡಯಾಗ್ರಾಂಗಳನ್ನು ನೋಡಿರುತ್ತೇವೆ. ಆದರೆ ರಮೇಶ ಬರೆದ ಡಯಾಗ್ರಾಂ ಮಾತ್ರ, ವಿಷಯ ಗೊತ್ತಿಲ್ಲದ ವ್ಯಕ್ತಿಯೊಬ್ಬ ಗೊಂದಲದಲ್ಲಿ ಮನಸ್ಸಿಗೆ ಬಂದಂತೆ ಗೀಚಿರುವುದೆಂದು ಗೊತ್ತಾಗಿ ನನಗೆ ವಿಚಿತ್ರ ಸಂಕಟವಾಯಿತು.

ನನ್ನ ಅನುಭವವನ್ನು ನಿಮಗೆ ವಿವರಿಸುವುದು ಕಷ್ಟ. ಆದರೂ ಒಂದು ಉದಾಹರಣೆಯೊಂದಿಗೆ ಪ್ರಯತ್ನಿಸುತ್ತೇನೆ. ನಿಮ್ಮ ಮನೆಯಂಗಳದಲ್ಲಿ ಹತ್ತು ಚುಕ್ಕಿ ಹತ್ತು ಸಾಲಿನ ಒಂದು ಸುಂದರ ರಂಗೋಲಿಯನ್ನು ಊಹಿಸಿಕೊಳ್ಳಿ. ಈಗ ಅಷ್ಟೇ ಜಾಗದಲ್ಲಿ ಸಾವಿರ ಚುಕ್ಕಿ ಸಾವಿರ ಸಾಲಿನ, ಮನಸ್ಸಿಗೆ ಬಂದಂತೆ ಚುಕ್ಕಿಗಳನ್ನು ಸೇರಿಸಿದ ರಂಗೋಲಿಯನ್ನು ಊಹಿಸಿಕೊಳ್ಳಿ. ನನ್ನ ಸಂಕಟ ನಿಮಗೆ ಅರ್ಥವಾದೀತು. ಆ ಸಂಕಟ ಮತ್ತಿಷ್ಟು ಹೆಚ್ಚಾಗುವಂತೆ ಹಾಲಿನ ತುಂಬಾ ರಮೇಶನ ಸುಗಂಧದ

ಪರಿಮಳ ಸಣ್ಣಗೆ ಹರಡಿಕೊಂಡಿತ್ತು. ಅವನ ಬಳಿ ಹೋಗಿ ಮೆತ್ತಗೆ ಅವನನ್ನು ಅಲುಗಾಡಿಸಿ ಎಬ್ಬಿಸಿದೆ. ಕಣ್ಣನ್ನು ಹೊಸಕಿಕೊಂಡು, ಏನೋ ಸದ್ದು ಮಾಡುತ್ತಾ ಎದ್ದ. ನನ್ನನ್ನು ನೋಡಿದ್ದೇ ಅವನ ನಿದ್ದೆಯ ಮಬ್ಬೆಲ್ಲಾ ಓಡಿ ಹೋಯ್ತು. "ಗುಡ್ ಮಾರ್ನಿಂಗ್ ರಾಜು" ಎಂದ. ನಾನೂ "... ಮಾರ್ನಿಂಗ್" ಎಂದೆ. ಬೋರ್ಡನ್ನು ನನಗೆ ತೋರಿಸಿ, ಚಿತ್ರವನ್ನು ವಿವರಿಸಲಾ ಎಂದು ಕೇಳಿದ. ಬೇಡವೆಂದು ಹೇಳಿದೆ. "ತಪ್ಪಾಗಿದೆಯಾ?" ಎಂದು ಭಯದಿಂದ ಪ್ರಶ್ನಿಸಿದ. ಇಲ್ಲವೆಂದು ತಲೆಯಲ್ಲಾಡಿಸಿ, "ಈಗ ಮನೆಗೆ ಹೋಗು, ಮಧ್ಯಾಹ್ನದ ಊಟದ ನಂತರ ಆಫೀಸಿಗೆ ಬಾ" ಎಂದು ತಿಳಿಸಿ ನನ್ನ ರೂಮಿಗೆ ಬಂದೆ. ಸೆಕ್ಯೂರಿಟಿಯವನಿಗೆ ಫೋನಾಯಿಸಿ ಅವನನ್ನು ಮನೆಗೆ ಬಿಟ್ಟು ಬರಲು ವೆಹಿಕಲ್ ಸಿದ್ಧವಾಗಿಡಲು ಹೇಳಿದೆ.

ಮನಸ್ಸು ಕಹಿಯಾಗಿತ್ತು. ಅವನಿಗೆ ಡೇಟಾಬೇಸ್ ಬಗ್ಗೆ ಅಥವಾ ಯಾವುದೇ ಸಾಫ್ಟ್‌ವೇರ್ ಬಗ್ಗೆ ಏನೂ ಗೊತ್ತಿಲ್ಲವೆಂದು ನನಗೆ ಖಾತ್ರಿಯಾಗಿತ್ತು. ಈ ತರಹದ ವ್ಯಕ್ತಿ ಅದು ಹೇಗೆ ಸಂದರ್ಶನದಲ್ಲಿ ಪಾಸಾಗಿ ನಮ್ಮ ಕಂಪನಿಯೊಳಗೆ ಸೇರಿಕೊಂಡ ಎಂದು ನನಗೆ ಅಚ್ಚರಿಯಾಯ್ತು. ಸೀದಾ ಹೆಚ್.ಆರ್. ವಿಭಾಗಕ್ಕೆ ಹೋಗಿ ಅವನ ವೈಯಕ್ತಿಕ ಫೈಲನ್ನು ತೆಗೆದು ನೋಡಿದೆ. ಬಿ.ಎ. ಓದಿಕೊಂಡಿದ್ದ. ಎರಡು ವರ್ಷದಿಂದ ಯಾವುದೋ ಕಂಪನಿಯಲ್ಲಿ ಕೆಲಸ ಮಾಡುತ್ತಿದ್ದೇನೆಂದು ಹೇಳಿಕೊಂಡಿದ್ದ. ಎರಡು ವಾರಗಳ ಡೇಟಾಬೇಸ್ ಟ್ರೇನಿಂಗ್ ಮಾಡಿದ್ದ. ಅವನಿಗೆ ಸಂದರ್ಶನದಲ್ಲಿ ಕೇಳಿದ ಪ್ರಶ್ನೆ ಮತ್ತು ಉತ್ತರಗಳ ಮಾಹಿತಿಗಾಗಿ ಹುಡುಕಾಡಿದೆ. ಅದು ಇರಲೇ ಇಲ್ಲ. ಸಾಮಾನ್ಯವಾಗಿ ಸಂದರ್ಶನದಲ್ಲಿ ಒಂದೆರಡು ಪ್ರಶ್ನೆಗಳನ್ನು ಕೇಳಿದರೂ ಸಾಕು, ಇಂತಹವರ ಬಂಡವಾಳ ಗೊತ್ತಾಗಿಬಿಡುತ್ತದೆ. ಅಂತಹದರಲ್ಲಿ ಇವನು ಹೇಗೆ ಆಯ್ಕೆಯಾದ? ಮತ್ತೊಮ್ಮೆ ಅವನ ಬಯೋಡೇಟಾವನ್ನು ಸೂಕ್ಷ್ಮವಾಗಿ ನೋಡಿದೆ. ಪ್ರತಿಯೊಂದು ಪುಟದ ಮೇಲೂ "ಜೈ ಶ್ರೀ ನಿತ್ಯಾನಂದ ಬಾಬಾ" ಎಂದು ಬರೆದದ್ದು ಕಾಣಿಸಿತು. ಏನೋ ಹೊಳೆದಂತಾಯ್ತು. ಸಂದರ್ಶಕರ್‍ಯಾರೆಂದು ನೋಡಿದೆ. ಸುಂದರ್‌ನಾಥ್ ಬ್ಯಾನರ್ಜಿ ಎಂದಿತ್ತು. ಮಂಜು ಕರಗಿ ಎಲ್ಲಾ ಸ್ಪಷ್ಟವಾಯ್ತು. "ಬಾಸ್ಟರ್ಡ್" ಎಂದು ಬೈದೆ.

ಸುಂದರ್‌ನಾಥ್ ಬ್ಯಾನರ್ಜಿಯು ನಿತ್ಯಾನಂದ ಬಾಬಾನ ಉಪಾಸಕ ಎಂಬುದು ನಮಗೆಲ್ಲರಿಗೂ ಗೊತ್ತಿದ್ದ ವಿಷಯ. ನನ್ನ ಜೊತೆಯಲ್ಲಿಯೇ ಒಂದಾರು ತಿಂಗಳು ಕೆಲಸ ಮಾಡಿದ ಅವನ ಬಾಬಾಭಕ್ತಿಯ ಹುಚ್ಚು ಎಷ್ಟೊಂದು ವಿಪರೀತವಿತ್ತೆಂದು ಚೆನ್ನಾಗಿ ಗೊತ್ತು. ಯಾವುದೋ ಅಮೇರಿಕಾದ ಕಂಪನಿಗೆ ಕಳುಹಿಸಬೇಕಾದ ಪ್ರಪೋಜಲಿನ ಒಂದು ಕಾಪಿಯನ್ನು ಪ್ರಿಂಟ್‌ಔಟ್ ತೆಗೆದುಕೊಂಡು, ಹತ್ತಿರದಲ್ಲೇ ಇದ್ದ ಬಾಬಾನ ಆಶ್ರಮಕ್ಕೆ ಹೋಗಿ ಅದನ್ನು ಅವರ ಕೈಯಿಂದ ಮುಟ್ಟಿಸದೆ ಎಂದೂ ಕಳುಹಿಸುತ್ತಿರಲಿಲ್ಲ.

ಆಗ ಅವನ ವರ್ತನೆ ನನಗೆ ತಮಾಷೆಯ ಸಂಗತಿಯಾಗಿ ಕಂಡಿತ್ತಾದರೂ, ಅದೇ ಬಾಬಾ ಹುಚ್ಚು ಈ ರೀತಿ ಕಂಪನಿಯ ಗುಣಮಟ್ಟ ಕುಸಿಯುವಂತಹ ಅಭ್ಯರ್ಥಿಯನ್ನು ಆಯ್ಕೆ ಮಾಡುವ ಹಂತಕ್ಕೆ ಹೋಗಿದ್ದು ನನಗೆ ಸಿಟ್ಟು ತರಿಸಿತು. ಆದರೆ ಈಗ ಅವನನ್ನು ತರಾಟೆಗೆ ತೆಗೆದುಕೊಳ್ಳುವಂತಿರಲಿಲ್ಲ. ಏಕೆಂದರೆ ಅವನು ಈಗ ಮೂರು ತಿಂಗಳ ಕೆಳಗೇ ನಮ್ಮ ಕಂಪನಿಗೆ ರಾಜೀನಾಮೆ ಕೊಟ್ಟು ಬೇರೊಂದು ಕಂಪನಿಗೆ ಸೇರಿಕೊಂಡಿದ್ದ. ಅವನೀಗ ಯಾವ ಕಂಪನಿಯಲ್ಲಿ ಕೆಲಸ ಮಾಡುತ್ತಾನೆಂಬುದೂ ನನಗೆ ತಿಳಿದಿರಲಿಲ್ಲ. ನಮ್ಮ ಕಂಪನಿಯನ್ನು ತೊರೆದು ಹೋಗುವವರು ಯಾವ ಕಂಪನಿ ಸೇರುತ್ತಾರೆಂಬ ವಿಚಾರದಲ್ಲಿ ನನಗೆ ಯಾವತ್ತೂ ಆಸಕ್ತಿಯಿಲ್ಲ.

ರಮೇಶ ಈ ಹಿಂದೆ ಕೆಲಸ ಮಾಡಿರುವೆನೆಂದು ಹೇಳಿಕೊಂಡಿರುವ ಕಂಪನಿಗಾಗಿ ಇಂಟರ್‌ನೆಟ್‌ನಲ್ಲಿ ಹುಡುಕಾಡಿದೆ. ಸಿಗಲಿಲ್ಲ. ಎಲ್ಲೋ ಪೇಜಸ್ ಹುಡುಕಾಡಿದೆ. ಸಿಗಲಿಲ್ಲ. ಅವನು ನಮೂದಿಸಿದ ಫೋನ್ ನಂಬರಿಗೆ ಡಯಲ್ ಮಾಡಿದೆ. ಅಂತಹ ನಂಬರೇ ಇಲ್ಲವೆಂದು ಮೆಸೇಜ್ ಬಂತು. ಬೇರೆ ದಾರಿ ಕಾಣದೆ ಸುಮ್ಮನಾದೆ. ಸೆಕ್ಯೂರಿಟಿ ಫೋನಾಯಿಸಿ ರಮೇಶನನ್ನು ಮನೆಗೆ ಬಿಟ್ಟು ಬಂದಿದ್ದಾಗಿ ಸುದ್ದಿ ಕೊಟ್ಟ. ಸಂದೀಪನಿಗೆ ಎಲ್ಲವನ್ನು ವಿವರವಾಗಿ ಇ-ಮೇಲಿನಲ್ಲಿ ಬರೆದೆ. ಅವನನ್ನು ಕಂಪನಿಯಲ್ಲಿ ಇಟ್ಟುಕೊಳ್ಳುವುದು ಸಾಧ್ಯವಿಲ್ಲವೆಂದು ಬರೆದೆ. "ನೀನು ಹೇಳುತ್ತಿರುವ ಸಂಗತಿಗಳು ಶಾಕಿಂಗ್ ಆಗಿವೆ. ಆದರೆ ನಿನ್ನ ನಿರ್ಧಾರವೇನಿದ್ದರೂ ಅದಕ್ಕೆ ನಾನು ಅಡ್ಡಿ ಮಾಡುವುದಿಲ್ಲ" ಎಂದು ತಕ್ಷಣ ಉತ್ತರಿಸಿದ. ಸೆಕ್ಯೂರಿಟಿಯವರಿಗೆ ಕರೆ ಮಾಡಿ ರಮೇಶನನ್ನು ಕಂಪನಿಯ ಒಳಗೆ ಮತ್ತೆ ಬಿಡಬಾರದೆಂದೂ, ಅವನ ಆಕ್ಸೆಸ್ ಕಾರ್ಡನ್ನು (ಅದನ್ನು ತೋರಿಸಿದರೆ ಮಾತ್ರ ಮುಖ್ಯದ್ವಾರ ತನ್ನಷ್ಟಕ್ಕೆ ತಾನೇ ತೆರೆದುಕೊಳ್ಳುವುದು) ಡಿಸೇಬಲ್ ಮಾಡಬೇಕೆಂದೂ ತಿಳಿಸಿದೆ. ಅಕೌಂಟ್ಸ್ ವಿಭಾಗಕ್ಕೆ ಹೋಗಿ ನಿನ್ನೆಯವರೆಗಿನ ಅವನ ಸಂಬಳದ ಚೆಕ್ಕನ್ನು ಸಿದ್ಧಪಡಿಸಲು ಹೇಳಿದೆ. ಲೈಬ್ರರಿಯಲ್ಲಿ ಅವನು ಯಾವುದೇ ಪುಸ್ತಕಗಳನ್ನು ತೆಗೆದುಕೊಂಡಿಲ್ಲವೆಂದು ಖಾತರಿ ಪಡಿಸಿಕೊಂಡೆ. ನೆಟ್‌ವರ್ಕ್ ವಿಭಾಗಕ್ಕೆ ಹೋಗಿ ಅವನ ಸಿಸ್ಟಂ ಲಾಗಿನ್ ಅನ್ನು ಡಿಲೀಟ್ ಮಾಡಿಸಿದೆ.

ಅವನ ಡೆಸ್ಕಿನ ಬಳಿ ಹೋಗಿ ವೈಯಕ್ತಿಕ ಸಾಮಾನುಗಳಿಗಾಗಿ ಹುಡುಕಾಡಿದೆ. ಅವನ ಮತ್ತು ಅವನ ಹೆಂಡತಿಯ ಒಂದು ಸುಂದರ ಫೋಟೊ (ಹಂಪಿಯ ಕಲ್ಲಿನ ರಥದ ಮುಂದೆ ತೆಗೆಸಿಕೊಂಡದ್ದು), ಅವನ ನಾಲ್ಕು ತಿಂಗಳ ಮಗುವಿನ ಫೋಟೊ (ಬೆರಳು ಚೀಪುತ್ತಿರುವುದು), ಕಂಪ್ಯೂಟರಿನ ಮೇಲೆ ಇಟ್ಟಿದ್ದ "ಐ ಲವ್ ಯು" ಎಂದು ಬರೆದ ಒಂದು ಗಂಡು-ಹೆಣ್ಣಿನ ಮುದ್ದಾದ ಗೊಂಬೆ, ಡ್ರಾಯರಿನಲ್ಲಿದ್ದ ಒಂದು ಬಾಚಣಿಗೆ, ಫೇರ್ ಅಂಡ್ ಲವ್ಲಿ ಟ್ಯೂಬ್, ಒಂದು ಚ್ಯೂಯಿಂಗ್‌ಗಂ

ಪ್ಯಾಕೇಟ್ – ಎಲ್ಲವನ್ನೂ ಒಂದು ಕವರಿಗೆ ಹಾಕಿದೆ. ಸೆಕ್ಯೂರಿಟಿಯವರಿಗೆ ಅದನ್ನು ಹಸ್ತಾಂತರಿಸಿ, ರಮೇಶನಿಗೆ ಕೊಟ್ಟು ಕಳುಹಿಸಬೇಕೆಂದೂ, ಯಾವುದೇ ಕಾರಣಕ್ಕೂ ನನ್ನನ್ನು ನೋಡಲು ಬಿಡಬಾರದೆಂದೂ ಅಪ್ಪಣೆ ಕೊಟ್ಟೆ. ಮಧ್ಯಾಹ್ನ ಅವನು ಬಂದಾಗ ಅವನಿಗೆ ಮತ್ತು ನಮ್ಮ ಕಂಪನಿಗೆ ಯಾವುದೇ ಸಂಬಂಧವಿಲ್ಲವೆಂಬ ವಿಷಯ ತಿಳಿದ ತಕ್ಷಣ ಅವನು ತಲ್ಲಣಗೊಳ್ಳಬಹುದೆಂಬ ವಿಚಾರ ನನ್ನಲ್ಲಿ ಆತಂಕ ಮೂಡಿಸಿದ್ದರಿಂದ ಯಾಕೋ ಕೆಲಸ ಮಾಡಲೇ ಆಗಲಿಲ್ಲ. ತಪ್ಪು ಮಾಡುತ್ತಿದ್ದೇನೆಂಬ ಪಾಪಪ್ರಜ್ಞೆಯಿಂದ ಮನಸ್ಸು ಬಾಡಿತ್ತು. ಸಂದೀಪ್ ಮಾತ್ರ ನನ್ನನ್ನು ತನ್ನ ರೂಮಿಗೆ ಕರೆಸಿ "ಟೇಕ್ ಕೇರ್, ಒಂದೆರಡು ದಿನದಲ್ಲಿ ಎಲ್ಲಾ ಸರಿ ಹೋಗುತ್ತೆ" ಎಂದು ಸಮಾಧಾನ ಮಾಡಿದ. ಅವನಿಗೆ ಹೃತ್ಪೂರ್ವಕವಾಗಿ "ಥ್ಯಾಂಕ್ಸ್" ಹೇಳಿದೆ.

ಸುಮಾರು ಹನ್ನೆರಡು ಗಂಟೆಗೆ ರಮೇಶ ಬಂದ. ನಾನು ತಿಳಿಸಿದಂತೆಯೇ ಸೆಕ್ಯೂರಿಟಿಯವರು ಅವನನ್ನು ಒಳಗೆ ಬಿಡಲಿಲ್ಲ. ನನಗೆ ಫೋನಾಯಿಸಿ ಅವನು ಮಾತನಾಡಲೇಬೇಕೆಂದು ಹಠ ಮಾಡುತ್ತಿದ್ದಾನೆಂದು ಹೇಳಿದರು. ಫೋನನ್ನು ರಮೇಶನಿಗೆ ಕೊಡಲು ಹೇಳಿದೆ. ರಮೇಶನ ಧ್ವನಿ ಅಳುಬುರುಕವಾಗಿತ್ತು.

"ಹೀಗೇಕೆ ಮಾಡಿದೆ?" ಎಂದು ಕೇಳಿದ.

"ನಮ್ಮ ಕಂಪನಿಯು ಯಾವ ಸ್ಕಿಲ್ಸ್ ನಿನ್ನಲ್ಲಿದೆಯೆಂದು ಭಾವಿಸಿತ್ತೋ ಅದು ನಿನ್ನಲಿಲ್ಲ. ನೀನು ಕಾಲ್ಪನಿಕ ಕಂಪನಿಯಲ್ಲಿ ಎರಡು ವರ್ಷ ಅನುಭವವಿದೆಯೆಂದು ತಿಳಿಸಿ ನಮಗೆ ಮೋಸ ಮಾಡಿದ್ದೀಯ" ಎಂದೆ. ಎರಡು ಕ್ಷಣ ಮೌನ.

"ನಾನು ತಪ್ಪು ಮಾಡಿದ್ದು ಒಪ್ಪಿಕೊಳ್ತೀನಿ. ಆ ದಿನಗಳಲ್ಲಿ ಎಷ್ಟೋ ಜನ ಈ ರೀತಿ ಸುಳ್ಳು ಹೇಳಿಯೇ ಸಂದರ್ಶನಕ್ಕೆ ಬಂದಿದ್ದು. ನೀವು ಅದು ಗೊತ್ತಿದ್ದೂ ಕೆಲಸ ಕೊಟ್ಟಿದ್ದು. ಆದರೆ ಈಗ ನೀವು ನನಗೆ ಕೆಲಸದಲ್ಲಿ ಟ್ರೇನಿಂಗ್ ಕೊಟ್ಟರೆ ಕಲಿತುಕೊಳ್ಳುತ್ತೇನೆ. ನನಗೆ ಅದರಲ್ಲಿ ನಂಬಿಕೆಯಿದೆ".

"ಆದರೆ ನನಗೆ ಅದರಲ್ಲಿ ನಂಬಿಕೆಯಿಲ್ಲ" ನನ್ನ ಧ್ವನಿ ನನ್ನನ್ನೇ ಬೆಚ್ಚಿ ಬೀಳಿಸುವಷ್ಟು ಕಠಿಣವಾಗಿತ್ತು.

"ಪ್ಲೀಜ್ ರಾಜು, ಮನೆಯಲ್ಲಿ ಹೆಂಡತಿ ಮಗಳಿದ್ದಾರೆ. ಮಗಳಿಗಿನ್ನೂ ನಾಲ್ಕು ತಿಂಗಳು. ಕಷ್ಟ ಆಗ್ತದೆ" ಅವನ ಕಣ್ಣಿಂದ ನೀರು ಬರುತ್ತಿರಬೇಕೆಂದು ನನಗೆ ಗೊತ್ತಾಯ್ತು.

"ಅದು ನಿನ್ನ ವೈಯಕ್ತಿಕ ವಿಷಯ. ಅದಕ್ಕೂ ಕಂಪನಿಗೂ ಯಾವುದೇ ಸಂಬಂಧವಿಲ್ಲ".

ಮತ್ತೆ ಅವನು ಗೋಗರೆಯಲಿಲ್ಲ. ನನ್ನನ್ನು ಮೆದುಗೊಳಿಸುವುದು ಸಾಧ್ಯವಿಲ್ಲವೆಂಬುದು ಅವನಿಗೆ ಅರ್ಥವಾಗಿರಬೇಕು.

"ಓಕೆ. ನಿಮಗೆ ನನ್ನ ಸೇವೆ ಬೇಡ ಅಂದರೆ ನನಗೂ ಬೇಡ. ಬೆಂಗಳೂರಿನಲ್ಲಿ ಬೀದಿಗೆ ನಾಲ್ಕು ಸಾಫ್ಟ್‌ವೇರ್ ಕಂಪನಿಗಳಿವೆ. ಎಲ್ಲಿಯಾದರೂ ಕೆಲಸ ಸಿಕ್ಕೇ ಸಿಗುತ್ತದೆ" ಎಂದು ರೋಷದ ಮಾತನಾಡಿದ.

"ಆಲ್ ದಿ ಬೆಸ್ಟ್" ಎಂದು ತಣ್ಣಗೆ ಹೇಳಿದೆ.

"ಐ ಡೋಂಟ್ ನೀಡ್ ದಟ್... ನಿಮ್ಮ ಉದ್ಯೋಗದ ಒಪ್ಪಂದದ ಪ್ರಕಾರ ನೀವು ನನಗೆ ಒಂದು ತಿಂಗಳ ನೋಟಿಸ್ ಕೊಡಬೇಕು...".

"ಅದಕ್ಕೆ ಪರ್ಯಾಯವಾಗಿ ಒಂದು ತಿಂಗಳಿನ ನಿನ್ನ ಸಂಬಳದ ಚೆಕ್ಕನ್ನು ನಿನ್ನ ಮನೆಗೆ ಕೊರಿಯರ್ ಮಾಡುತ್ತೇವೆ. ವಿ ಡೋಂಟ್ ಕೇರ್ ಫಾರ್ ಸಚ್ ಸ್ಮಾಲ್ ಅಮೌಂಟ್ಸ್".

ಮತ್ತೆ ಅವನು ಮಾತನಾಡಲಿಲ್ಲ. ಸ್ವಲ್ಪ ಹೊತ್ತಿನ ನಂತರ ಸೆಕ್ಯೂರಿಟಿಯವರು ಫೋನಾಯಿಸಿ ಅವನು ಹೊರಟು ಹೋದ ವಿಷಯವನ್ನು ತಿಳಿಸಿದರು. ಹೋಗುವಾಗ ನಮ್ಮ ಕಂಪನಿಯ ಕಟ್ಟಡಕ್ಕೆ "ಥೂ" ಎಂದು ಉಗಿದನೆಂದು ತಿಳಿಸಿದರು. ಸಣ್ಣಗೆ ನಕ್ಕೆ. ಅರ್ಧ ಗಂಟೆಯ ನಂತರ ನಾನು ಸಂದೀಪನೊಡನೆ ಯಾವುದೋ ಗಹನವಾದ ಮೀಟಿಂಗಿನಲ್ಲಿದ್ದೆ. ನನ್ನ ಮೊಬೈಲ್ ಮೊಳಗಿತು. ನನಗೆ ಪರಿಚಯವಲ್ಲದ ಬೆಂಗಳೂರಿನ ನಂಬರದಾಗಿತ್ತು. "ಹಲೋ..." ಎಂದೆ. "ಬೋಳಿಮಗನೆ..." ಎನ್ನುವ ಕರ್ಕಶ ಧ್ವನಿ ಕೇಳಿಸಿತು. ಅನುಮಾನವೇ ಇಲ್ಲ. ಅದು ರಮೇಶನದಾಗಿತ್ತು. ನಾನು ಉತ್ತರವನ್ನು ಕೊಡುವ ಗೋಜಿಗೆ ಹೋಗದೆ, ಮೊಬೈಲಿನ ಸ್ಪೀಕರನ್ನು ಆನ್ ಮಾಡಿ, ಟೇಬಲಿನ ಮೇಲಿಟ್ಟೆ. ರಮೇಶ ಬೈಗಳ ಮಳೆಯನ್ನು ಮುಂದುವರೆಸಿದ.

"ಒಳ್ಳೆ ಸಂಬಳ, ಅಧಿಕಾರ ಅದೆ ಅಂತ ನಖರಾ ಮಾಡ್ತೀಯೇನಲೇ ಸೂಳೆಮಗನೆ... ಆ ಏರ್‌ಕಂಡೀಶನ್ ಬಿಲ್ಡಿಂಗಿನಾಗೆ ನಿನ್ನ ಅಧಿಕಾರ ನಡಿತದೇಳು. ಹೊರಗೆ ಬಿಸಿಲಾಗೊಂದು ಸಲ ಬಾ. ಈ ಊರಾಗಿನ ಪ್ರತಿಯೊಂದು ಏರಿಯಾದ ರೌಡಿ ನಂಗೆ ಗೊತ್ತದಾರೆ. ನಿನ್ನ ಕೈಕಾಲು ಕತ್ತರಿಸಿ, ಆ ನಿನ್ನ ಕಂಪನಿ ಮುಂದೆ ಚೆಲ್ಲಲಿಲ್ಲ ಅಂದರೆ ನನ್ನ ಹೆಸರು ರಮೇಶನೇ ಅಲ್ಲ... ನೀನು ನನ್ನ ಕೆಲಸ ತೆಗೆದು ಹಾಕಿದ್ದಕ್ಕೆ ಬೀಗಬೇಡ. ನಿನ್ನ ಪ್ರಾಣ ತೆಗೆಸೋ ಶಕ್ತಿ ನಂಗದೆ... ನೋಡ್ತಾ ಇರು...".

ಸಂದೀಪ ಮೊಬೈಲನ್ನು ಆರಿಸಿದ. ನಾನು ಹೆದರಿಕೆಯಿಂದ ಸಣ್ಣಗೆ ನಡುಗುತ್ತಿದ್ದೆ. ನನ್ನ ಕೈಮೇಲೆ ತನ್ನ ಕೈಯಿಟ್ಟು "ಡೋಂಟ್ ವರಿ" ಎಂದ. "ನಂಗೆ ಭಯ ಆಗ್ತಿದೆ ಸಂದೀಪ್" ಎಂದಾಗ ನನ್ನ ಧ್ವನಿ ನಡುಗುತ್ತಿತ್ತು.

ಆ ದಿನದಿಂದ ನನ್ನ ಜೊತೆ ಕಾರಿನಲ್ಲಿ ಸೆಕ್ಯೂರಿಟಿಯವನು ಬರಲಾರಂಭಿಸಿದ. ಮನೆಯಿಂದ ಆಫೀಸು, ಆಫೀಸಿನಿಂದ ಮನೆ – ಇದಿಷ್ಟೇ ನನ್ನ ಓಡಾಟವಾಯ್ತು. ಟ್ರಾಫಿಕ್‌ನ ಬಳಿ ಕಾರು ನಿಂತಾಗ, ಯಾರಾದರೂ ರೌಡಿಯೊಬ್ಬ ಕೈಯಲ್ಲಿ ಲಾಂಗನ್ನು

ಹಿಡಿದು ಓಡಿ ಬಂದು ನನ್ನನ್ನು ಕತ್ತರಿಸಿಬಿಡುತ್ತಾನೆಂದು ಹೆದರಿಕೆಯಾಗುತ್ತಿತ್ತು. ರಾತ್ರಿ ನಿದ್ದೆಯಲ್ಲಿ ಕರಾಳ ಸ್ವಪ್ನಗಳನ್ನು ಕಂಡು ಭಯದಿಂದ ಎಚ್ಚರವಾದಾಗ, ನನ್ನ ಪರಿಸ್ಥಿತಿಗೆ ಸಣ್ಣಗೆ ಅಳುತ್ತಿದ್ದೆ. ಅಪಾರ್ಟ್‌ಮೆಂಟಿನ ಸೆಕ್ಯೂರಿಟಿಯವನಿಗೆ, ಯಾರೇ ನನ್ನನ್ನು ಕೇಳಿಕೊಂಡು ಬಂದರೂ ಇಲ್ಲವೆಂದು ಹೇಳಿಬಿಡೆಂದು ಎಚ್ಚರಿಕೆ ಕೊಟ್ಟಿದ್ದೆ.

ಎರಡು ವಾರವಾದರೂ ಏನೂ ಆಗಲಿಲ್ಲ. ಕೊಂಚ ಧೈರ್ಯ ಬಂತು. "ಸುಮ್ಮನೆ ಆವಾಜು ಹಾಕಿದಾನೆ. ತಾಕತ್ತಿಲ್ಲದೋನು" ಎಂದು ಸಂದೀಪ್ ಸಮರ್ಥನೆ ಕೊಟ್ಟ. ನನಗೇನೂ ಆಗಿಲ್ಲವೆಂಬುದು ಅವನಿಗೆ ಅಸಮಾಧಾನ ತಂದಿದೆಯೇನೋ ಎಂದು ನನಗನ್ನಿಸಿ ಕಿರಿಕಿರಿಯಾಯ್ತು. ಹಲವೇ ತಿಂಗಳುಗಳಲ್ಲಿ, ರಮೇಶನ ಹೆದರಿಕೆಯನ್ನೂ ಮೀರಿಸುವಂತಹ ಭಯಂಕರ ಘಟನೆಗಳು ನಮ್ಮ ಸಾಫ್ಟ್‌ವೇರ್ ರಂಗದಲ್ಲಿ ಜರುಗಿ ಹೋದವು. ಡಾಟ್ ಕಾಂ ಗುಳ್ಳೆ 'ಫಟ್' ಎಂದು ಒಡೆದಿತ್ತು. ವೆಬ್‌ಸೈಟ್ ಮಾಡಿ ಹಣ ಮಾಡುವ ಭ್ರಾಂತಿಯಿಂದ ಎಲ್ಲರೂ ಹೊರಬಂದರು. ಸಾವಿರಾರು ಜನರು ಉದ್ಯೋಗ ಕಳೆದುಕೊಂಡರು. ನೂರಾರು ಕಂಪನಿಗಳು ಹೇಳ ಹೆಸರಿಲ್ಲದಂತೆ ಮುಚ್ಚಿ ಹೋದವು. ಭರದಿಂದ ಸಾಗುತ್ತಿದ್ದ ನಮ್ಮ ಪ್ರಾಜೆಕ್ಟ್ ಕೂಡಾ ನಿಂತು ಹೋಗಿ, ಮಾಡಿದ ಕೆಲಸಕ್ಕೂ ಕಾಸು ಸಿಗಲಿಲ್ಲ. ನಮ್ಮ ಕಂಪನಿಯಿಂದಲೂ ನೂರಾರು ಜನರನ್ನು ಒಂದು ತಿಂಗಳ ಸಂಬಳವನ್ನೂ ಕೊಡದೆ ಹೊರ ಹಾಕಿಬಿಟ್ಟೆವು. ತಿಂಗಳಿಗೆ ಇಪ್ಪತ್ತು ಸಾವಿರ ತೆಗೆದುಕೊಂಡವರು ಐದು ಸಾವಿರಕ್ಕೂ ಬರಲು ತಯಾರಾದರು. ಸಾಫ್ಟ್‌ವೇರ್ ರಂಗವನ್ನೇ ತೊರೆದು ಬೇರೆ ಯಾವುದೋ ವೃತ್ತಿಯನ್ನು ಅರಸಿಕೊಂಡರು. ಕಂಪನಿಯಲ್ಲಿ ಕೆಲಸವೇ ಇಲ್ಲದೆ ನೊಣ ಹೊಡೆಯುವ ಪರಿಸ್ಥಿತಿ ನಮ್ಮದಾಯಿತು. ತಿಂಗಳ ಸಂಬಳ ಬರುತ್ತದೋ ಇಲ್ಲವೋ ಎಂಬ ಅನುಮಾನವಾಗುತ್ತಿತ್ತು.

ಇಂತಹ ಕರಾಳ ದಿನಗಳಲ್ಲೇ ಒಂದು ಮುಂಜಾನೆ ನಾನು ರಮೇಶನನ್ನು ಭೇಟಿಯಾದೆ. ಆ ದಿನ ಯಾವತ್ತಿನಂತೆ ಗಡಿಬಿಡಿಯ ದಿನವಾಗಿತ್ತು. ಅವಸರದಲ್ಲಿ ತಿಂಡಿ ತಿಂದು, ಕಾಫಿ ಕುಡಿದು, ಟ್ರಾಫಿಕ್ ಹೆಚ್ಚಾಗುತ್ತೆ ಎಂಬ ಆತಂಕದಲ್ಲಿ ಆಫೀಸಿಗೆ ಹೊರಟ ಮೇಲೆ, ಅರ್ಧ ದಾರಿಯಲ್ಲಿ ಪೆಟ್ರೋಲ್ ಇನ್ನೇನು ಮುಗಿದೇ ಹೋಗಲಿದೆ ಎಂಬುದು ಗೊತ್ತಾಯ್ತು. ಹತ್ತಿರದಲ್ಲಿದ್ದ ಬಂಕಿಗೆ ಗಾಡಿ ಓಡಿಸಿದೆ. ಪೆಟ್ರೋಲ್ ಮಷಿನಿನ ಮುಂದೆ ಕಾರನ್ನು ನಿಲ್ಲಿಸಿ, ಕಾರಿನ ಕಿಟಕಿಯನ್ನು ಇಳಿಸಿದಾಗ, ಪೆಟ್ರೋಲಿನ ಕೊಳವೆಯನ್ನು ಕೈಯಲ್ಲಿ ಹಿಡಿದುಕೊಂಡ ವ್ಯಕ್ತಿ ಕಿಟಕಿಯಲ್ಲಿ ಬಗ್ಗಿ "ಫುಲ್ ಟ್ಯಾಂಕಾ ಸಾರ್?" ಎಂದ. ನನ್ನ ಬಾಯಿಂದ "ರಮೇಶ..." ಎಂಬ ಉದ್ಗಾರ ಹೊರಟಿತು. ಅವನು ಮಾತ್ರ ಯಾವುದೇ ಅಚ್ಚರಿಯನ್ನು ತೋರಿಸಿಕೊಳ್ಳದೆ "ಎಷ್ಟು ಲೀಟರು ಹೇಳಿ ಸಾರ್?" ಅಂತ ನಿರ್ಭಾವುಕವಾಗಿ ಹೇಳಿದ. "ಫುಲ್ ಟ್ಯಾಂಕ್..." ಎಂದೆ. ಪೆಟ್ರೋಲು ಕಾರಿನ ಟ್ಯಾಂಕಿಗಿಳಿಯಿತು. ಅವನ ಕಡೆಯೇ ನೋಡುತ್ತಿದ್ದೆ. ಟ್ಯಾಂಕ್

ತುಂಬಿದ ಮೇಲೆ ಹತ್ತಿರ ಬಂದು "ಕಾರ್ಡಾ? ಕ್ಯಾಷಾ?" ಎಂದು ಕಣ್ಣಲ್ಲಿ ಕಣ್ಣಿಟ್ಟು ಕೇಳಿದ. ಕ್ರೆಡಿಟ್ ಕಾರ್ಡನ್ನು ಕೊಟ್ಟೆ. ಸರಿಯಾದ ಹಣವನ್ನು ಬ್ಯಾಂಕಿಗೆ ಮಷಿನಿನ ಮೂಲಕ ರವಾನಿಸಿ ನನ್ನೆಡೆಗೆ ರಸೀದಿಯನ್ನು ತಂದು ಸಹಿ ಹಾಕಿಸಿಕೊಂಡು, "ಥ್ಯಾಂಕ್ಯೂ ಸಾರ್... ಹ್ಯಾವ್ ಅ ನೈಸ್ ಡೇ" ಎಂದು ಹೇಳಿ ಪೆನ್ನಿಗಾಗಿ ಕೈಚಾಚಿದ.

ನನಗೆ ತಡೆದುಕೊಳ್ಳಲಾಗಲಿಲ್ಲ. "ಹೇಗಿದೀಯಾ ರಮೇಶ?" ಎಂದೆ. ಆ ಮಾತುಗಳು ಕೇಳಿಸಿಯೇ ಇಲ್ಲವೆಂಬಂತೆ "ಮುಂದಕ್ಕೆ ಹೋಗಿ ಸಾರ್..." ಎಂದು ಗದರಿಸಿದ. ನಾನು ಹಠ ಹಿಡಿದಂತೆ, "ರಮೇಶ, ಪ್ಲೀಜ್... ಹೇಗಿದೀಯಾ ಹೇಳು" ಎಂದು ಬೇಡಿಕೊಂಡೆ. ನನ್ನ ಮಾತಿಗೆ ಸಿಟ್ಟಿಗೆದ್ದ ರಮೇಶ, "ಮುಂದಕ್ಕೆ ಹೋಗ್ತೀರೋ ಇಲ್ಲಾ ಸೆಕ್ಯೂರಿಟಿಯವನನ್ನ ಕರೀಲೋ..." ಎಂದು ಆವಾಜ್ ಹಾಕಿದ. ಸುತ್ತಮುತ್ತಲಿನವರೆಲ್ಲಾ ನನ್ನೆಡೆಗೇ ನೋಡಲಾರಂಭಿಸಿದರು. ನನಗೆ ಅತ್ಯಂತ ಮುಜುಗರವಾದಂತಾಗಿ, ಕಾರನ್ನು ಚಲಾಯಿಸಿಕೊಂಡು ಹೊರಟು ಹೋದೆ. ಸಿಲ್ಕ್ ಬೋರ್ಡ್ ದಾಟಿ, ರಿಂಗ್ ರೋಡಿಗೆ ಸೇರಿಕೊಂಡ ಮೇಲೆ, "ರಮೇಶ ನನ್ನ ಸನಿಹದಲ್ಲಿ ಮಾತನಾಡುವಾಗ ಅವನ ಮೈಯಿಂದ ಬೆವರಿನ ಮತ್ತು ಪೆಟ್ರೋಲಿನ ಸಮ್ಮಿಶ್ರಣದ ದುರ್ನಾತ ಬರುತ್ತಿತ್ತು" ಎಂಬ ವಾಸ್ತವ ಅರಿವಾದದ್ದೇ ಕಾರನ್ನು ನಡೆಸಲೂ ತ್ರಾಣವಿಲ್ಲದಂತಾಗಿ ರಸ್ತೆಯಂಚಿನಲ್ಲಿ ನಿಲ್ಲಿಸಿದೆ. ಮನಸ್ಸು ವಿಚಿತ್ರ ಕ್ಷೋಭೆಗೆ ಒಳಗಾಗಿತ್ತು. ಒಂದೆರಡು ನಿಮಿಷ ಪ್ರಾಣಾಯಾಮ ಮಾಡಿದೆ. ಮನಸ್ಸು ಹತೋಟಿಗೆ ಬಂತು. ಕಣ್ಣು ಮುಚ್ಚಿ, "ಭಗವಂತಾ, ರಮೇಶನ ವಿಷಯದಲ್ಲಿ ನನ್ನ ತಪ್ಪೇನೂ ಇರಲಿಲ್ಲ. ಅವನಿಗೆ ಆ ಕೆಲಸಕ್ಕೆ ಬೇಕಾದ ಯೋಗ್ಯತೆಯಿರಲಿಲ್ಲ. ನನಗೆ ಗೊತ್ತಿಲ್ಲದಂತೆ ನನ್ನ ತಪ್ಪೇನಾದರೂ ಇದ್ದರೆ ದಯವಿಟ್ಟು ಕ್ಷಮಿಸು" ಎಂದು ಪ್ರಾರ್ಥಿಸಿದೆ.

1ನೇ ಮೇ 2006

ಶ್ರೀದೇವಿ ಮಹಾತ್ಮೆ

ಮೊದಲ ದಿನ ಶ್ರೀದೇವಿ ಮನೆಯ ಕೆಲಸಕ್ಕೆಂದು ಬಂದಾಗ ನಾನವಳನ್ನು ಸರಿಯಾಗಿ ಗಮನಿಸಿರಲಿಲ್ಲ. ಈ ಹಿಂದೆ ಕೆಲಸ ಮಾಡುತ್ತಿದ್ದ ಹುಡುಗಿ ಮದುವೆಯಾಗಿ ಬೇರೆ ಊರಿಗೆ ಹೊರಟು ಹೋಗುವ ಕಾರಣದಿಂದ ಇವಳನ್ನು ಕರೆದುಕೊಂಡು ಬಂದಿದ್ದಳು. “ಒಳ್ಳೆ ಹುಡುಗಿ ಅಣ್ಣಾ..., ಕಳ್ಳತನ ಮಾಡಂಗಿಲ್ಲ. ಹಳ್ಳಿ ಹುಡುಗಿ. ಹೇಳಿದ ಮಾತು ಕೇಳ್ತಾಳೆ. ನನಗೆ ಕೊಟ್ಟಷ್ಟೇ ಅವಳಿಗೂ ಕೊಟ್ಟರೆ ಆಯ್ತು” ಅಂತ ಹೇಳಿ, ತಾನೇ ಅವಳಿಗೆ ನನ್ನ ಮನೆಯಲ್ಲಿ ಏನೇನು ಕೆಲಸ ಮಾಡಬೇಕೆಂಬುದನ್ನು ತಿಳಿಸಿ ಹೇಳಿ ಹೋದಳು. ನನ್ನ ಪಾಡಿಗೆ ನಾನು ಬಾಲ್ಕನಿಯಲ್ಲಿ ದಿನಪತ್ರಿಕೆಯೋದುವುದರಲ್ಲಿ ಮಗ್ನನಾಗಿದ್ದೆ. ಬಾಲ್ಕನಿಯ ನೆಲ ತೊಳೆಯಲು ಬಂದಾಗ, ದಿನಪತ್ರಿಕೆಯಿಂದ ಕಣ್ಣೆತ್ತದೆ ಕಾಲುಗಳನ್ನು ಮೇಲಕ್ಕೆತ್ತಿದ್ದೆ. ನಾನು ಕುಳಿತ ಕುರ್ಚಿಯ ಕೆಳಗೆ ನೆಲ ಒರೆಸಿದ್ದಳು. ಆದರೆ ಮನೆಗೆ ಹೋಗುವಾಗ ಬಾಗಿಲ ಬಳಿ ನಿಂತು “ಅಂಕಲ್...” ಎಂದಳು. ಪತ್ರಿಕೆಯಿಂದ ತಲೆಯೆತ್ತಿ ಅವಳೆಡೆಗೆ “ಏನು?” ಎಂಬಂತೆ ನೋಡಿದೆ. ಅತ್ಯಂತ ನಾಚಿಕೆಯಿಂದ, “ಸೀಯೂ... ಬಾಯ್ ಬಾಯ್...” ಎಂದು ರಾಗವಾಗಿ ಹೇಳಿ, ಗಾಳಿಯಲ್ಲಿ ಕೈಯಾಡಿಸಿ ಟಾಟಾ ಮಾಡುತ್ತಾ ಅದಕ್ಕೆ ತಕ್ಕಂತೆ ತನ್ನ ಕತ್ತನ್ನೂ ಅಲ್ಲಾಡಿಸಿ, ತನ್ನ ಹೊಸ ಕೃತ್ಯಕ್ಕೆ ತಾನೇ ನಾಚಿಕೊಂಡು

ಎರಡೂ ಕೈಯಿಂದ ಮುಖವನ್ನು ಮುಚ್ಚಿಕೊಂಡು ನಗುತ್ತಾ ಓಡಿ ಹೋದಳು. ನನಗೆ ನಗು ತಡೆಯಲಾಗಲಿಲ್ಲ.

ಶ್ರೀದೇವಿ ಚಿತ್ತೂರಿನ ಸಮೀಪದ ಹಳ್ಳಿಯವಳು. ಸುಮಾರು ಹದಿನೈದು–ಹದಿನಾರರ ವಯಸ್ಸಾದರೂ ವರ್ತನೆಯಲ್ಲಿ ಮಾತ್ರ ಹತ್ತು ವರ್ಷದ ಹುಡುಗಿಯಂತೆ. ಕುಳ್ಳಗೆ ಕಪ್ಪು ಬಣ್ಣದವಳಾದರೂ ಮುಖದಲ್ಲಿ ವಿಶೇಷವಾದ ಕಳೆಯಿದ್ದರಿಂದ ಸುಂದರವಾಗಿಯೇ ಕಾಣುತ್ತಿದ್ದಳು. ಅವಳಿಗೆ ಕನ್ನಡ, ತೆಲುಗು, ತಮಿಳು ಭಾಷೆ ಗೊತ್ತಿತ್ತು. ಯಾವ ಭಾಷೆಯಲ್ಲಿ ಮಾತನಾಡಿದರೂ ಉಳಿದ ಭಾಷೆಗಳ ಪದಗಳನ್ನು ಉಪಯೋಗಿಸಿ ವಿಚಿತ್ರ ಗೊಂದಲವನ್ನು ಸೃಷ್ಟಿಸಿಬಿಡುತ್ತಿದ್ದಳು. ಅಪ್ಪ–ಅಮ್ಮ ಹಳ್ಳಿಯಲ್ಲೇ ಇದ್ದರು. ಮಳೆ–ಬೆಳೆಯಾಗದೆ ನಷ್ಟ ಅನುಭವಿಸಿರುವುದರಿಂದ ಸ್ವಲ್ಪವಾದರೂ ದುಡಿದು ಸಂಪಾದಿಸುವ ಕಾರಣವಾಗಿ ಬೆಂಗಳೂರಿಗೆ ತನ್ನ ಅತ್ತೆಯ ಮನೆಗೆ ಬಂದಿದ್ದಳು. ಈ ಅತ್ತೆ, “ನಾನೆಲ್ಲಾ ಅವಳನ್ನ ಬೆಂಗಳೂರಿನ ಹುಡುಗಿ ಮಾಡ್ತೀನಿ” ಅಂತ ಅವರಪ್ಪನಿಗೆ ಮಾತು ಕೊಟ್ಟಿದ್ದಳು. ಅದರ ಮೊದಲ ಪಾಠವಾಗಿ ‘ಸೀಯೂ... ಬಾಯ್ ಬಾಯ್...’ ಹೇಳಿಕೊಟ್ಟಿದ್ದಳು. ಈ ಅತ್ತೆಯದು ಮುನಿಸಿಪಾಲಿಟಿಯಲ್ಲಿ ರಸ್ತೆ ಕಸಗುಡಿಸುವ ಕೆಲಸ.

ಶ್ರೀದೇವಿಯ ಮುಗ್ಧ ಸ್ವಭಾವದ ಪರಿಚಯವಾದ ಘಟನೆ ಮಾತ್ರ ತುಂಬಾ ತಮಾಷೆಯದಾಗಿತ್ತು. ನಾನಿರುವುದು ಒಂದು ಬಹುದೊಡ್ಡ ಆಧುನಿಕ ಅಪಾರ್ಟ್‌ಮೆಂಟ್. ಅಲ್ಲಿ ಸುಮಾರು ಮುನ್ನೂರಕ್ಕೂ ಹೆಚ್ಚು ಮನೆಗಳಿವೆ. ಎಲ್ಲರೂ ಸಾಫ್ಟ್‌ವೇರ್ ಉದ್ಯೋಗಿಗಳೇ ಆದ್ದರಿಂದ ಸೆಕ್ಯೂರಿಟಿ ಬಗ್ಗೆ ವಿಶೇಷ ಕಾಳಜಿ. ಹತ್ತಾರು ಸೆಕ್ಯೂರಿಟಿ ಗಾರ್ಡ್‌ಗಳು ಗಸ್ತು ತಿರುಗುತ್ತಲೇ ಇರುತ್ತಾರೆ. ಯಾರಾದರೂ ಹೊಸಬರು ಅಪಾರ್ಟ್‌ಮೆಂಟಿಗೆ ಬಂದರೆ, ಅವರಿಗೆ ಮುಜುಗರವಾಗುವಷ್ಟು ಸೆಕ್ಯೂರಿಟಿಯವರು ಮುಖ್ಯದ್ವಾರದಲ್ಲಿ ಪ್ರಶ್ನಿಸುತ್ತಾರೆ. ಸಾಲದೆಂಬಂತೆ, ಈ ಮುಖ್ಯದ್ವಾರದಲ್ಲಿ ಒಂದು ಕೆಮರಾ ಅಳವಡಿಸಲಾಗಿದೆ. ಅದು ಮೇನ್‌ಗೇಟ್‌ನ ಹತ್ತಿರ ಕಾಣುತ್ತಿರುವ ದೃಶ್ಯವನ್ನು ನೇರವಾಗಿ ನಮ್ಮ ಮನೆಯ ಕಿರುತೆರೆಯ ಒಂದು ಚಾನಲ್‌ಗೆ ರವಾನಿಸುತ್ತದೆ. ಯಾರಾದರೂ ನಮ್ಮನ್ನು ಕೇಳಿಕೊಂಡು ಬಂದಾಗ, ಸೆಕ್ಯೂರಿಟಿಯವರು ನಮಗೆ ಫೋನ್ ಮಾಡಿದರೆ, ನಾವು ಬಂದವರನ್ನು ನಮ್ಮ ಮನೆಯ ಕಿರುತೆರೆಯ ಮೇಲೆ ನೋಡಿ, ಪರಿಚಯವಿದ್ದವರಾದರೆ ಒಳಗೆ ಬಿಡಲು ಹೇಳಬಹುದು. ಶ್ರೀದೇವಿ ಈ ಆಧುನಿಕ ವ್ಯವಸ್ಥೆಯನ್ನು ನೋಡಿ ನಿಬ್ಬೆರಗಾಗಿಬಿಟ್ಟಳು. “ಯಾರೇ ಗೇಟ್ ಹತ್ತಿರ ನಿಂತರೂ ಟಿವಿನಾಗೆ ಬರ್ತದಾ ಅಂಕಲ್?” ಎಂದು ಅಚ್ಚರಿಯಿಂದ ಕೇಳಿದಳು. “ಹೌದು” ಎಂದು ಹೇಳಿದ್ದಕ್ಕೆ “ಅಯ್ಯಪ್ಪಾ...” ಎಂದು ಬಾಯಿಗೆ ಕೈಯಿಟ್ಟು ಖುಷಿ ವ್ಯಕ್ತಪಡಿಸಿದಳು.

ಮರುದಿನ ಬೆಳಿಗ್ಗೆ ಬೆಳಿಗ್ಗೆ ನನಗೆ ಸೆಕ್ಯೂರಿಟಿಯವರಿಂದ ಫೋನು. "ನಿಮ್ಮ ಕೆಲಸದ ಹುಡುಗಿ ನಿಮಗೆ ಫೋನ್ ಮಾಡಬೇಕಂತೆ. ಒಳಗೆ ಹೋಗಮ್ಮಾ ಅಂದರೂ ಕೇಳುತ್ತಿಲ್ಲ" ಎಂದರು. ನಾನು ಅವಳಿಗೆ ಫೋನ್ ಕೊಡಲು ಹೇಳಿದೆ. "ಅಂಕಲ್, ಟಿವಿ ಹಾಕಿ. ನಾನು ಕಾಣ್ತೀನಾ ನೋಡ್ರಿ" ಎಂದಳು. "ಕಂಡೇ ಕಾಣ್ತೀಯ ಬಾರಮ್ಮ" ಎಂದೆ. ಅವಳು ಕೇಳಲಿಲ್ಲ. "ಒಂದೇ ಸಲ ನೋಡಿ ಬಿಡಿ ಅಂಕಲ್..." ಎಂದು ಗೋಗರೆದಳು. ಸರಿ, ಟಿವಿ ಹಾಕಿದೆ. ನನಗೆ ನಗು ತಡೆಯಲಾಗಲಿಲ್ಲ. ಶ್ರೀದೇವಿ ಥಳ ಥಳ ಹೊಳೆಯುವ ಭರ್ಜರಿ ಸೀರೆಯನ್ನುಟ್ಟು, ಮುಖಕ್ಕೆ ಅತಿ ಎನ್ನಿಸುವಷ್ಟು ಪೌಡರ್ ಹಚ್ಚಿಕೊಂಡು, ದೊಡ್ಡ ಕುಂಕುಮವನ್ನಿಟ್ಟುಕೊಂಡು, ಮುತ್ತಿನ ಸರಗಳನ್ನು ಎದೆಯ ಮೇಲೆ ಹಾಕಿಕೊಂಡು, ಕೈತುಂಬಾ ಬಳೆ ಹಾಕಿಕೊಂಡು ನಿಂತಿದ್ದಳು. "ಕಾಣಿಸ್ತಾ ಇದೀಯಮ್ಮ..." ಎಂದಿದ್ದೇ ನಾಚಿ ನೀರಾಗಿಬಿಟ್ಟಳು. ಫೋನನ್ನು ನೆಲದ ಮೇಲಿಟ್ಟು ಯಾವುದೋ ತಮಿಳು ಹಾಡನ್ನು ಹೇಳಿ ಡ್ಯಾನ್ಸ್ ಮಾಡಲಾರಂಭಿಸಿದಳು. ಸೆಕ್ಯೂರಿಟಿಯವರೆಲ್ಲಾ ನಗುತ್ತಾ ಅವಳ ಡ್ಯಾನ್ಸ್ ನೋಡಲಾರಂಭಿಸಿದರು. ನನಗೂ ಅತ್ಯಂತ ಮೋಜೆನ್ನಿಸಿ ತಕ್ಷಣ ನನ್ನ ವಿಡಿಯೊ ರೆಕಾರ್ಡರ್‌ನಲ್ಲಿ ಟೇಪ್ ಮಾಡಿದೆ. ಸುಮಾರು ಐದು ನಿಮಿಷಗಳ ಕಾಲ ಅವಳ ವಯ್ಯಾರದ ನರ್ತನ ಮುಂದುವರೆಯಿತು. ಬೇರೆ ಯಾರ್‍ಯಾರೋ ಜನರು ಅಲ್ಲಿ ಗುಂಪು ಕಲೆಯಲು ಶುರುವಾದ್ದರಿಂದ, ಸೆಕ್ಯೂರಿಟಿಯವನು ಅವಳಿಗೆ ಬೈಯ್ದು ಡ್ಯಾನ್ಸ್ ನಿಲ್ಲಿಸಿ ಮನೆಗೆ ಕೆಲಸಕ್ಕೆ ಕಳುಹಿಸಿದ.

ಮನೆಯಲ್ಲಿ ವಿಡಿಯೊ ಹಾಕಿ ತೋರಿಸಿದೆ. ತಡೆದುಕೊಳ್ಳಲಾಗದಷ್ಟು ಹಿಗ್ಗಿ ಹೋದಳು. "ಏನು ಚೆಂದಾಗಿ ಕಾಣ್ತೀನಲ್ಲಾ ಅಂಕಲ್..." ಎಂದು ತನ್ನ ರೂಪಕ್ಕೆ ತಾನೇ ಮಾರು ಹೋದಳು. "ಬೇರೆ ಎಲ್ಲಾ ಮನೆಯವರ ಟಿವಿನಾಗೂ ನಾನು ಕಾಣಿಸಿರ್ತೀನಾ ಅಂಕಲ್?" ಎಂದು ಕೇಳಿದಳು. ಹೌದೆಂದೆ. "ನಾಳೆಯಿಂದ ಅಪಾರ್ಟ್‌ಮೆಂಟಿನಲ್ಲಿ ಓಡಾಡೋದಕ್ಕೆ ನಂಗೆ ನಾಚಿಗೆ ಆಗ್ತದೆ ಅಂಕಲ್... ಎಲ್ಲಾರೂ ನನ್ನೇ ನೋಡ್ತಾರೆ" ಎಂದು ವಿಚಿತ್ರ ಸನ್ನಿವೇಶವನ್ನು ಊಹಿಸಿಕೊಂಡು ನಾಚಿಕೊಂಡಳು. ಕೆಲಸ ಮಾಡುವುದನ್ನು ಬಿಟ್ಟು, ನಾಲ್ಕೈದು ಬಾರಿ ಆ ಐದು ನಿಮಿಷದ ಟೇಪನ್ನು ಮತ್ತೆ ಮತ್ತೆ ಹಾಕಿಸಿಕೊಂಡು ನೋಡಲಾರಂಭಿಸಿದಳು. ನನಗೆ ಬೇಸರವಾಗಿ ಚಾನಲ್ ಬದಲಾಯಿಸಿದೆ. ಅಲ್ಲಿ "ತಿತಿಲಿ ಕೆ ರಾಣಿ, ಮೇಹೂ ಆಯಿ..." ಎಂಬ ಹಾಡು ಬರುತ್ತಿತ್ತು. ಅದನ್ನು ನೋಡಿದ್ದೇ "ಈ ಚಾನಲ್‌ನಾಗೆ ಆ ಶ್ರೀದೇವಿ ಡ್ಯಾನ್ಸು, ಆ ಚಾನಲ್‌ನಾಗೆ ಈ ಶ್ರೀದೇವಿ ಡ್ಯಾನ್ಸು" ಎಂದು ಹೇಳಿದಳು. "ಸಾಕಿನ್ನ ನೋಡಿದ್ದು. ಮನೆ ಕೆಲಸ ನೋಡಿಕೋ ಹೋಗು" ಎಂದು ಗದರಿಸಿದೆ. "ಅಂಕಲ್, ಇಷ್ಟೆಲ್ಲಾ ಅಲಂಕಾರ ಮಾಡಿಕೊಂಡೀನಿ. ಮುಸುರಿ ಕೆಲಸ ಹೆಂಗೆ ಮಾಡಲಿ?"

ಎಂದು ಬೇಡಿಕೊಂಡಳು. ನನಗೂ ಹೌದೆನ್ನಿಸಿತು. "ಆಯ್ತು, ನಾಳೆ ಬಾ" ಎಂದು ಹೇಳಿ ಕಳುಹಿಸಿದೆ.

ಮುಂದಿನ ಮೂರು ದಿನ ಬರಲಿಲ್ಲ. ಮನೆಯಲ್ಲಿ ನಾನೊಬ್ಬನೇ ಇರುವದಾದ್ದರಿಂದ ಒಂದು ದಿನ ತಪ್ಪಿಸಿದರೆ ಹೇಗೋ ಬೇರೆ ಪಾತ್ರೆಗಳನ್ನು ಉಪಯೋಗಿಸಿ ಅಡುಗೆ ಮಾಡಿಕೊಳ್ಳಬಲ್ಲೆ. ಆದರೆ ಪೂರ್ತಿ ಮೂರು ದಿನ ಬರದಿದ್ದರಿಂದ ಕಷ್ಟವಾಗಲಾರಂಭಿಸಿತು. ಕರೆದುಕೊಂಡು ಬರೋಣವೆಂದರೆ ಅವಳ ಮನೆಯೆಲ್ಲಿದೆಯೆಂಬುದೂ ಗೊತ್ತಿಲ್ಲ. ಮನೆಯಲ್ಲಿ ಕಸ ಕಣ್ಣಿಗೆ ಹೊಡೆಯುವಂತೆ ಕಾಣಲಾರಂಭಿಸಿತು. ನಾನೇ ಒಂದಿಷ್ಟು ಪಾತ್ರೆಗಳನ್ನು ತೊಳೆದುಕೊಂಡು, ಕಸ ಹೊಡೆದುಕೊಂಡೆ. ನಾಲ್ಕನೇ ದಿನ ಬಂದಳು. ಅವಳ ಮುಖ ನೋಡಿದ್ದೇ ನನಗೆ ಸಿಟ್ಟು ಬಂದು ಕೂಗಾಡಿದೆ. ನಾನು ಕೂಗಾಡುವುದೆಲ್ಲಾ ಮುಗಿದ ನಂತರ ಸಣ್ಣನೆಯ ಸ್ವರದಲ್ಲಿ "ಜ್ವರ ಬಂದಿತ್ತು ಅಂಕಲ್" ಎಂದಳು. ನಾನು ನಂಬಲಿಲ್ಲ. "ಸೀರೆ ಉಟ್ಟುಗೊಂಡು ಬಂದು ಡ್ಯಾನ್ಸ್ ಮಾಡಿ ಹೋಗಿದೀಯಾ... ಅದೆಲ್ಲಿಂದ ಬಂತು ಜ್ವರ?" ಎಂದು ಪ್ರಶ್ನಿಸಿದೆ. "ಸೀರೆ ಉಟ್ಟುಗೊಂಡು ಬಂದಿದ್ದಕ್ಕೇ ಅಂಕಲ್ ಜ್ವರ ಬಂದಿದ್ದು" ಎಂದು ಹೊಸ ವಿಚಾರ ತಿಳಿಸಿದಳು. ಸೀರೆಗೂ ಜ್ವರಕ್ಕೂ ಯಾವ ಸಂಬಂಧವೆಂದು ತಿಳಿಯಲಿಲ್ಲ. "ಅವತ್ತು ಸೀರೆ ಉಟ್ಟು ಡ್ಯಾನ್ಸ್ ಮಾಡಿದ್ದು ನಿಮ್ಮ ಅಪಾರ್ಟ್‌ಮೆಂಟಿನವರೆಲ್ಲಾ ನೋಡಿಬಿಟ್ಟರಲ್ಲಾ, ಆಗ ಯಾರದೋ ಕೆಟ್ಟ ಕಣ್ಣು ತಾಕಿಬಿಟ್ಟದೆ ಅಂಕಲ್. ಸೀರೆನಾಗೆ ತುಂಬಾ ಚೆಂದಾಗಿ ಕಾಣಿಸ್ತಾ ಇದ್ದೆನಲ್ಲಾ, ಅದಕ್ಕೇ ದೃಷ್ಟಿ ತಾಗಿಬಿಡ್ತು. ಮೂರು ದಿನ ಜ್ವರ. ನಿಂಬೆ ಹಣ್ಣು ಮೆಣಸಿನಕಾಯಿ ದೃಷ್ಟಿ ತೆಗೆದ ಮೇಲೆ ಬಿಡ್ತು" ಎಂದು ಕತೆ ಹೇಳಿದಳು. "ಸರಿ. ಇನ್ನು ಮುಂದೆ ಸೀರೆ ಉಟ್ಟು ಕೆಲಸಕ್ಕೆ ಬರಬೇಡ" ಎಂದು ಸೋತು ಹೇಳಿದೆ. "ನೀನೂ ಅಷ್ಟೇ ಅಂಕಲ್, ಹೊಸ ಬಟ್ಟೆ ಹಾಕಿಕೊಂಡು ಆ ಗೇಟ್ ಹತ್ತಿರ ಹೋಗಬೇಡ. ಈ ಅಪಾರ್ಟ್‌ಮೆಂಟಿನಲ್ಲಿ ಯಾರದೋ ಕಣ್ಣು ಸರಿ ಇಲ್ಲ" ಎಂದು ಬೋಧನೆ ಮಾಡಿದಳು. ಆ ದಿನದಿಂದ ಆ ಕೆಮರಾದ ಕಣ್ಣಿಗೆ ಬೀಳದಂತೆ ಸ್ವಲ್ಪ ದೂರದಿಂದ ಓಡಾಡುತ್ತಿದ್ದಳು.

ಶ್ರೀದೇವಿ ದಿನವೂ ಸ್ನಾನ ಮಾಡುತ್ತಿರಲಿಲ್ಲ. ಹತ್ತಿರ ಸುಳಿದಾಡಿದರೆ ಕೆಲವೊಮ್ಮೆ ವಾಸನೆ ಹೊಡೆಯುತ್ತಿದ್ದಳು. "ದಿನಾ ಸ್ನಾನ ಮಾಡಿ ಬರಲಿಕ್ಕೇನೆ ನಿಂಗೆ ಕಷ್ಟ" ಎಂದರೆ, "ಐದು ದಿನಕ್ಕೆ ಒಂದು ಸಾರಿ ನೀರು ಬರ್ತದೆ ಅಂಕಲ್. ದಿನಾ ಸ್ನಾನ ಮಾಡಿದರೆ ನಮ್ಮತ್ತೆ ಬೈತಾಳೆ" ಎಂದು ಹೇಳುತ್ತಿದ್ದಳು. ನೀರಿನ ಅಭಾವದ ಪರಿಚಯವೇ ಇಲ್ಲದ ನನಗೆ, ನಮ್ಮ ಅಪಾರ್ಟ್‌ಮೆಂಟಿನ ಪಕ್ಕದಲ್ಲೆಲ್ಲೋ ಇರುವ ಶ್ರೀದೇವಿಯ ಮನೆಯ ಬಳಿ ನೀರಿನ ಅಭಾವವಿದೆಯೆಂಬುದು ಅಚ್ಚರಿಯ ಸಂಗತಿಯಾಗಿತ್ತು. ಒಂದು ದಿನ ಶ್ರೀದೇವಿ, "ದಿನಾ ನಿಮ್ಮನಿಯಾಗೆ ಸ್ನಾನ ಮಾಡಲಾ ಅಂಕಲ್?" ಎಂದು

ಕೇಳಿಬಿಟ್ಟಳು. ನಾನು ಅದೆಂತಹದೋ ಮುಜುಗರಕ್ಕೆ ಒಳಪಟ್ಟು, "ಬೇಡ ಬೇಡ" ಎಂದು ಮತ್ತೆ ಮಾತು ಮುಂದುವರೆಸುವ ಇಚ್ಛೆಯಿಲ್ಲದಂತೆ ಗದರಿಸುವ ಧ್ವನಿಯಲ್ಲಿ ಹೇಳಿಬಿಟ್ಟೆ. ಒಂದೊಂದು ದಿನ ಸ್ನಾನ ಮಾಡಿ, ಕೂದಲನ್ನು ಹರಡಿಕೊಂಡು, ಹಣೆಗೆ ವಿಭೂತಿ ಗೆರೆಯನ್ನು ಹಾಕಿ, ಕುಂಕುಮವಿಟ್ಟು, ಒಗೆದ ಬಟ್ಟೆ ಹಾಕಿಕೊಂಡು ಬರುತ್ತಿದ್ದಳು. "ಏನೇ ಇವತ್ತು ವಿಶೇಷ?" ಎಂದು ಕೇಳಿದರೆ, "ಟಿವಿನಾಗೆ ಈವತ್ತು 'ಅಮ್ಮ ನಾಗಮ್ಮ' ಸಿನಿಮಾ ಬರ್ತದೆ ಅಂಕಲ್. ಸ್ನಾನ ಇಲ್ಲದೆ ದೇವರ ಸಿನಿಮಾ ನೋಡೋದು ಹೆಂಗೆ?" ಎಂದು ತರ್ಕಕ್ಕೆ ಸಿಗದ ಉತ್ತರವನ್ನು ಕೊಡುತ್ತಿದ್ದಳು.

ಒಂದು ದಿನ ಕೆಲಸವೆಲ್ಲಾ ಮುಗಿದ ಮೇಲೆ, "ಅಂಕಲ್. ಏನೋ ಒಂದು ಕೇಳ್ತೀನಿ. ಇಲ್ಲ ಅನ್ನದಂಗೆ ಕೊಡ್ತೀಯ" ಎಂದಳು. ಬಹುಶಃ ಹಣ ಬೇಕಿರಬಹುದು ಎಂಬ ಅಂದಾಜಿನಲ್ಲಿ, "ಜಾಸ್ತಿ ಕೇಳಿದ್ರೆ ಕೊಡಲ್ಲ" ಎಂದು ಮುಂಜಾಗ್ರತಾ ಮಾತನ್ನು ಹೇಳಿದೆ. "ಜಾಸ್ತಿ ಬೇಡ, ಎರಡೇ ಎರಡು ಕೊಡ ನೀರು ಕೊಡು. ವಾರದಿಂದ ನೀರು ಬಂದಿಲ್ಲ. ನಮ್ಮತ್ತೆ ಮಡಿವಾಳ ಕೆರೆಯಿಂದ ನೀರು ತರಲಿಕ್ಕೆ ಹೇಳ್ತಾ ಇದಾಳೆ. ಅದು ಭಾಳ ದೂರ ಅದೆ" ಎಂದಳು. ನನಗೆ ಕರುಳು ಚುರ್ ಅಂತು. ಬಳ್ಳಾರಿ ಜಿಲ್ಲೆಯವನಾದ ನನಗೆ ನೀರಿನ ಬರದ ಸಮಸ್ಯೆ ಹೊಸತಲ್ಲ. ಬಿಸಿಲಿನಲ್ಲಿ ಮೈಲುಗಟ್ಟಲೆ ದೂರ ನಡೆದು ನೀರು ತರುವ ಕಷ್ಟ ಗೊತ್ತಿದೆ. ಆ ನೆನಪಿನಿಂದ ಮನಸ್ಸು ಮೃದುವಾಗಿ, "ನೀರಿಗೆ ಇಷ್ಟೊಂದು ಕೇಳ್ತೀಯಲ್ಲಮ್ಮ. ಎಷ್ಟು ಬೇಕೋ ಅಷ್ಟು ತೊಗೊಂಡು ಹೋಗು" ಎಂದು ದಾನಶೂರ ಕರ್ಣನ ಪೋಜಿನಲ್ಲಿ ಹೇಳಿದೆ. ಖುಷಿಯಾದಳು. ನನ್ನ ಮನೆಯಲ್ಲಿ ಎರಡು ಬಣ್ಣಗೆಟ್ಟ ಪ್ಲಾಸ್ಟಿಕ್ ಕೊಡಗಳಿದ್ದವು. ಊರಿನ ನನ್ನ ಮನೆಯನ್ನು ಮಾರಿದಾಗ, ಅಲ್ಲಿಯ ನೆನಪಿಗಾಗಿ ಅವೆರಡೂ ಕೊಡಗಳನ್ನು ತಂದಿಟ್ಟುಕೊಂಡಿದ್ದೆ.

ಎರಡೂ ಕೊಡಗಳನ್ನು ತುಂಬಿಕೊಂಡು, ತಲೆಯ ಮೇಲೆ ಒಂದು, ಕಂಕುಳಿನಲ್ಲಿ ಒಂದು ಕೊಡ ಇಟ್ಟುಕೊಂಡು, ಹೊಸದಾಗಿ ಕಲಿತ "ಥ್ಯಾಂಕ್ಸ್ ಅಂಕಲ್" ಎಂದು ನಕ್ಕು ಹೇಳಿ ಹೊರಟು ಹೋದಳು. ಕಷ್ಟದಲ್ಲಿರುವವರಿಗೆ ಸಹಾಯ ಮಾಡಿದ ವಿಚಿತ್ರ ಖುಷಿಗೆ ನಾನು ಒಳಗಾದೆ. ಆದರೆ ಐದೇ ನಿಮಿಷದಲ್ಲಿ ಮೇನ್‌ಗೇಟ್ ಸೆಕ್ಯೂರಿಟಿಯಿಂದ ಫೋನ್ ಬಂತು. "ನಿಮ್ಮನಿ ಕೆಲಸದ ಹುಡುಗಿ ಎರಡು ಕೊಡ ನೀರು ಒಯ್ತಾ ಇದಾಳೆ ಸಾರ್" ಎಂದು ಆಪಾದಿಸಿದ. ಕೈಯಲ್ಲಿದ್ದ ರಿಮೋಟ್‌ನಿಂದ ತಕ್ಷಣ ಮೇನ್‌ಗೇಟ್ ಚಾನಲ್‌ಗೆ ಬದಲಾಯಿಸಿದೆ. ಕೊಡಗಳೆರಡನ್ನೂ ಹೊತ್ತುಕೊಂಡು ಶ್ರೀದೇವಿ ನಿಂತಿದ್ದಳು. "ನಾನೇ ಕೊಟ್ಟಿದೀನಪ್ಪ, ಅವರ ಮನೆಯಲ್ಲಿ ವಾರದಿಂದ ನೀರು ಬಂದಿಲ್ಲವಂತೆ" ಎಂದು ಹೇಳಿದೆ. ಅವನು ಕೇಳಲಿಲ್ಲ. "ಅಪಾರ್ಟ್‌ಮೆಂಟಿನ ಒಳಗಿಂದ ಯಾರೂ ನೀರು ಒಯ್ಯುವ ಹಾಗಿಲ್ಲ ಅಂತ ಆರ್ಡರ್ ಆಗಿದೆ ಸಾರ್. ಹಂಗೆ ನೀರು ಒಯ್ಯೋದಕ್ಕೆ

ಆಗಲ್ಲ" ಎಂದು ಖಡಾಖಂಡಿತವಾಗಿ ಹೇಳಿದ. ನನಗೆ ಸಿಟ್ಟು ಬಂತು. ನಮ್ಮದೇ ಮೆಂಟೇನೆನ್ಸ್ ಹಣ ಕೊಟ್ಟು ನೇಮಿಸಿದ ಈ ಸೆಕ್ಯೂರಿಟಿ ಗಾರ್ಡಿಗೆ ಅದೆಷ್ಟು ಪೊಗರು?

"ಜಾಸ್ತಿ ತಲೆಹರಟೆ ಮಾಡದಂತೆ ಅವಳನ್ನು ಹೊರಗೆ ಬಿಡು" ಎಂದು ದಬಾಯಿಸಿದೆ. ಅವನೇನೂ ಬಗ್ಗಲಿಲ್ಲ. "ಸಾರಿ ಸಾರ್, ಬೇಕಂದ್ರೆ ಅಪಾರ್ಟ್‌ಮೆಂಟ್ ಪ್ರೆಸಿಡೆಂಟರ ಬಳಿ ಒಂದು ಮಾತು ಹೇಳಿಸಿ. ಅವರು ಹೂಂ ಅಂದರೆ ನಮ್ಮದೇನೂ ಅಡ್ಡಿಯಿಲ್ಲ" ಎಂದ. ತಕ್ಷಣ ಪ್ರೆಸಿಡೆಂಟರ ಮನೆಗೆ ಫೋನ್ ಮಾಡಿದೆ. ಆ ಕಡೆಯಿಂದ ಅವರ ಧ್ವನಿ ಕೇಳುತ್ತಲೇ ಪಟಪಟನೆ ಪರಿಸ್ಥಿತಿಯನ್ನು ವಿವರಿಸಿ ಅವರ ಸಹಾಯವನ್ನು ಯಾಚಿಸಿದೆ. ಅವರೂ ಒಪ್ಪಲಿಲ್ಲ. "ನೋಡಿ ಸಾರ್, ಆವೇಶದಲ್ಲಿ ನಿಮಗೆ ಆಲೋಚನೆ ಮಾಡೋದಕ್ಕೆ ಆಗ್ತಾ ಇಲ್ಲ. ಈ ಅಪಾರ್ಟ್‌ಮೆಂಟಿನಲ್ಲಿ ಏನಿಲ್ಲವೆಂದರೂ ಸುಮಾರು ಇನ್ನೂರು ಜನ ಕೆಲಸದಾಳುಗಳಿದ್ದಾರೆ. ಎಲ್ಲರ ಮನೆಯಲ್ಲೂ ನೀರಿನ ಸಮಸ್ಯೆ ಇದ್ದೇ ಇರುತ್ತೆ. ಹಾಗಂತ ಎಲ್ಲರಿಗೂ ಎರಡೆರಡು ಕೊಡ ಕೊಟ್ಟರೆ ಎಷ್ಟು ಖರ್ಚು ಬರುತ್ತೆ ಅಂತ ಲೆಕ್ಕ ಹಾಕಿದೀರಾ? ನೀರು ಹಾಲಿಗಿಂತಾ ದುಬಾರಿಯಾಗಿರುವ ಕಾಲವಿದು. ಎಲ್ಲಾ ಮನೆಗಳಿಗೆ ಸಾಕಾಗುವಷ್ಟು ನೀರು ಪಡೆಯುವದಕ್ಕೆ ಅದೆಷ್ಟು ಮಿನಿಷ್ಟರುಗಳ ಕೈ ಬೆಚ್ಚಗೆ ಮಾಡಿದ್ದೀವಿ ಎಂಬುದು ನಿಮಗೆ ತಿಳಿಯದ ಸಂಗತಿಯಲ್ಲ. ಈಗ ನೀವೇ ನೀರನ್ನು ಪೋಲು ಮಾಡುವುದಕ್ಕೆ ಅಣಿಯಾಗ್ತಿದೀರಾ. ನಿಮ್ಮ ಅನುಕಂಪವನ್ನ ನಾನು ಅರ್ಥ ಮಾಡಿಕೊಳ್ಳಬಲ್ಲೆ. ಆದರೆ ಅನುಕಂಪದಿಂದ ವ್ಯವಹಾರ ಮಾಡೋಕಾಗುತ್ತಾ?" ಎಂದು ಉದ್ದ ಉಪನ್ಯಾಸವನ್ನೇ ಕೊಟ್ಟ.

ನನ್ನ ಬಾಯಿ ಕಟ್ಟಿ ಹೋಯ್ತು. ಕಿರುತೆರೆಯಲ್ಲಿ ಶ್ರೀದೇವಿ ಇನ್ನೂ ನೀರಿನ ಕೊಡಗಳನ್ನು ಹೊತ್ತು ನಿಂತಿದ್ದು ಕಾಣುತ್ತಿತ್ತು. ಕೊನೆಗೆ ಸೋತು, "ಇದೊಂದು ಸಾರಿ ಅವಳನ್ನು ಬಿಟ್ಟು ಬಿಡೋಣ ಸಾರ್. ಒಂದು ವಾರದಿಂದ ನೀರಿಲ್ಲವಂತೆ" ಎಂದು ಗೋಗರೆದೆ. ಪ್ರೆಸಿಡೆಂಟ್ ಒಪ್ಪಲಿಲ್ಲ. "ರೂಲ್ಸ್ ಒಮ್ಮೆ ಮುರಿದರೆ ಮತ್ತೆ ಮುರಿತಾನೇ ಹೋಗ್ತೀವಿ. ನಾವೇ ನಮ್ಮ ರೂಲ್ಸ್ ಫಾಲೋ ಮಾಡದಿದ್ದರೆ ಹೇಗೆ ಹೇಳಿ?" ಎಂದು ಮಾತು ಮುಗಿಸಿದರು. ಕೆಲವೇ ನಿಮಿಷಗಳಲ್ಲಿ ಮೇನ್‌ಗೇಟ್ ಸೆಕ್ಯೂರಿಟಿಯವರು ಪ್ರೆಸಿಡೆಂಟರೊಡನೆ ಫೋನ್‌ನಲ್ಲಿ ಮಾತನಾಡುತ್ತಿರುವುದು ಕಿರುತೆರೆಯಲ್ಲಿ ಕಾಣುತ್ತಿತ್ತು. ಶ್ರೀದೇವಿಗೆ ಅದಿಷ್ಟೂ ನೀರನ್ನು ಅಲ್ಲೇ ಇದ್ದ ನೀರಿನ ಕಾರಂಜಿಗೆ ಸುರಿಯಲು ಹೇಳಿದರು. ಶ್ರೀದೇವಿ ಎದುರು ಮಾತನಾಡದೆ ಅವೆರಡೂ ಕೊಡದ ನೀರನ್ನು ಆ ಕಾರಂಜಿಯ ಕೊಳಕ್ಕೆ ಸುರುವಿದಳು. ನನಗೆ ಅವಳು ಖಾಲಿ ಕೈಯಲ್ಲಿ ಮನೆಗೆ ಹೋಗುವ ದೃಶ್ಯ ನೋಡಲು ಕಷ್ಟವೆನ್ನಿಸಿ ಬೇರೆ ಚಾನಲ್‌ಗೆ ಬದಲಾಯಿಸಿದೆ. ಮತ್ತೆ ಹತ್ತು ನಿಮಿಷದಲ್ಲಿ ಸೆಕ್ಯೂರಿಟಿಯವನು ನನ್ನ ಖಾಲಿ ಕೊಡಗಳನ್ನು ವಾಪಾಸು ತಂದು ಕೊಟ್ಟ.

ಶ್ರೀದೇವಿಗೆ ತೆಲುಗು ನಟ ವೆಂಕಟೇಶ್ ಎಂದರೆ ಪಂಚಪ್ರಾಣ. ಅವನ ಹೊಸ ಸಿನಿಮಾ ಬಿಡುಗಡೆಯಾಗುವ ಹೊತ್ತಿನಲ್ಲಿ ಬರೀ ಅದರದೇ ಮಾತನಾಡುತ್ತಿದ್ದಳು. ಮೊದಲ ದಿನವೇ ಹೇಗೋ ಹೊಂದಿಸಿಕೊಂಡು ಸಿನಿಮಾ ನೋಡಿ ಬರುತ್ತಿದ್ದಳು. ಮರುದಿನ ನನಗೆ ಅದರ ಕತೆ ಹೇಳಿದ್ದೇ ಹೇಳಿದ್ದು. ನಾನೂ ಆ ಸಿನಿಮಾ ನೋಡಬೇಕೆಂದು ಬಲವಂತ ಮಾಡುತ್ತಿದ್ದಳು. "ಬೇಕಂದ್ರೆ ನಾನೇ ಟಿಕೆಟ್ ಹಣ ಕೊಡ್ತೀನಿ ಅಂಕಲ್. ಇಂಟರ್‌ವೆಲ್‌ನಾಗೆ ಪೆಪ್ಸಿ ಕುಡೀಲಿಕ್ಕೂ ಕಾಸು ಕೊಡ್ತೀನಿ. ಒಂದು ಸಲ ನೋಡಿಕೊಂಡು ಬಾ ಅಂಕಲ್. ಪ್ಲೀಜ್..." ಎಂದು ಇನ್ನಿಲ್ಲದಂತೆ ಬೇಡಿಕೊಳ್ಳುತ್ತಿದ್ದಳು. ಆದರೆ ನಾನು ಮಾತ್ರ ಎಂದೂ ಅವಳು ಹೇಳಿದ ಸಿನಿಮಾಕ್ಕೆ ಹೋಗಲಿಲ್ಲ.

ವೆಂಕಟೇಶನ ಜೊತೆ ಮದುವೆ ಮಾಡಿಕೊಳ್ಳಬೇಕೆಂಬುದು ಅವಳ ಕನಸು. ಅದಕ್ಕಾಗಿ ತನ್ನದೊಂದು ಸೀರೆ ಉಟ್ಟ ಫೋಟೊ, ಜೊತೆಗೆ ಒಂದು ಲವ್ ಲೆಟರ್ ಇಟ್ಟು ಪತ್ರ ಬರೆದಿದ್ದಳು. "ಆಗಲೇ ಅವನಿಗೆ ಮದುವೆಯಾಗಿದೆಯಲ್ಲಮ್ಮ..." ಎಂದರೆ, "ಆದರೆ ಏನಾಯ್ತು ಅಂಕಲ್... ಇನ್ನೊಂದು ಮಾಡಿಕೊಳ್ತಾನೆ..." ಎಂದು ಹೇಳುತ್ತಿದ್ದಳು. ಒಂದಲ್ಲ ಒಂದು ದಿನ ವೆಂಕಟೇಶ್ ಖಂಡಿತಾ ಬಂದು ತನ್ನನ್ನು ವರಿಸುತ್ತಾನೆಂಬ ವಿಚಿತ್ರ ನಂಬಿಕೆ ಅವಳಲ್ಲಿತ್ತು.

ಒಮ್ಮೆ ತನ್ನ ಊರಿಗೆ ಹೋಗಿ ಬಂದ ಶ್ರೀದೇವಿ, ಮನೆಗೆ ಬಂದವಳೇ ಬಿಗಿಯಾದ ಮುಷ್ಟಿಯನ್ನು ನನ್ನ ಮುಂದೆ ಹಿಡಿದು, "ಇದರಾಗೆ ಏನದೆ ಹೇಳು ನೋಡೋಣ?" ಎಂದು ಕೇಳಿದಳು. ಖುಷಿಯಿಂದ ಅವಳ ಮುಖ ಅರಳಿತ್ತು. ನಾನು ಏನೇನೋ ಹೇಳಿ ಸೋತೆ. ಕಡೆಗೆ ಮುಷ್ಟಿ ತೆಗೆದು ತೋರಿಸಿದಳು. ಅದೊಂದು ಲೋಹದ ಸರ. ಅದಕ್ಕೆ ಏಸುವಿನ ಶಿಲುಬೆಯ ಪದಕವಿತ್ತು. ಆ ಸರವನ್ನು ನನ್ನ ಕಣ್ಣ ಮುಂದೆ ಲೋಲಕದಂತೆ ಅಲ್ಲಾಡಿಸಿ "ಹೇಗಿದೆ?" ಎಂದು ನಗುತ್ತಾ ಕೇಳಿದಳು. "ಅದೆಲ್ಲಿ ಸಿಕ್ಕಿತು ನಿನಗೆ?" ಎಂದು ಕೇಳಿದೆ. ಅವಳು ಹಿಂದು ಧರ್ಮದವಳು ಎಂಬುದು ನನಗೆ ಗೊತ್ತಿತ್ತು. ನನ್ನ ಪ್ರಶ್ನೆಗೆ ನಾಚಿಕೊಂಡ ಶ್ರೀದೇವಿ, "ನನ್ನ ಮದುವೆ ನಿಶ್ಚಯ ಆಯ್ತು ಅಂಕಲ್" ಎಂದಳು. ಏನೋ ಆಘಾತಗೊಂಡವನಂತೆ ನಾನು, "ಕ್ರಿಶ್ಚಿಯನ್ ಹುಡುಗನ ಜೊತೆಗಾ?" ಎಂದು ಕೇಳಿದೆ. "ಹೌದು ಅಂಕಲ್. ಯೋವನ್ ಅಂತ ಅವನ ಹೆಸರು. ಮೆಜೆಸ್ಟಿಕ್‌ನಾಗೆ ಪೇಂಟ್ ಮಾಡೋ ಕೆಲಸ ಅಂತೆ" ಎಂದಳು. ನಾನೇನೋ ಮುಗ್ಧ ಹುಡುಗಿ ಎಂದುಕೊಂಡರೆ, ಇವಳು ಪರವಾಗಿಲ್ಲ ಪ್ರೇಮವಿವಾಹಕ್ಕೆ ಕೈ ಹಾಕಿದ್ದಾಳೆ ಎನ್ನಿಸಿ ಮೆಚ್ಚುಗೆಯಾಯ್ತು. "ನಿಮ್ಮಪ್ಪ ಅಮ್ಮಗೆ ಗೊತ್ತಾದರೆ ಬೈಯ್ತಾರಲ್ಲೇನೆ?" ಎಂದು ಹೆದರಿಸಿದೆ. "ಅಯ್ಯೋ, ಅವರ‍್ಯಾಕೆ ಬೈಯ್ತಾರೆ ಅಂಕಲ್. ಅವರೇ ಈ ಹುಡುಗನ್ನ ಹುಡುಕಿದ್ದು. ಈ ಸಲ ಊರಿಗೆ ಹೋದಾಗ ಯೋವನ್

ಊರಿಗೆ ಕರಕೊಂಡು ಹೋಗಿ ತೋರಿಸಿದರು. ಒಂದೇ ಸಲಕ್ಕೆ ಒಪ್ಪಿಕೊಂಡುಬಿಟ್ಟೆ" ಎಂದು ಹಿಗ್ಗಿನಿಂದ ಹೇಳಿದಳು. "ನೀವು ಹಿಂದೂ ಅಲ್ವಾ?" ಎಂದು ಕೆದಕಿಯೇ ಬಿಟ್ಟೆ. "ಹೌದು ಅಂಕಲ್. ಮದುವೆ ಆದ ಮೇಲೆ ನನ್ನ ಕ್ರಿಶ್ಚಿಯನ್ ಮಾಡ್ತಾರಂತೆ. ಆವಾಗ ನಂಗೆ ಹೊಸ ಹೆಸರು ಕೊಡ್ತಾರಂತೆ. ನೀನೇ ಯಾವುದಾದರೂ ಒಳ್ಳೆ ಕ್ರಿಶ್ಚಿಯನ್ ಹೆಸರು ಹುಡುಕು ಅಂಕಲ್. ಯೋವನ್ ಆಗಲೇ 'ಜೂಲಿ' ಅಂತ ಕರೀಲಿಕ್ಕೆ ಶುರು ಮಾಡಿದಾನೆ. ನಾಯಿ ಹೆಸರು ಬೇಡ ಅಂತ ಹೇಳೀನಿ" ಎಂದಳು.

ನನಗೆ ಈ ಅಂತರಜಾತೀಯ ಮದುವೆಯ ಆಘಾತ ತಟ್ಟಿಕೊಳ್ಳಲು ಆಗದೆ ಒದ್ದಾಡುತ್ತಿದ್ದರೆ, ಅವಳು ಮಾತ್ರ ಅಂತಹ ಯಾವುದೇ ಬಿಸಿಯಿಲ್ಲದಂತೆ ತನ್ನ ಮದುವೆಯ ಕನಸುಗಳನ್ನು ಬಿಚ್ಚುತ್ತಿದ್ದಳು. ನನಗಿನ್ನೂ ಸಂಶಯ ನಿವಾರಣೆಯಾಗಿರಲಿಲ್ಲ. "ಬೇರೆ ಜಾತಿ ಹುಡುಗಗೆ ಮದುವೆ ಮಾಡಿಕೊಟ್ಟರೆ, ನಿಮ್ಮೂರಾಗೆ ನಿಮ್ಮ ಬಳಗದವರು ಬೈಯಲ್ವಾ?" ಎಂದು ನೇರವಾಗಿಯೇ ಕೇಳಿಬಿಟ್ಟೆ. "ಇಲ್ಲಪ್ಪಾ... ಅದ್ಯಾಕೆ ಬೈಯ್ತಾರೆ? ನಮ್ಮ ದೊಡ್ಡಪ್ಪನ ಮಗ ಕ್ರಿಶ್ಚಿಯನ್ ಹುಡುಗಿನ್ನೇ ಮದುವೆಯಾಗಿದ್ದು. ಆಕಿಗೆ 'ಗೌರಮ್ಮ' ಅಂತ ನಮ್ಮಮ್ಮ ಹೊಸ ಹೆಸರಿಟ್ಟಳು. ನಮ್ಮ ಚಿಕ್ಕಮ್ಮ ಕ್ರಿಶ್ಚಿಯನ್ ಹುಡುಗನ್ನ ಮದುವೆಯಾಗಿದ್ದು. ನನ್ನ ನಿಶ್ಚಿತಾರ್ಥಕ್ಕೆ ಎಲ್ಲಾರೂ ಬಂದು ಊಟ ಮಾಡಿಕೊಂಡು ಹೋದರು. ಹುಡುಗ ಮೈಕೈ ತುಂಬಿಕೊಂಡು ಚೆಂದಾಗಿ ಇದ್ದಾನೆ ಅಂದರು ಅಂಕಲ್. ನಾನು ನೋಡೋದಕ್ಕೆ ಎಷ್ಟು ಬ್ಯೂಟಿಫುಲ್ ಇದೀನಿ, ಅವನೂ ಹಂಗೆ ಇರಬೇಕಲ್ವಾ?" ಎಂದಳು. ಹೆಚ್ಚಿಗೆ ಮಾತನಾಡುವುದಕ್ಕೆ ನನಗೆ ತೋಚಲಿಲ್ಲ. ಅವಳೇ ಉತ್ಸಾಹದಲ್ಲಿ "ಯೋವನ್ ಏನು ಹೇಳಿಕೊಟ್ಟಿದಾನೆ ಗೊತ್ತಾ?" ಎಂದು ಕೇಳಿದಳು. ಇಲ್ಲವೆಂದು ತಲೆಯಲ್ಲಾಡಿಸಿದೆ. ಗೋಡೆಗೆ ನೇತು ಹಾಕಿದ ತಿರುಪತಿ ವೆಂಕಟರಮಣನ ಫೋಟೋದ ಮುಂದೆ ಮಂಡಿಯೂರಿ ಕುಳಿತು, ಎಡಗೈಯಿಂದ ಹಣೆಯ ಮೇಲಿನ ಬಿಂದಿಯನ್ನು ಕಿತ್ತು ಬಚ್ಚಿಟ್ಟುಕೊಂಡು, ಬಲಗೈ ಬೆರಳುಗಳನ್ನು ಮೊಗ್ಗಾಗಿ ಸೇರಿಸಿ, ಎದೆಯ ಮೇಲೆ ಮೂರು ಕಡೆ ಒತ್ತಿಕೊಂಡು, ಹಣೆಯ ಮೇಲೆ ಒತ್ತಿಕೊಂಡು, ನಂತರ ಕೊರಳಲ್ಲಿರುವ ಶಿಲುಬೆಯನ್ನು ತುಟಿಗೆ ಒಯ್ದು ಮುತ್ತು ಕೊಟ್ಟಳು. "ಸರಿಯಾಗಿ ಮಾಡಿದ್ನಲ್ವಾ?" ಎಂದಳು. ಸ್ವಲ್ಪ ಸುಧಾರಿಸಿಕೊಂಡ ನಾನು "ಮದುವೆ ಯಾವಾಗ?" ಎಂದು ಕೇಳಿದೆ. "ಯೋವನ್ ಹತ್ತು ಸಾವಿರ ರೂಪಾಯಿ ತೊಗೊಂಡು ಬಂದು ನಮ್ಮಪ್ಪಗೆ ಕೊಡಬೇಕು. ಆವತ್ತೇ ಮದುವಿ" ಎಂದು ಹೇಳಿದಳು.

ಮರುದಿನದಿಂದ ಬರೀ ಯೋವನ್ ಪುರಾಣ ಶುರು ಮಾಡಿಬಿಟ್ಟಳು. ದಿನಾ ತಪ್ಪದೆ ಅವನಿಗೆ ಫೋನ್ ಮಾಡುತ್ತಿದ್ದಳು. ಬೆಳಿಗ್ಗೆ ಎಂಟರ ಒಳಗೆ ಅವನಿಗೆ ಫೋನ್ ಮಾಡಬೇಕಂತೆ, ಇಲ್ಲದಿದ್ದರೆ ಅವನು ಮೆಜೆಸ್ಟಿಕ್‌ನಲ್ಲಿ ಕೆಲಸಕ್ಕೆ ಹೋಗಿಬಿಡುತ್ತಾನೆ.

"ಅವನ ಕನಸಿನಾಗೆಲ್ಲಾ ನಾನೇ ಬರ್ತೀನಂತೆ ಅಂಕಲ್... ನಿದ್ದೇನೇ ಬರಲ್ವಂತೆ". "ಆಗಲೇ ಎರಡು ಸಾವಿರ ರೂಪಾಯಿ ಸೇರಿಸಿದಾನಂತೆ. ಅವನ ಫ್ರೆಂಡು ಎರಡು ಸಾವಿರ ರೂಪಾಯಿ ಕೊಡ್ತಾನಂತೆ. ಇನ್ನ ಆರು ಸಾವಿರ ರೂಪಾಯಿ ಸಿಕ್ಕರೆ ಆಯ್ತು – ಮದುವಿ ಮಾಡಿಕೊಂಡುಬಿಡ್ತಾನೆ". "ನನ್ನ ಫೋಟೋ ಯಾವಾಗ್ಲೂ ಜೋಬಲ್ಲೇ ಇಟ್ಟುಗೊಳ್ತಾನಂತೆ" ಎಂದೆಲ್ಲಾ ಹೇಳುತ್ತಿದ್ದಳು. "ವೆಂಕಟೇಶನ್ನ ಮರೆತು ಬಿಟ್ಟಿಯೇನೆ?" ಎಂದು ನಾನು ರೇಗಿಸಿದರೆ, "ಇಲ್ಲಪ್ಪಾ, ಅವನೇನಾದರೂ ಬಂದರೆ ಯೋವನ್‌ನ ಬಿಟ್ಟು ಅವನ ಹಿಂದೆ ಹೋಗಿಬಿಡ್ತೀನಿ" ಎಂದು ಮುಲಾಜಿಲ್ಲದೆ ಹೇಳುತ್ತಿದ್ದಳು. "ನಿನ್ನ ಯೋವನ್‌ಗೆ ನೀನು ವೆಂಕಟೇಶನಿಗೆ ಲವ್ ಲೆಟರ್ ಬರೆದಿದ್ದು ಹೇಳ್ತೀನಿ ತಡಿ" ಎಂದರೆ, "ಹೇಳ್ಕೋ ಅಂಕಲ್, ಯೋವನ್ ಕೂಡಾ ಐಶ್ವರ್ಯ ರಾಯ್‌ಗೆ ಲವ್‌ಲೆಟರ್ ಬರೆದಾನಂತೆ" ಎಂದು ನಕ್ಕುಬಿಟ್ಟಳು.

"ಯೋವನ್‌ನ ಮನೆಗೆ ಕರೆದುಕೊಂಡು ಬಾರೆ" ಎಂದು ಒಮ್ಮೆ ಹೇಳಿದೆ. "ಓ, ಕರಕೊಂಡು ಬರ್ತೀನಿ. ಆದರೆ ನೀನು ಒಂದು ಮಾತು ನಡೆಸಿಕೊಡಬೇಕು" ಎಂದಳು. "ನಾನು ನಿಮ್ಮನೆಯೊಳಗೆ ಕಸ–ಮುಸುರೆ ಮಾಡೋಳು ಅಂತ ಹೇಳಬಾರದು" ಎಂದಳು. "ಅದು ಯಾಕೆ ಸುಳ್ಳು ಹೇಳಬೇಕು" ಎಂದು ನಾನು ಕೇಳಿದರೆ, "ಅವನಿಗೆ ನಾನು ಗಾರ್ಮೆಂಟ್ಸ್ ಫ್ಯಾಕ್ಟರಿಯಲ್ಲಿ ಕೆಲಸ ಮಾಡ್ತೀನಿ ಅಂತ ಹೇಳೀನಿ. ಕಸ–ಮುಸುರೆಯವಳು ಅಂತ ಫ್ರೆಂಡ್ಸ್ ಮುಂದೆ ಹೇಳಿಕೊಂಡರೆ ಅವನಿಗೆ ಅವಮಾನ ಆಗುತ್ತಲ್ಲಾ ಅಂಕಲ್, ಅದಕ್ಕೇ. ನಿಮ್ಮನೆಗೆ ಕರೆದುಕೊಂಡು ಬಂದಾಗ, ನೀನು ಗಾರ್ಮೆಂಟ್ ಫ್ಯಾಕ್ಟರಿ ಓನರ್ ಎಂದು ಹೇಳುತ್ತೇನೆ" ಎಂದಳು.

ಆ ತಿಂಗಳ ನನ್ನ ಟೆಲಿಫೋನ್ ಬಿಲ್ ಪ್ರತಿ ತಿಂಗಳಿಗಿಂತಲೂ ಒಂದೈದು ನೂರು ರೂಪಾಯಿ ಹೆಚ್ಚು ಬಂದಿತ್ತು. ಕರೆ ಮಾಡಿದ ನಂಬರ್‌ಗಳನ್ನು ನೋಡಿದಾಗ, ನನಗೆ ಪರಿಚಯವಿಲ್ಲದ ಯಾವುದೋ ಒಂದು ನಂಬರನ್ನು ದಿನಾ ಬೆಳಿಗ್ಗೆ ಕರೆ ಮಾಡಿರುವುದು ಗೊತ್ತಾಯಿತು. ನಾನು ಸ್ನಾನಕ್ಕೆ ಹೋದಾಗ, ಇಲ್ಲವೇ ವಾಕಿಂಗಿಗೆಂದು ಹೋದಾಗ ಶ್ರೀದೇವಿ ಯೋವನ್‌ಗೆ ಮಾಡಿದ ಕರೆಗಳವೆಂದು ನನಗೆ ಗೊತ್ತಾಗಲು ಹೆಚ್ಚು ತರ್ಕ ಬೇಕಾಗಲಿಲ್ಲ. ಒಂದು ಐದು ನೂರು ರೂಪಾಯಿ ಹೆಚ್ಚು ಕಟ್ಟುವುದಕ್ಕೋಸ್ಕರ ಅವಳನ್ನು ಸುಮ್ಮನೆ ತಪ್ಪಿತಸ್ಥಳಾಗಿ ಮಾಡುವುದು ಬೇಡವೆಂದು ಅವಳಿಗೆ ಹೇಳದೆ ಸುಮ್ಮನಾದೆ. ಆದರೆ ಮತ್ತೆ ಯಾವುದೋ ಧ್ಯಾನದಲ್ಲಿ ಅವು ಬೆಂಗಳೂರಿನ ನಂಬರಲ್ಲವೆಂದು ಅರಿವಾಗಿ ಗಾಬರಿಯಾಯ್ತು. ಯೋವನ್ ಮೆಜೆಸ್ಟಿಕ್‌ನಲ್ಲಿ ಕೆಲಸ ಮಾಡುತ್ತಾನೆಂದು ಹೇಳಿದ್ದಳಲ್ಲವೆ? ತಕ್ಷಣ ಇಂಟರ್‌ನೆಟ್‌ನಲ್ಲಿ ಆ ನಂಬರನ್ನು ಹುಡುಕಿದಾಗ, ಅದು ತಮಿಳುನಾಡಿನ ಯಾವುದೋ ಹಳ್ಳಿಯೊಂದರ ನಂಬರೆಂದು ಗೊತ್ತಾಯಿತು. ಅನಾವಶ್ಯಕವಾಗಿ ಮೆಜೆಸ್ಟಿಕ್‌ನಲ್ಲಿ ಕೆಲಸ ಮಾಡುತ್ತೀನೆಂದು ಸುಳ್ಳು

ಹೇಳಿದ್ದಾನೆಯೆ? ಎಂಬ ಅನುಮಾನ ಕಾಡಿ, ಶ್ರೀದೇವಿಗೆ ಮೋಸವಾಗುತ್ತಿದೆಯಲ್ಲ ಎಂಬ ವಿಚಿತ್ರ ಹೆದರಿಕೆಯಿಂದ ನನಗೆ ಆ ರಾತ್ರಿ ನಿದ್ದೆಯೇ ಬರಲಿಲ್ಲ.

ಮರುದಿನ ಶ್ರೀದೇವಿ ಬಂದ ತಕ್ಷಣ ನನ್ನ ಅನ್ವೇಷಣೆಯನ್ನೆಲ್ಲಾ ಹೇಳಿ, "ನಿಂಗೆ ಅವನು ಮೋಸ ಮಾಡ್ತಾ ಇದಾನೆ" ಎಂದು ಹೆದರಿಸಿದೆ. ಅವಳು ಮಾತ್ರ ಒಂದಿಷ್ಟೂ ವಿಚಲಿತಳಾಗಲಿಲ್ಲ. "ಇರಲಿ ಬಿಡು ಅಂಕಲ್. ಯಾವುದೋ ಊರಲ್ಲಿ ಕೆಲಸ ಅಂತೂ ಮಾಡ್ತಾನಲ್ಲವಾ? ನಾನು ಗಾರ್ಮೆಂಟ್ ಫ್ಯಾಕ್ಟರಿಯಲ್ಲಿ ಕೆಲಸ ಮಾಡ್ತೀನಿ ಅಂತ ಸುಳ್ಳು ಹೇಳಿದೀನಲ್ಲವಾ? ಹಾಗೇ ಅವನೂ ಹೇಳಿರ್ತಾನೆ" ಎಂದಳು. "ಅವನಿಗೆ ಕೆಲಸಾನೇ ಇಲ್ಲಾ ಅಂದರೆ ಏನು ಮಾಡ್ತೀಯ?" ಎಂದು ಕೇಳಿದೆ. ನಕ್ಕುಬಿಟ್ಟಳು. "ಪೇಂಟರ್ ಕೆಲಸಕ್ಕೆ ಏನು ಕಷ್ಟ ಅಂಕಲ್... ಯಾವ ಊರಿಗೆ ಹೋದರೂ ಕೊಡ್ತಾರೆ" ಎಂದು ತಣ್ಣಗೆ ಹೇಳಿಬಿಟ್ಟಳು. ಅನಾವಶ್ಯಕವಾಗಿ ನಾನು ರಾತ್ರಿ ನಿದ್ದೆಗೆಟ್ಟೆನಲ್ಲ ಎಂದು ಬೇಸರವೂ ಆಯ್ತು. "ಏನೇ ಆಗಲಿ, ನಿಮ್ಮಪ್ಪ ಅಮ್ಮಗೆ ಹೇಳು. ಅವನು ಮೋಸಗಾರ ಅಂತ ನಂಗೆ ಅನ್ನಿಸುತ್ತೆ" ಎಂದು ಎಚ್ಚರಿಕೆ ಕೊಟ್ಟೆ. ಶ್ರೀದೇವಿ ನನ್ನ ಮಾತಿಗೆ ಬೇಸರಗೊಂಡು, "ಹಂಗೆಲ್ಲಾ ಯೋವನ್‌ನ ಬೈಯಬೇಡ ಅಂಕಲ್. ಅವನು ಮೋಸ ಮಾಡೋನಲ್ಲ" ಎಂದು ಖಡಾಖಂಡಿತವಾಗಿ ಹೇಳಿದಳು. "ಅವನು ಮೋಸಗಾರ ಅಲ್ಲ ಅಂತ ನಿಂಗೆ ಹೇಗೆ ಗೊತ್ತು?" ಎಂದು ಸವಾಲೆಸೆದೆ. "ಅವನು ಸಿನಿಮಾ ನೋಡಬೇಕಾದ್ರೆ ಕಣ್ಣೀರು ಹಾಕ್ತಾನೆ ಅಂಕಲ್" ಎಂದು ಉತ್ತರಿಸಿದಳು. ಮತ್ತೆ ನಾನು ಕೆದಕಲಿಲ್ಲ.

ಕೆಲವೇ ವಾರಗಳಲ್ಲಿ ನನ್ನಕ್ಕ ಸಂಸಾರ ಸಮೇತಳಾಗಿ ಬೆಂಗಳೂರಿಗೆ ಬಂದಳು. ತಿರುಪತಿಯಲ್ಲಿ ಕಲ್ಯಾಣೋತ್ಸವ ಮಾಡಿಸಬೇಕೆಂದು ಎಲ್ಲರೂ ನನ್ನ ಕಾರಿನಲ್ಲಿ ಹೊರಟು ಹೋದೆವು. ಹೋಗುವ ಗಡಿಬಿಡಿಯಲ್ಲಿ ಶ್ರೀದೇವಿಗೆ ಹೇಳಲಾಗಲಿಲ್ಲ. ಕಂಚಿ-ಕಾಳಹಸ್ತಿ ಎಂದೆಲ್ಲಾ ತಿರುಗಾಡಿ ಬರುವುದಕ್ಕೆ ಐದಾರು ದಿನಗಳೇ ಹಿಡಿದವು. ಊರಿಗೆ ಹಿಂತಿರುಗಿದಾಗ ರಾತ್ರಿ ಹನ್ನೆರಡಾಗಿತ್ತು. ಸೆಕ್ಯೂರಿಟಿಯವನು, "ನಿಮ್ಮನಿ ಕೆಲಸದಾಳು ದಿನಾ ನಿಮ್ಮ ದಾರಿ ಕಾದು ಕಾದು ಹೋದಳು ಸಾರ್. ಈವತ್ತು ರಾತ್ರಿ ಹತ್ತು ಗಂಟೆಗೂ ಬಂದಿದ್ದಳು" ಎಂದ. ರಾತ್ರಿ ಹೊತ್ತು ಅದೇಕೆ ಬಂದಿದ್ದಳೆಂದು ನನಗೆ ಅರ್ಥವಾಗಲಿಲ್ಲ. ಏನಿದ್ದರೂ ನಾಳೆ ಬೆಳಿಗ್ಗೆ ಬಂದೇ ಬರುತ್ತಾಳಲ್ಲಾ ಎಂದು ಸುಮ್ಮನಾದೆ. ಆದರೆ ಬೆಳಿಗ್ಗೆಯವರೆಗೆ ಕಾಯಬೇಕಾಗಲಿಲ್ಲ. ರಾತ್ರಿ ಒಂದು ಗಂಟೆಗೆ ಸೆಕ್ಯೂರಿಟಿಯವನಿಂದ ಫೋನ್ ಕಾಲ್ ಬಂತು. ಶ್ರೀದೇವಿ ಮೇನ್‌ಗೇಟಿನಲ್ಲಿ ಕಾಯುತ್ತಿದ್ದಳು. ಪ್ಯಾಂಟ್-ಶರ್ಟ್ ಏರಿಸಿಕೊಂಡು ಹೋದೆ. ನನ್ನನ್ನು ನೋಡಿದ್ದೇ ನಕ್ಕಳು. "ಯೋವನ್ ಹತ್ತು ಸಾವಿರ ರೂಪಾಯಿ ನಮ್ಮಪ್ಪನಿಗೆ ಕೊಟ್ಟಾಯ್ತು ಅಂಕಲ್. ಈ ಶನಿವಾರ ನನ್ನ ಮದುವೆ. ಬೆಳಿಗ್ಗೆ ಊರಿಗೆ ಹೋಗ್ತೀನಿ. ಮತ್ತೆ

ಬರಂಗಿಲ್ಲ. ಊರಿಗೆ ಹೋಗುವುದರೊಳಗೆ ನಿನ್ನ ನೋಡಿಯೇ ಹೋಗಬೇಕು ಅಂತ ಇಷ್ಟೊತ್ತಿನಾಗೆ ಬಂದೀನಿ" ಎಂದಳು. ನನಗೆ ಹೃದಯ ತುಂಬಿ ಬಂತು. "ಹೇಳದೆ ಹೋಗಿದ್ರೆ ಆಗ್ತಿತ್ತು ಬಿಡಮ್ಮ. ಈ ನಿಶರಾತ್ರಿಯಲ್ಲಿ ಯಾಕೆ ಬಂದೆ?" ಎಂದು ಗದ್ಗದಿತ ಧ್ವನಿಯಲ್ಲಿ ಕೇಳಿದೆ. "ಯಾಕಂದ್ರೆ, ನೀನು ನನ್ನ ಮದುವೀಗೆ ಏನೂ ಉಡುಗೊರೆ ಕೊಟ್ಟಿಲ್ಲ ಅಂಕಲ್. ಅದಕ್ಕೇ ಇಸ್ಕೊಂಡು ಹೋಗಾಣ ಅಂತ ಬಂದೆ" ಎಂದಳು. ಅವಳ ಮುಖವನ್ನೊಮ್ಮೆ ನೋಡಿದೆ. ಖಂಡಿತಾ ತಮಾಷೆ ಮಾಡುತ್ತಿರಲಿಲ್ಲ. ನನ್ನ ಹೃದಯ ಮಾಮೂಲಿ ಸ್ಥಿತಿಗೆ ಬಂತು.

ಜೇಬಿಗೆ ಕೈ ಹಾಕಿ ತೆಗೆದೆ. ಸಾವಿರ ರೂಪಾಯಿಯ ನೋಟು ಹೊರಬಂತು. "ಜಾಸ್ತಿ ಆಯ್ತು" ಎಂದು ಒಳ ಮನಸ್ಸು ಹೇಳಿತು. ಆದರೆ ತೆಗೆದಾಗಿತ್ತು. ಅವಳಿಗೆ ಕೊಟ್ಟೆ. ಅದನ್ನು ನೋಡಿದ ಶ್ರೀದೇವಿ, "ಅಯ್ಯಯ್ಯೋ, ಇಷ್ಟೊಂದು ಬೇಡ ಅಂಕಲ್. ಐದು ನೂರು ರೂಪಾಯಿ ಇಸ್ಕೊಂಡು ಬಾ ಅಂತ ನಮ್ಮತ್ತಿ ಹೇಳ್ಯಾಳೆ. ಅಷ್ಟೇ ಕೊಡು ಸಾಕು" ಎಂದು ಆ ನೋಟನ್ನು ವಾಪಾಸು ಕೊಟ್ಟಳು. "ಇರಲಿ ತೊಗೊಳಮ್ಮ. ಯೋವನ್‌ಗೆ ಉಳಿದ ಐದು ನೂರು ಕೊಡು" ಎಂದು ಹೇಳಿದೆ. ಅದನ್ನು ತೆಗೆದುಕೊಂಡು ಸ್ವಲ್ಪ ದೂರ ಹೋದವಳು, ಹಿಂತಿರುಗಿ "ಸೀಯೂ, ಬಾಯ್... ಬಾಯ್..." ಎಂದು ರಾಗವಾಗಿ ಹೇಳುತ್ತಾ ಟಾಟಾ ಮಾಡಿದಳು.

ಮತ್ತೆ ನಾನು ಶ್ರೀದೇವಿಯನ್ನು ನೋಡಿಲ್ಲ. ಆಗಾಗ ನೆನಪಾಗುತ್ತಾಳಾದರೂ, ಯಾರನ್ನು ಕೇಳುವುದೆಂದು ನನಗೆ ಗೊತ್ತಾಗುತ್ತಿಲ್ಲ. ನನ್ನ ಅಪಾರ್ಟ್‌ಮೆಂಟಿನ ಪಕ್ಕವೇ ಅವಳ ಮನೆಯಿದೆಯೆಂದು ಹತ್ತಾರು ಬಾರಿ ಹೇಳಿದ್ದಳಾದರೂ, ಅದು ನಿಖರವಾಗಿ ಎಲ್ಲಿದೆಯೆಂದು ತಿಳಿದುಕೊಳ್ಳುವ ಕುತೂಹಲ ನನಗೆಂದೂ ಬಂದಿರಲಿಲ್ಲ. ಮುಂದೊಂದು ದಿನ ಯೋವನ್ ಜೊತೆಯಲ್ಲಿ ಮನೆಗೆ ಬಂದರೂ ಬರಬಹುದೆಂದು ನನ್ನ ನಿರೀಕ್ಷೆಯಿದೆ. ಕಾಯೋಣ.

23ನೇ ಸೆಪ್ಟೆಂಬರ್ 2005

ಓದಿ ಓದಿ ಮರುಳಾಗಿ!

ಛಂದ ಪುಸ್ತಕ ಬಹುಮಾನ

ಹೊಸ ಕತೆಗಾರರನ್ನು ಗುರುತಿಸುವ ಸಲುವಾಗಿ ನಮ್ಮ ಪ್ರಕಾಶನ ಸಂಸ್ಥೆಯು ಕಳೆದ ಹದಿಮೂರು ವರ್ಷಗಳಿಂದ ಕತೆಗಳ ಹಸ್ತಪ್ರತಿ ಸ್ಪರ್ಧೆಯನ್ನು ನಡೆಸುತ್ತಾ ಬಂದಿದೆ. ಈವರೆಗೆ ಒಂದೂ ಕಥಾಸಂಕಲನವನ್ನು ಪ್ರಕಟಿಸದವರು ಈ ಸ್ಪರ್ಧೆಯಲ್ಲಿ ಭಾಗವಹಿಸಬಹುದು. ಇತರ ಪ್ರಕಾರಗಳಲ್ಲಿ ಒಂದೆರಡು ಪುಸ್ತಕಗಳನ್ನು ಪ್ರಕಟ ಮಾಡಿದವರೂ ಇದರಲ್ಲಿ ಭಾಗವಹಿಸುವ ಅವಕಾಶವಿರುತ್ತದೆ. ಮೊದಲ ಸುತ್ತಿನ ಆಯ್ಕೆಯನ್ನು ಪ್ರಕಾಶನದ ಸದಸ್ಯರು ಮಾಡಿ, ಕೊನೆಯ ಆಯ್ಕೆಗಾಗಿ ಸುಮಾರು ಹತ್ತು ಹಸ್ತಪ್ರತಿಗಳನ್ನು ನಾಡಿನ ಹಿರಿಯ ಸಾಹಿತಿಗಳಿಗೆ ಒಪ್ಪಿಸುತ್ತಾರೆ. ಆಯ್ಕೆಯಾದ ಹಸ್ತಪ್ರತಿಯನ್ನು ಪುಸ್ತಕ ರೂಪದಲ್ಲಿ ಪ್ರಕಟಿಸಿ, ಪ್ರಶಸ್ತಿ ಪತ್ರ, ಫಲಕ ಹಾಗೂ ಮೂವತ್ತು ಸಾವಿರ ರೂಪಾಯಿ ಬಹುಮಾನವನ್ನು ನೀಡಲಾಗುತ್ತದೆ. ಈವರೆಗೂ ಈ ಪ್ರಶಸ್ತಿಯಲ್ಲಿ ಬಹುಮಾನ ಪಡೆದವರ ವಿವರಗಳ ಪಟ್ಟಿಯನ್ನು ಮುಂದಿನ ಪುಟದಲ್ಲಿ ನೀಡಿದ್ದೇವೆ.

ಇವರಲ್ಲಿ ಮೌನೇಶ ಬಡಿಗೇರ, ಶಾಂತಿ ಕೆ ಅಪ್ಪಣ್ಣ, ಪದ್ಮನಾಭ ಭಟ್ ಶೇವ್ಕಾರ ಮತ್ತು ಸ್ವಾಮಿ ಪೊನ್ನಾಚಿ ಅವರಿಗೆ ಕೇಂದ್ರ ಸಾಹಿತ್ಯ ಅಕಾಡೆಮಿಯ ಯುವ ಪುರಸ್ಕಾರ ದೊರೆತಿದೆ. ವಿನಯಾ, ಶಾಂತಿ ಕೆ ಅಪ್ಪಣ್ಣ ಮತ್ತು ಪದ್ಮನಾಭ ಭಟ್ ಶೇವ್ಕಾರರ ಪುಸ್ತಕಗಳಿಗೆ ಕರ್ನಾಟಕ ಸಾಹಿತ್ಯ ಅಕಾಡೆಮಿಯ ಪುಸ್ತಕ ಬಹುಮಾನ ಅಥವಾ ದತ್ತಿ ಬಹುಮಾನಗಳು ಸಂದಿವೆ. ಇನ್ನೂ ಹಲವಾರು ನಾಡಿನ ಪ್ರಮುಖ ಪ್ರಶಸ್ತಿ ಮತ್ತು ಬಹುಮಾನಗಳೂ ಈ ಕೃತಿಗಳಿಗೆ ಲಭ್ಯವಾಗಿವೆ.

ನೀವು ಈ ಸ್ಪರ್ಧೆಯಲ್ಲಿ ಭಾಗವಹಿಸಬೇಕೆ? ಹಾಗಿದ್ದರೆ ನಮ್ಮ ಮುಂದಿನ ವರ್ಷದ ಸ್ಪರ್ಧೆಯ ಆಹ್ವಾನವನ್ನು ಖ್ಯಾತ ಕನ್ನಡ ನಿಯತಕಾಲಿಕಗಳಲ್ಲಿ ಅಥವಾ ಸಾಮಾಜಿಕ ಜಾಲತಾಣಗಳಲ್ಲಿ ನಿರೀಕ್ಷಿಸಿರಿ. ಹೆಚ್ಚಿನ ವಿವರಗಳಿಗೆ 98444 22782 ಗೆ ಸಂದೇಶ ಕಳುಹಿಸಿರಿ.

ಓದಿ ಓದಿ ಮರುಳಾಗಿ!

ಛಂದ ಪುಸ್ತಕ ಬಹುಮಾನ ಪಡೆದ ಕೃತಿಗಳು

ಕತೆಗಾರರು	ಕಥಾಸಂಕಲನ	ತೀರ್ಪುಗಾರರು
ಸುನಂದಾ ಕಡಮೆ	ಪುಟ್ಟ ಪಾದದ ಗುರುತು	ಅಶೋಕ ಹೆಗಡೆ/ ಸುಮಂಗಲಾ
ಅಲಕ ತೀರ್ಥಹಳ್ಳಿ	ಈ ಕತೆಗಳ ಸಹವಾಸವೇ ಸಾಕು	ಕೇಶವ ಮಳಗಿ/ ಸುಮಂಗಲಾ
ಲೋಕೇಶ ಅಗಸನಕಟ್ಟೆ	ಹಟ್ಟಿಯೆಂಬ ಭೂಮಿಯ ತುಣುಕು	ಬೊಳುವಾರು
ವಿನಯಾ	ಊರ ಒಳಗಣ ಬಯಲು	ನೇಮಿಚಂದ್ರ
ಸಂದೀಪ ನಾಯಕ	ಗೋಡೆಗೆ ಬರೆದ ನವಿಲು	ಅಮರೇಶ ನುಗಡೋಣಿ
ಕಣಾದ ರಾಘವ	ಮೊದಲ ಮಳೆಯ ಮಣ್ಣು	ಕೆ. ಸತ್ಯನಾರಾಯಣ
ಬಸವಣ್ಣೆಪ್ಪಾ ಕಂಬಾರ	ಆಟಿಕೆ	ಕುಂ. ವೀರಭದ್ರಪ್ಪ
ಮೌನೇಶ ಬಡಿಗೇರ	ಮಾಯಾಕೋಲಾಹಲ	ಓ.ಎಲ್.ಎನ್. ಸ್ವಾಮಿ
ಪದ್ಮನಾಭ ಭಟ್	ಕೇಪಿನ ಡಬ್ಬಿ	ಎಂ. ಎಸ್. ಆಶಾದೇವಿ
ಶಾಂತಿ ಕೆ ಅಪ್ಪಣ್ಣ	ಮನಸು ಅಭಿಸಾರಿಕೆ	ಎಚ್.ಎಸ್.ಆರ್
ದಯಾನಂದ	ದೇವರು ಕಚ್ಚಿದ ಸೇಬು	ನಾ. ಡಿಸೋಜಾ
ಸ್ವಾಮಿ ಪೊನ್ನಾಚಿ	ಧೂಪದ ಮಕ್ಕಳು	ಎಂ. ಎಸ್. ಶ್ರೀರಾಮ್
ಶಶಿ ತರೀಕೆರೆ	ಡುಮಿಂಗ	ಲಲಿತಾ ಸಿದ್ಧಬಸವಯ್ಯ
ಛಾಯಾ ಭಟ್	ಬಯಲರಸಿ ಹೊರಟವಳು	ತಾರಿಣಿ ಶುಭದಾಯಿನಿ
ಕಾವ್ಯಾ ಕಡಮೆ	ಮಾಕೋನ ಏಕಾಂತ	ಟಿ.ಪಿ. ಅಶೋಕ

ಛಂದ ಪುಸ್ತಕ ಬಹುಮಾನ

ಪುಟ್ಟ ಪಾದದ ಗುರುತು - ಸುನಂದಾ ಪ್ರಕಾಶ ಕಡಮೆ - ₹ 120
ಈ ಕತೆಗಳ ಸಹವಾಸವೇ ಸಾಕು - ಅಲಕ ತೀರ್ಥಹಳ್ಳಿ - ₹ 60
ಹಟ್ಟಿಯೆಂಬ ಭೂಮಿಯ ತುಣುಕು - ಲೋಕೇಶ ಅಗಸನಕಟ್ಟೆ - ₹ 180
ಗೋಡೆಗೆ ಬರೆದ ನವಿಲು - ಸಂದೀಪ ನಾಯಕ - ₹ 60
ಮೊದಲ ಮಳೆಯ ಮಣ್ಣು - ಕಣಾದ ರಾಘವ - ₹ 140
ಆಟಿಕೆ - ಬಸವಣ್ಣೆಪ್ಪಾ ಕಂಬಾರ - ₹ 100
ಮಾಯಾಕೋಲಾಹಲ - ಮೌನೇಶ ಬಡಿಗೇರ - ₹ 165
ಕೇಪಿನ ಡಬ್ಬಿ - ಪದ್ಮನಾಭ ಭಟ್, ಶೇವ್ಕಾರ - ₹ 150
ಮನಸು ಅಭಿಸಾರಿಕೆ - ಶಾಂತಿ ಕೆ ಅಪ್ಪಣ್ಣ - ₹ 230
ದೇವರು ಕಚ್ಚಿದ ಸೇಬು - ದಯಾನಂದ - ₹ 140
ಧೂಪದ ಮಕ್ಕಳು - ಸ್ವಾಮಿ ಪೊನ್ನಾಚಿ - ₹ 130
ಡುಮಿಂಗ - ಶಶಿ ತರೀಕೆರೆ - ₹ 130
ಬಯಲರಸಿ ಹೊರಟವಳು - ಛಾಯಾ ಭಟ್ - ₹ 120
ಮಾಕೋನ ಏಕಾಂತ - ಕಾವ್ಯಾ ಕಡಮೆ - ₹ 130

ಕಥಾಸಂಕಲನ

ಶಕುಂತಳಾ - ಗುರುಪ್ರಸಾದ್ ಕಾಗಿನೆಲೆ - ₹ 80
ಜುಮುರು ಮಳೆ - ಸುಮಂಗಲಾ - ₹ 220
ಶಾಲಭಂಜಿಕೆ - ಡಾ. ಕೆ. ಎನ್. ಗಣೇಶಯ್ಯ - ₹ 180 (7ನೇ ಮುದ್ರಣ)
ಕಾರಂತಜ್ಜನಿಗೊಂದು ಪತ್ರ - ಸಚ್ಚಿದಾನಂದ ಹೆಗಡೆ - ₹ 150
ಹಕೂನ ಮಟಾಟ - ನಾಗರಾಜ ವಸ್ತಾರೆ - ₹ 80
ಕಾಲಿಟ್ಟಲ್ಲಿ ಕಾಲುದಾರಿ - ಸುಮಂಗಲಾ - ₹ 80
ಹುಲಿರಾಯ - ಕೀರ್ತಿರಾಜ್ - ₹ 80
ನಿರವಯವ - ನಾಗರಾಜ ವಸ್ತಾರೆ - ₹ 125
ಹನ್ನೊಂದನೇ ಅಡ್ಡರಸ್ತೆ - ಸುಮಂಗಲಾ - ₹ 170
ಗಾಳಿಗೆ ಮೆತ್ತಿದ ಬಣ್ಣ - ಕರ್ಕಿ ಕೃಷ್ಣಮೂರ್ತಿ - ₹ 180
ಕನ್ನಡಿ ಹರಳು - ಪದ್ಮನಾಭ ಭಟ್, ಶೇವ್ಕಾರ - ₹ 130
ಒಂದು ಚಿಟಿಕೆ ಮಣ್ಣು - ಲಕ್ಷ್ಮಣ ಬಾದಾಮಿ - ₹ 130
ಬಂಡಲ್ ಕತೆಗಳು - ಎಸ್ ಸುರೇಂದ್ರನಾಥ್ - ₹ 160
ದೇವರ ರಜಾ - ಗುರುಪ್ರಸಾದ್ ಕಾಗಿನೆಲೆ - ₹ 225 (2ನೇ ಮುದ್ರಣ)
ಕಟ್ಟು ಕತೆಗಳು - ಎಸ್ ಸುರೇಂದ್ರನಾಥ್ - ₹ 210
ಮಡಿಲು (ನೀಳ್ಗತೆ) - ನಾಗರಾಜ ವಸ್ತಾರೆ - ₹ 15
ತಿರಾಮಿಸು - ಶಶಿ ತರೀಕೆರೆ - ₹ 210
ತೊಟ್ಟು ಕ್ರಾಂತಿ - ಕಾವ್ಯಾ ಕಡಮೆ - ₹ 180

ಪ್ರಬಂಧ

ಪೂರ್ವ ಪಶ್ಚಿಮ - ಎಂ. ಆರ್. ದತ್ತಾತ್ರಿ - ₹ 80
ರಾಗಿಮುದ್ದೆ - ರಘುನಾಥ ಚ. ಹ. - ₹ 120
ಕುಟ್ಟವಲಕ್ಕಿ / ಗೊಜ್ಜವಲಕ್ಕಿ - ಪ್ರಶಾಂತ ಆಡೂರ - ₹ 170 / ₹ 170
ಕಿಲಿಮಂಜಾರೋ - ಪ್ರಶಾಂತ್ ಬೀಚಿ - ₹ 80
ಮಿಸಳ್ ಭಾಜಿ - ಭಾರತಿ ಬಿ ವಿ - ₹ 190
ನೀ ಮಾಯೆಯೊಳಗೋ... - ವಿಕ್ರಮ ಹತ್ವಾರ - ₹ 150
ಸಾವೆಂಬ ಲಹರಿ - ಗುರುಪ್ರಸಾದ ಕಾಗಿನೆಲೆ - ₹ 140
ವೈದ್ಯ, ಮತ್ತೊಬ್ಬ - ಗುರುಪ್ರಸಾದ ಕಾಗಿನೆಲೆ - ₹ 120
ಅಪ್ಪನ ರ್‍ಯಾಲೀಸ್ ಸೈಕಲ್ - ದರ್ಶನ್ ಜಯಣ್ಣ - ₹ 110
ಇಮೋಜಿ ಭಾಷೆ - ಕರ್ಕಿ ಕೃಷ್ಣಮೂರ್ತಿ - ₹ 150

ಅನುವಾದ

ದಿ ಚಾಯ್ಸ್ - ಈಡಿತ್ ಎವಾ ಎಗರ್ (ಜಯಶ್ರೀ ಭಟ್) - ₹ 280
ದೇಹವೇ ದೇಶ - ಗರಿಮಾ ಶ್ರೀವಾಸ್ತವ (ವಿಕ್ರಮ ವಿಸಾಜಿ) - ₹ 250
ಪರ್ಸೆಪೊಲಿಸ್- ಮಾರ್ಜಾನ್ ಸತ್ರಪಿ (ಪ್ರೀತಿ ನಾಗರಾಜ) - ₹ 395
ಗಾಳಿ ಪಳಗಿಸಿದ ಬಾಲಕ - ವಿಲಿಯಂ ಕಾಂಕ್ವಾಂಬಾ (ಕರುಣಾ ಬಿ ಎಸ್) - ₹ 180
ಅಮೋಸ್ ಫಾರ್ಚೂನ್ - ಎಲಿಝಬೆತ್ ಯೇಟ್ಸ್ (ಜಯಶ್ರೀ ಭಟ್) - ₹ 110
ನವ ಜೀವಗಳು - ವಿಲಿಯಂ ಡಾಲ್ರಿಂಪಲ್ (ನವೀನ ಗಂಗೋತ್ರಿ) - ₹ 250
ಮೈಕೆಲ್ ಕೆ - ಜೆ.ಎಂ. ಕುಟ್‌ಸೀ (ಸುನಿಲ್ ರಾವ್) - ₹ 170
ಲೇರಿಯೊಂಕ - ಹೆನ್ರಿ ಆರ್. ಓಲೆ ಕುಲೆಟ್ (ಪ್ರಶಾಂತ ಬೀಚಿ) - ₹ 140
ಅರೆಶತಮಾನದ ಮೌನ - ಯಾನ್ ರಫ್-ಓ'ಹರ್ನ್ (ಅರುಣ್) - ₹ 310
ಪರ್ವತದಲ್ಲಿ ಪವಾಡ - ನ್ಯಾಂಡೊ ಪರಾಡೊ (ಸಂಯುಕ್ತಾ ಪುಲಿಗಲ್) - ₹ 340
ಚಂದಿರ ಬೇಕೆಂದವನು - ಮಿಮಿ ಬೇರ್ಡ್ (ಪ್ರಜ್ಞಾ ಶಾಸ್ತ್ರಿ) - ₹ 180
ಬಂಡೂಲ - ವಿಕಿ ಕಾನ್‌ಸ್ಟಂಟೀನ್ ಕ್ರುಕ್ (ರಾಜ್ಯಶ್ರೀ ಕುಳಮರ್ವ) - ₹ 425
ರೆಬೆಲ್ ಸುಲ್ತಾನರು - ಮನು ಎಸ್ ಪಿಳ್ಳೈ (ಸಂಯುಕ್ತಾ ಪುಲಿಗಲ್) - ₹ 420
ಫಾಲೋಯಿಂಗ್ ಫಿಶ್ - ಸಮಂತ್ ಸುಬ್ರಮಣಿಯನ್ (ಸಹನಾ ಹೆಗಡೆ) - ₹ 280
ಜಗವ ಚುಂಬಿಸು - ಸುಬ್ರೊತೋ ಬಾಗ್ಚಿ (ವಂದನಾ ಪಿ ಸಿ) - ₹ 240
ಪರ್ದಾ ಅಂಡ್ ಪಾಲಿಗಮಿ - ಇಕ್ಬಾಲುನ್ನೀಸಾ ಹುಸೇನ್ (ದಾದಾಪೀರ್) - ₹ 380
ವಾಡಿವಾಸಲ್ - ಚಿ. ಸು. ಚೆಲ್ಲಪ್ಪ (ಸತ್ಯಕಿ) - ₹ 100
ನಾಲ್ಕನೇ ಎಕರೆ - ಶ್ರೀರಮಣ (ಅಜಯ್ ವರ್ಮಾ ಅಲ್ಲೂರಿ) - ₹ 100
ಮಾವೋನ ಕೊನೆಯ ನರ್ತಕ - ಲೀ ಶ್ವಿನ್‌ಶಿಂಗ್ (ಜಯಶ್ರೀ ಭಟ್) - ₹ 340
ಕೋಬಾಲ್ಟ್ ಬ್ಲೂ - ಸಚಿನ್ ಕುಂಡಲ್‌ಕರ್ (ಸಪ್ನಾ ಕಟ್ಟಿ) - ₹ 150
ವಿದ್ಯಾವಂತ ವೇಶ್ಯೆಯ ಆತ್ಮಕಥೆ - ಮಾನದಾ ದೇವಿ (ನಾಗ ಹುಬ್ಳಿ) - ₹ 240
ದಿ ಲೈಟ್‌ಹೌಸ್ ಫ್ಯಾಮಿಲಿ - ಫಿರಾತ್ ಸುನೇಲ್ (ಮಾಧುರಿ ಕುಲಕರ್ಣಿ) - ₹ 230

ನನ್ನ ತಂಗಿ ಈಡಾ - ಕಾರೊಲೀನ ವಾಲ್ (ಹರ್ಷ ರಘುರಾಮ್) - ₹ 260
ಸತ್ತವರ ಸೊಲ್ಲು - ಆಶುತೋಷ್ ಭಾರದ್ವಾಜ್ (ಕಾರ್ತಿಕ್ ಆರ್.) - ₹ 380

ವಸುಧೇಂದ್ರ

ಮನೀಷೆ - ಕತೆಗಳು - ₹ 120 (8ನೇ ಮುದ್ರಣ)
ಯುಗಾದಿ - ಕತೆಗಳು - ₹ 190 (9ನೇ ಮುದ್ರಣ)
ಚೇಳು - ಕತೆಗಳು - ₹ 120 (8ನೇ ಮುದ್ರಣ)
ಹಂಪಿ ಎಕ್ಸ್‌ಪ್ರೆಸ್ - ಕತೆಗಳು - ₹ 195 (9ನೇ ಮುದ್ರಣ)
ಮೋಹನಸ್ವಾಮಿ - ಕತೆಗಳು - ₹ 270 (7ನೇ ಮುದ್ರಣ)
ವಿಷಮ ಭಿನ್ನರಾಶಿ - ಕತೆಗಳು - ₹ 280 (4ನೇ ಮುದ್ರಣ)
ಕೋತಿಗಳು - ಪ್ರಬಂಧ - ₹ 120 (8ನೇ ಮುದ್ರಣ)
ನಮ್ಮಮ್ಮ ಅಂದ್ರೆ ನಂಗಿಷ್ಟ - ಪ್ರಬಂಧ - ₹ 100 (27ನೇ ಮುದ್ರಣ)
ರಕ್ಷಕ ಅನಾಥ - ಪ್ರಬಂಧ - ₹ 110 (5ನೇ ಮುದ್ರಣ)
ವರ್ಣಮಯ - ಪ್ರಬಂಧ - ₹ 225 (6ನೇ ಮುದ್ರಣ)
ಐದು ಪೈಸೆ ವರದಕ್ಷಿಣೆ - ಪ್ರಬಂಧ - ₹ 280 (5ನೇ ಮುದ್ರಣ)
ಹರಿಚಿತ್ತ ಸತ್ಯ - ಕಾದಂಬರಿ - ₹ 200 (6ನೇ ಮುದ್ರಣ)
ತೇಜೋ-ತುಂಗಭದ್ರಾ - ಕಾದಂಬರಿ - ಉತ್ತಮ/ಸಾದಾ (₹ 500/₹ 450) (16ನೇ ಮುದ್ರಣ)
ಮಿಥುನ - ಶ್ರೀರಮಣರ ಕತೆಗಳು - ₹ 135 (8ನೇ ಮುದ್ರಣ)
ಎವರೆಸ್ಟ್ - ಜಾನ್ ಕ್ರಾಕೌರ್ - ₹ 420 (4ನೇ ಮುದ್ರಣ)
ರೇಷ್ಮೆ ಬಟ್ಟೆ - ಕಾದಂಬರಿ - ₹ 450

ಕಾದಂಬರಿ

ಎನ್ನ ಭವದ ಕೇಡು - ಎಸ್ ಸುರೇಂದ್ರನಾಥ್ - ₹ 75
ನ್ಯಾಸ - ಹರೀಶ ಹಾಗಲವಾಡಿ - ₹ 250
ಗುಣ - ಗುರುಪ್ರಸಾದ್ ಕಾಗಿನೆಲೆ - ₹ 150
ದ್ವೀಪವ ಬಯಸಿ - ಎಂ. ಆರ್. ದತ್ತಾತ್ರಿ - ₹ 320
ತಾರಾಬಾಯಿಯ ಪತ್ರ - ದತ್ತಾತ್ರಿ ಎಂ ಆರ್ - ₹ 160
ಅಗೆದಷ್ಟೂ ನಕ್ಷತ್ರ - ಸುಮಂಗಲಾ - ₹ 230
ಪ್ರಿಯೇ ಚಾರುಶೀಲೆ - ನಾಗರಾಜ ವಸ್ತಾರೆ - ₹ 380
ಋಷ್ಯಶೃಂಗ - ಹರೀಶ ಹಾಗಲವಾಡಿ - ₹ 125
ಅಂತು - ಪ್ರಕಾಶ ನಾಯಕ್ - ₹ 200
ಚುಕ್ಕಿ ಬೆಳಕಿನ ಜಾಡು - ಕರ್ಕಿ ಕೃಷ್ಣಮೂರ್ತಿ - ₹ 200
ದೀಪವಿರದ ದಾರಿಯಲ್ಲಿ - ಸುಶಾಂತ್ ಕೋಟ್ಯಾನ್ - ₹ 160
ದಾರಿ - ಕುಸುಮಾ ಆಯರಹಳ್ಳಿ - ₹ 395
ಬರೀ ಎರಡು ರೆಕ್ಕೆ - ಸುನಂದಾ ಪ್ರಕಾಶ ಕಡಮೆ - ₹ 260

ಕವಿತೆ

ಮದ್ಯಸಾರ - ಅಪಾರ - ₹ 90
ಪೂರ್ಣನ ಗರಿಗಳು - ಪೂರ್ಣಪ್ರಜ್ಞ - ₹ 70
ಹಲೋ ಹಲೋ ಚಂದಮಾಮ - ರಾಧೇಶ ತೋಳ್ಪಾಡಿ - ₹ 50

ಪದಚರಿತೆ

ಸರಿಗನ್ನಡಂ ಗೆಲ್ಗೆ - ಅಪಾರ - ₹ 390